आपल्या
स्नेहीजनांना
पुस्तके
भेट द्या

मातृत्वाच्या ज्योतीच्या सुखद प्रकाशानं आपलं मन पुन्हा एकदा उजळून टाकणाऱ्या कथा...

अमजद अली खान, सत्या सरन, रवीना टंडन यांच्यासह

चिकन सूप फॉर द सोल : इंडियन मदर्स

लेखक

जॅक कॅनफिल्ड । मार्क व्हिक्टर हॅन्सन । रक्षा भारदिया

अनुवाद

डॉ. वृषाली पटवर्धन

मेहता पब्लिशिंग हाऊस

CHICKEN SOUP FOR THE SOUL INDIAN MOTHERS by
JACK CANFIELD, MARK VICTOR HANSEN, RAKSHA BHARADIA

First Published in the English Language in India by Westland Ltd.
Marathi Language Translation

Translated into Marathi Language by Dr. Vrushali Patwardhan

चिकन सूप फॉर द सोल : इंडियन मदर्स / अनुवादित कथा

अनुवाद : डॉ. वृषाली पटवर्धन

Email : author@mehtapublishinghouse.com

प्रकाशक : सुनील अनिल मेहता, मेहता पब्लिशिंग हाऊस,
१९४१, सदाशिव पेठ, माडीवाले कॉलनी, पुणे – ४११०३०.

मुद्रक : ट्रिनिटी अॅकॅडमी फॉर कॉर्पोरेट ट्रेनिंग लिमिटेड

मुखपृष्ठ : फाल्गुन ग्राफिक्स

प्रकाशनकाल : जानेवारी, २०१३ / पुनर्मुद्रण : मार्च, २०१४

किंमत : ₹ २७०

P Book ISBN 9788184984484

प्रस्तावना

गेली दहा वर्षं मला एकच छंद जडलाय – अतिशय बुद्धिमान माणसं शोधायची आणि त्यांची जडणघडण कशी झाली, त्यांना प्रेरणा कशी मिळाली हे जाणून घ्यायचं! ही प्रखर बुद्धिमत्ता त्यांच्यात येते कुठून? ती आनुवंशिक असते का? त्यांच्या यशाच्या प्रवासात आजूबाजूच्या परिस्थितीचा किती वाटा असतो? असे प्रश्न मला पडत असतात. एखाद्या परिस्थितीत, प्रसंगात आपल्यापैकी काही जण अगदी कोलमडून पडतात; पण तशाच प्रसंगात काही जण ठामपणे उभं राहून सामना करतात – असं का? एखाद्या गोष्टीकडे एखादा माणूस अनेकानेक दृष्टिकोनातून पाहतो आणि त्याला त्यातून नवीनच गोष्ट दिसते; पण एखाद्याला ती गोष्ट 'मुद्दाम' घडवून आणल्याची खात्री वाटते – असं का? काही जण आपल्या क्षमतेच्या, कुवतीच्या पलीकडे जाऊन प्रयत्न करतात आणि त्यांना प्रगतीचं नवं क्षितिज गवसतं; मात्र काही जण स्वत:ला त्याच त्या चौकटीत बंदिस्त करतात आणि वर्षानुवर्षं तसंच आणि तेच तेच करत राहतात – असं का?

या प्रश्नांची उत्तरं अगदी सहजासहजी मिळणं तसं अवघडच! पण या पुस्तकावर काम करताना मला वाळवंटातलं एक 'ओॲसिस' सापडलं. तिथं शांतपणे बसून मला या सगळ्यांची उत्तरं सापडणार होती. 'चिकन सूप फॉर द इंडियन मदर्स' या पुस्तकाचं संपादन आणि संकलन करताना मला अतिशय वेगळ्या, असामान्य गोष्टींची झलक दिसली. यातली नावं किंवा व्यक्ती प्रसिद्ध नव्हत्या, टी. व्ही.वर दिसणाऱ्या नव्हत्या; उलट त्या सगळ्या अगदी सामान्य होत्या. घराघरात आढळून येणाऱ्या 'आई' होत्या. एकीकडे त्या साध्यासुध्या, सोशिक होत्या आणि एकीकडे कणखरही होत्या.

'आपण कितीतरी अवघड प्रसंगांतून चिकाटीनं आणि धीरानं मार्ग काढला, तेसुद्धा एवढंसंही 'प्रशिक्षण' किंवा मानसशास्त्राचं ज्ञान नसताना' असं या आयांनी सांगितलं. एका रम्य सकाळी (किंवा संध्याकाळी किंवा रात्री) त्यांच्या कुशीत एक

गोंडस बाळ जन्माला आलं आणि तेव्हापासून दर दिवशी वाजवी आणि अवाजवी हट्टांची मालिका सुरू झाली; आणि तरीही आपल्या बाळांच्या निरागस हास्यात, त्यांच्या मऊमऊ हातांच्या मिठीत या आयांना आपल्या अंतरंगातल्या प्रचंड अज्ञात शक्तीचा शोध लागला. एका आईनं मनापासून सांगितलं – ''माझ्या बाळाच्या हातात जणू जादूची किल्ली होती. त्या किल्लीनं माझ्यातल्या कितीतरी गुणांची, क्षमतांच्या खजिन्याची दारं उघडली. तो खजिना माझा असूनही आत्तापर्यंत मलाच ठाऊक नव्हता.''

आईच्या निरपेक्ष, दिव्य प्रेमाच्या गोष्टी आपण आत्तापर्यंत कथा-कादंबऱ्यांत वाचत होतो; पण या पुस्तकातल्या बहुतेक सर्व कथा वास्तवात हा आनंद अनुभव देणाऱ्या आहेत. आपल्या आईपणातून त्यांनी जे प्रेम दिलं, ते केवळ असीम आहे; शब्दात सांगता येण्याजोगं नाही. त्या निरपेक्ष प्रेमात कसलीच देवाण-घेवाण नाही. तर्काचे कुठलेच नियम त्या अतर्क्य प्रेमाला लागू नाहीत. ते प्रेम त्यांना क्षणात 'मेणाहून मऊ' बनवतं, तर एखाद्या क्षणी 'वज्राहून कठीण!' त्या प्रेमानंच त्यांना खऱ्या अर्थानं क्षमा करायला आणि चुका पोटात घालून विसरायला शिकवलं. ''शहाणं होण्यासाठी आपल्याला थोडं वेडं व्हावं लागतं. आईपणात मला असा 'अधिकृत' तर्कविसंगत संयम धरावा लागला. त्यातूनच माझा अक्षय ठेवा म्हणजे काय ते कळलं.'' आणखी एका आईनं सांगितलं.

नवीन गोष्टी शिकून विकास करण्याची इच्छा, आवड आणि तयारी ही भविष्याची पहिली पायरी आहे. 'एकदा तुम्ही आई झालात की, अखंड विद्यार्थी होता.' अशा अर्थाची एक जुनी म्हण आहे. एका वेगळ्या संदर्भात मला या गोष्टीचा प्रत्यय या गोष्टीत आला. आई होणं म्हणजे आपली क्षितिजं विस्तारणं! म्हणून तर एखादी आई तरुणाईचं मत जाणून घेण्यासाठी पन्नाशीतही इंटरनेट वापरायला शिकून घेते, तर एखादी आई परदेशात स्थायिक झालेल्या आपल्या मुलाशी संपर्क साधण्यासाठी 'स्काईप' (skype) शिकते.

आपलं बाळ बोलायला शिकण्याआधीपासूनच आईची नव्या गोष्टी शिकून, समजून घेण्याची धडपड सुरू होते. आपलं बाळ का रडतंय, त्याचं रडं थांबवून त्याला शांत कसं करायचं, त्याची तब्येत कशी सांभाळायची, दात येताना त्याची काळजी कशी घ्यायची हे त्या सहज शिकतात. शाळेत नव्यानं जायला लागलेलं मूल असो की वयात येणारं 'वात्रट' मूल असो, आई एखाद्या मानसशास्त्रज्ञासारखं त्याचं मन जाणू शकते, वाचू शकते. मुलाला स्वत:मधले अंगभूत गुण कळण्यासाठी, आयुष्यात योग्य क्षेत्र निवडण्यासाठी, करिअर निवडून त्यात स्थिरावण्यासाठी, इतकंच काय, पण आयुष्याचा जोडीदार निवडण्यासाठी... (ही यादी आणि आईची जबाबदारी न संपणारी आहे) आई नेहमीच आपल्या मुलांबरोबर असते.

मी जेव्हा माझे पदार्थविज्ञानावरचे पेपर्स लिहिले तेव्हा मला घर्षणाचं तत्त्वं जितकं कळलं, त्यापेक्षा माझ्या सातवीतल्या मुलीला ते समजावून सांगताना मला जास्त कळलं होतं! आणि 'शिकवणं' हा शिकण्याचा सर्वोत्तम मार्ग आहे, हेही मला तेव्हाच समजलं.

'आई'मध्ये एखादी अशी काही जबरदस्त गोष्ट असते की, त्यामुळे सामान्य आईसुद्धा एकदम 'असामान्य' वाटते. आईला पाच ज्ञानेंद्रियांबरोबरच आणखी एक 'अदृश्य' जाणिवेची देणगी असते; 'सिक्स्थ सेन्स'ची! त्यामुळे आयांना इतरांना न दिसणाऱ्या बऱ्याच गोष्टी दिसत असतात. स्त्री एक पत्नी, मुलगी, सहकारी किंवा मैत्रीण म्हणून कदाचित दुसऱ्याची बाजू समजून घ्यायला कमी पडेल, पण जेव्हा त्या गोष्टींचा, घटनांचा संबंध तिच्या मुलांशी असतो, तेव्हा आई म्हणून दुसरी बाजू ती सहज समजून घेऊ शकते, त्या भूमिकेत जाऊन विचार करू शकते.

आपल्या मुलाच्या आयुष्यातल्या विविध टप्प्यांवर ती वेगवेगळ्या रुपांत त्याला समजून घेत असते. एखादी चांगली गोष्ट करण्यासाठी ती वेगवेगळ्या युक्त्या शोधते. पास्ता खाण्याचा हट्ट धरणाऱ्या मुलाला पास्त्याच्याच चवीत पौष्टिक, चौरस पदार्थ करून वाढणं, हे तीच करते! मुलांना गोष्टी सांगणं आणि बऱ्याचदा 'स्व-रचित' गोष्टी सांगून त्यांना रमवणं हे तिलाच जमतं. एक 'स्त्री' म्हणून एखाद्या वेळेस आपल्या हक्कांसाठी लढायला ती घाबरेल, पण जेव्हा मुलाच्या बाजूनं, त्याच्यासाठी लढायचं असतं, कोणाला विरोध करायचा असतो, तेव्हा हीच आधी 'गरीब गाय' वाटणारी स्त्री 'वाघिणी'चं रूप घेते!

माझ्या आजीच्या शक्तीची इथे मला आठवण येतेय. तिचं वय झालं होतं आणि तिची तब्येतही फारशी काही चांगली नव्हती. माझ्या चुलत भावाचं म्हणजे तिच्या नातवाचं लग्न होतं. त्या दिवशीची गोष्ट – इकडे भावाची सप्तपदी चालली होती आणि तिकडे आजीची तब्येत जास्तच खालावत होती. 'ती आजची रात्र काढू शकणार नाही' असं डॉक्टरांनाही वाटत होतं. आजी धड शुद्धीतही नव्हती आणि अगदी पूर्ण बेशुद्धही नव्हती. जरा शुद्धीत असताना तिनं तिच्या मुलाला, माझ्या काकाला जवळ बोलावलं (हा काका म्हणजे नवरदेवाचा बाबा) आणि म्हणाली, "हे बघ, काळजी करू नकोस, माझ्या नातवाला आणि नातसुनेला आशीर्वाद दिल्याशिवाय मी काही मरणार नाही. तू निश्चिन्त राहा." आणि खरंच तसंच झालं. नातवाचं लग्न निर्विघ्नपणे पार पडलं. नवं जोडपं तिच्या पाया पडायला आलं. तिनं दोघांच्या डोक्यावर थरथरता हात ठेवला. पाठीवर हात फिरवून दोघांना 'सुखी राहा' असा मनापासून आशीर्वाद दिला आणि मगच या जगाचा निरोप घेतला. हीच तिची इच्छाशक्ती!

या गोष्टींमध्ये स्त्रीच्या जीवनातल्या 'आई'च्या भूमिकेतल्या काळाची झलक,

काही निवडक प्रसंग आपल्याला दिसतील. (मातृत्व म्हणजे आयुष्यभराची बांधिलकी आणि जबाबदारी) जगात सगळीकडे प्राचीन काळापासून कमी-अधिक प्रमाणात स्त्रियांच्या बाबतीत आई म्हणून हेच चित्र दिसतं. शिवाय त्या हे प्रसिद्धी किंवा पुरस्कार मिळावा म्हणून करत नाहीत. आपल्या मुलांसाठी नवं शिकण्याची, प्रगती करण्याची त्यांना आंतरिक तळमळ असते, म्हणून त्या हे करतात. खरंतर त्या दुसरं काही करूच शकत नाहीत!

या पुस्तकाचं संकलन, संपादन करताना मला जेवढा आनंद मिळाला, तेवढाच तुम्हालाही हे वाचून मिळेल, अशी आशा करते!

– रक्षा भारदिया

— अनुक्रमाणिका —

३. अग्निदिव्यातून जाताना

४. अदृश्य नाळ

५. अदृश्य अस्तित्व

Please contact us at **Mehta Publishing House,** Pune 411030.
✆ +91 020-24476924 / 24460313 / Mob. No. 9545000513
Email : production@mehtapublishinghouse.com
Website : www.mehtapublishinghouse.com

१

मनःपूर्वक

आईचं प्रेम म्हणजे शांती. आईचं प्रेम मुद्दाम मिळवावं लागत नाही की त्याच्यासाठी पात्र असावं लागत नाही.

– इरिक फ्रॉम

आई होताना

मला प्रेमळ नवरा नाही, उणं-दुणं काढणारी सासू नाही. बाळंतपणाच्या वेणा नाहीत. इतकंच काय, पण एकटी बाई म्हणून एखादं मूल दत्तक घेण्याएवढी अंगात धमकही नाही आणि तरीही आज मी दोन देखण्या, गोंडस मुलांची आई आहे! थोरला नुकताच मिसुरड फुटण्याच्या वयात आलाय आणि धाकटा नुकताच पावलं टाकायला लागलाय.

गंमत म्हणजे, मी अगदी सुरुवातीपासूनच एक गोष्ट पक्की ठरवली होती की, 'मला मूल नको. मी कधीही मूल होऊ देणार नाही.' मी टॉमबॉइश होते म्हणून की काहीतरी खुळचटपणा म्हणून मी असं ठरवलं होतं, हे काही कळत नाही. कदाचित माझ्यावर स्त्रीवादाचा प्रभाव असावा. हो, कारण माझ्या कळत्या वयात स्त्रीमुक्तीची खूप चर्चा होती. त्याचं प्रस्थच होतं म्हणा ना! त्यामुळे 'आपण छान करिअर करायचं. कुठल्यातरी आव्हानात्मक क्षेत्रात काम करायचं आणि गतिमान आयुष्य जगायचं' असं मी ठरवलं होतं. 'मग अशा धावपळीच्या जीवनात हे पोराबाळांचं कसं जमणार? वेळ तरी कुठंय त्यासाठी?' असं मी म्हणायची. कारण, पोरंबाळं म्हणजे त्यांच्यासाठी खास वेळ काढणं आलं. त्यांच्यावर सतत लक्ष ठेवणं आलं! छे! नसतंच जमलं मला!' पण तरीसुद्धा जर मुलं झालीच असती तर? तर... ती मी आईच्या नाहीतर सासूबाईंच्याच हवाली करून मोकळी होणार होते.

हंऽऽ! पण... आपण ठरवतो एक आणि घडतं दुसरंच. नियतीनं आपल्यासाठी काहीतरी वेगळीच योजना आखलेली असते. माझ्याही बाबतीत तसंच घडलं. एका भयंकर दुर्घटनेत माझा भाऊ आणि वहिनी दोन मुलं मागे ठेवून देवाघरी गेले. माझी भाचरं अनाथ झाली. अनाथ! पण मी ठरवलं. अनाथ-पोरकी मुलं हा शिक्का त्यांच्यावर नाही बसू द्यायचा आणि मी खूप धाडसी पाऊल उचललं – माझ्या लहानग्या भाचरांची संपूर्ण जबाबदारी घ्यायचं ठरवलं!

मी जे कधीच केलं नसतं तेच मी करत होते, हे त्या क्षणी माझ्या लक्षात आलं

नाही; आणि जसजसा काळ पुढे सरकत गेला तसतशी माझी ही नवी भूमिका माझ्या आयुष्याचा अविभाज्य घटक झाली.

सुरुवाती-सुरुवातीला जेव्हा कुणी मला या मुलांची आई म्हणायचं तेव्हा ते माझ्या पट्‌कन डोक्यातच शिरायचं नाही. ''ही तुमची मुलं का? तुम्ही या मुलांची आई का?'' असं कोणी अनोळखी माणसानं विचारलं की, ते माझ्या पट्‌कन लक्षातच यायचं नाही! पण आता ''ही माझी मुलं!'' असं मी अगदी सहज, उत्स्फूर्तपणे म्हणून जाते.

मागच्याच वर्षीची गोष्ट. आम्ही तिरुपतीला गेलो होतो. तिथल्या पुजाऱ्यानं मला नवऱ्याचं नाव विचारलं. काही क्षण मी गप्पच झाले. 'माझ्या नवऱ्याचं नाव काय?' मला कळेना. मग माझ्या लक्षात आलं – 'आपल्याला मुलं आहेत, म्हणजे एक नवरा असायलाच हवा. आठव... नाव आठव!' आणि दुसऱ्याच क्षणी मन म्हणालं – 'ए वेडे, तू एकटीच आहेस.' मग मी ''ही मुलं माझ्या भावाची आहेत आणि मी कुमारिका आहे.'' असं त्या पुजाऱ्याला सांगितलं. ''आम्हाला तर क्षणभर वाटलं की, आमचा काका तू कुठंतरी लपवून ठेवला आहेस की काय?'' असं म्हणून मुलं आजही तो प्रसंग आठवतात आणि माझी थट्टा करतात.

अर्थात मीसुद्धा मुलांसाठी योग्य काकाच्या बरेच दिवस शोधात होते, हे कबूल करते. माझ्या स्वप्नातला राजपुत्र उमद्या घोड्यावरून येईल आणि माझ्या या मुलांच्या आयुष्यातली 'बाबा'ची जागा भरून काढेल, असं मलाही वाटत होतं. हे असं कुमारिकेचं जिणं मला काही वेळा नकोसं व्हायचं. आजूबाजूच्या लोकांचे 'सहेतुक' सुस्कारे ऐकले की, 'लग्नाची संरक्षक ढाल असलेली बरी' असंही मनात येऊन जायचं. वाटायचं, 'खरंच, काय झालं असेल तेव्हा? दादा-वहिनी एकदमच कसे गेले?' आम्ही तिघं या प्रश्नाला तोंड द्यायचो. आमच्या तिघांबरोबर आणखी एक पुरुष माणूस असण्यानं सगळ्या लोकांना आमचं 'पूर्ण कुटुंब' वाटणार होतं. त्या एका पुरुषी अस्तित्वानं त्या लोकांच्या अनेक नसत्या प्रश्नांना उत्तरं मिळणार होती. जर मी लग्न केलं असतं, तर मुलं मला हक्कानं 'आई' म्हणू शकली असती आणि 'चौकोनी कुटुंबा'चा दर्जा आम्हाला मिळाला असता.

पण एक दिवस माझ्या लक्षात आलं की, थोरला मला किती सहजपणे 'आई' म्हणायचा! तेव्हा मला वाटलं, अरे! आजही आपलं 'त्रिकोणी' कुटुंब 'पूर्ण' कुटुंब आहे. सुखी कुटुंब!' पण काही वेळा लोकांच्या भोचक प्रश्नांनी धाकटा मात्र अजून गोंधळून जातो.

अर्थात हे सगळं माझ्यासाठी सहज-सोपं नक्कीच नव्हतं. मी या गोष्टीला हळूहळू सरावले. सगळ्याच आया अशाच असतात, नाही का? मुलांच्या परीक्षेच्या निकालाचं टेन्शन घेणाऱ्या, मुलं वेळेवर घरी आली नाहीत की, काळजी करत

त्यांची वाट पाहणाऱ्या, मुलं जे काही करतील, त्यात ती पहिलीच यावीत, अशी अपेक्षा करणाऱ्या! इतर आयांसारखीच स्वाभाविकपणे मीही अशीच व्हायला लागले होते.

मी अगदी 'आई'सारखीच वागत होते, हे मला पुन्हा पुन्हा अनुभवाला येत होतं. मुलं चुकली की, मीही त्यांना रागावत होते, त्यांचे वेडे हट्ट पुरवायचे नाहीत म्हणून त्यांच्या काही गोष्टींना 'नाही' म्हणत होते. कारण त्यांना पैशाची किंमत कळावी, असं मला वाटत होतं! काही वेळा एकटीच बसून विचार करायला लागले की, मला त्याबद्दल अपराध्यासारखं वाटायचं. मी मलाच दोष द्यायचे – 'जर ही माझ्या पोटची मुलं असती, तर मी त्यांच्याशी अशीच वागले असते? त्यांना एवढी रागावले असते?' पण जेव्हा एखादी आई आपल्या पोटच्या पोराशी अशीच वागताना दिसे, तेव्हा माझं मन शांत होई. माझ्या वागण्याचं मला वाईट वाटत नसे. उलट माझं मनच 'वा, शाब्बास! तू त्यांची खरी आई शोभतेस!' अशी मला शाबासकी देत असे. म्हणूनच अशा सगळ्या अनामिक, अपरिचित 'आदर्श' आयांची मी आभारी आहे!

या दोन्ही मुलांच्या आईपणाचा प्रत्येक क्षण मी एन्जॉय केला. भरभरून आनंद घेतला. 'माझी मुलं'! या माझ्या मुलांना वाढवताना आयुष्यात कितीतरी अडचणी आल्या, पण त्यांना आव्हानं समजून मी त्यांना सामोरी गेले. आज या मुलांना उत्तम रीतीनं वाढवल्याबद्दल लोक माझं कौतुक करतात. पण खरं सांगू, हे श्रेय माझ्या एकटीचं नाहीच. माझ्या मुलांचाही त्यात तेवढाच वाटा आहे. मी तर मातीला आकार देणारी फक्त कुंभार होते! मला जर पुन्हा जन्म मिळाला ना, तर या सगळ्या गोष्टी मी अगदी मनापासून पुन्हा करेन. फरक इतकाच की, मला या मुलांना जन्म द्यायचं भाग्य मिळावं!

– सपना भट्टाचार्य

वीरमाता

तीन आठवड्यांची सुटी संपवून तो नुकताच गेला होता. अतिरेक्यांच्या, दहशतवाद्यांच्या भीतीच्या छायेत असणाऱ्या काश्मीरमधल्या कूपवाड्यात त्याचं पोस्टिंग होतं. अतिरेक्यांच्या कारवाईला उत्तर देताना त्याच्या ग्रुपमधला एक सैनिक गोळी लागून गंभीर जखमी झाला होता. यानं त्या मित्राला वाचवण्याचा, तिथून त्याला हलवण्याचा प्रयत्न केला. अतिरेकी जणू याचीच वाट पाहत होता. त्याने याच्या डोक्यात मागून गोळी घातली. २००० सालच्या ११ नोव्हेंबरची ती सकाळ होती!

मुंबईत त्याच्या घरी टेलिफोनवरून ही बातमी कळवण्यात आली. काश्मीरसारखा दुर्गम भाग; शिवाय काश्मीर ते मुंबई हा एवढ्या दूर अंतराचा प्रवास; त्यामुळे त्याचं शव मुंबईत घरी पोहोचवण्यासाठी तब्बल तीन दिवस लागले. त्याच्या अंत्ययात्रेला अनेक जण उपस्थित होते. टी. व्ही. चॅनलवाल्यांनी तर त्याच्या घरच्यांना दुःख करायचीही फुरसत दिली नव्हती. सगळं काही पार पडल्यानंतर घरात असह्य आणि भयाण शांतता पसरली. या घटनेनंतर पुन्हा रोजचे व्यवहार सुरू करणं घरातल्या सगळ्यांनाच खूपच अवघड जात होतं. 'हे आपल्याला पडलेलं वाईट स्वप्न तर नाही ना?' असं त्याच्या आईला हरघडी वाटत होतं. 'आता सगळं काही ठीक होईल' अशी ती रोज सकाळी उठताना कल्पना करे; पण वास्तव मात्र याच्या उलट होतं. खूप कटू आणि दुःख देणारं होतं.

तिनं सगळ्या घरभर त्याचेच फोटो लावले होते. ती रोज त्यानं लिहिलेली पत्रं वाचत बसत असे. त्याच्या फोटोंचे अल्बम बघत बसे. त्याच्या मित्रांना वारंवार फोन करून त्यांच्याशी बोलत बसे. या सगळ्यात त्याला शोधण्यानं तिच्या मनाचं संतुलन बिघडायला लागलं होतं. 'त्याचे शेवटचे क्षण कसे असतील? तो गेला त्या दिवशी त्यानं सकाळी नाश्ता केला असेल का? काय खाल्लं असेल? त्या रात्री तो जेवला असेल ना? गोळी लागता क्षणीच तो गेला असं ते लोक सांगतात. खरंच

अगदी त्या क्षणी त्याला काय वाटलं असेल? त्या क्षणी त्याच्या मनात कुठला विचार आला असेल? आता तो कुठे असेल? त्याचा आत्मा असेल?' एक ना दोन... असे कितीतरी प्रश्न, शंका!

निसर्गाच्या हिरवाईतून ती मनाची शांतता मिळवू बघे. तिच्या घराभोवती खूप झाडं होती. त्याची आठवण म्हणून छान झाडं लावायची, असं तिनं ठरवलं. आता कुठंही जाताना ती आपल्याबरोबर बिया आणि रोपं घेऊन जायची. पुढे पुढे ती जखमी सैनिकांच्या आणि मोहिमेत शहीद झालेल्या सैनिकांच्या कुटुंबांमध्ये जायला लागली. आपल्या मुलाचं बलिदान किती मोलाचं आहे, या जाणिवेनं तिचं मन हळूहळू शांत व्हायला लागलं. एरवी तिनं ज्या उपक्रमात, कामात भाग घेतला नसता, अशा अनेकविध कामांमध्ये ती गुंतून गेली. तिच्या मुलासारखीच ज्यांची मुलं शहीद झाली होती, अशा पालकांना ती भेटली. हे पालक आपल्या दैवगतीला दोष न देता आपापल्या परीनं समाजासाठी काहीतरी करून आपला खारीचा वाटा उचलत होते. ज्यांचं कधीही भरून न येणारं नुकसान झालं होतं, त्यांना तिनं जगायची उमेद द्यायला सुरुवात केली. ती जिथे जाई, तिथे प्रसन्नतेचा सुगंध घेऊन जाई. अनुभवाला येणाऱ्या प्रत्येक घटनेतून तिचं भंगलेलं हृदय आता सांधलं जात होतं. प्रवास करताना, झाडं लावताना, दु:खी कुटुंबांना भेटताना, गंभीर जखमी सैनिकांना भेटताना तिच्या दु:खाच्या घावांवर हळुवार फुंकर घातली जात होती. शहीद सैनिकांच्या वीरपत्नींना पुन्हा लग्न करण्यासाठी ती मदत करे. अनाथ मुलांचं शिक्षण पूर्ण होईल याची काळजी घेई. अशा कुटुंबांना सल्ला देई, मार्गदर्शन करे आणि त्यांच्या दु:खात ठामपणे त्यांच्या पाठीशी उभी राही. एखादी पुनर्विवाहित विधवा, पदवीधर मुलगा, शहीद सैनिकाच्या कुटुंबानं उभं केलेलं स्वत:चं घर, युद्धात पाय गमावलेला, पण आता एमबीए होऊन स्वत:च्या पायावर उभा राहिलेला सैनिक, असाच एखाद्या बहुराष्ट्रीय बँकेत मोठ्या पदावर काम करणारा सैनिक... या सगळ्याचा आता ती एक अविभाज्य घटक आहे.

बंदुकीच्या गोळीचा सामना करणं म्हणजेच 'शौर्य' नाही, तर ते त्याहून अधिक काही आहे. धैर्य वेगवेगळ्या रुपांत आपल्यासमोर येतं. मृत्युशी झुंज देणं आणि आपली स्वत:ची दु:ख बाजूला ठेवून इतर दु:खी लोकांना मदत करणं, ही एखाद्या शौर्यपदक मिळवण्यासारखीच कामगिरी आहे. तिचा मुलगा देशाचं रक्षण करताना कामी आला; पण तिनं किती जणांना तिच्या रिकाम्या मायेच्या पदराखाली घेतलं! पण आता तिचा पदर रिकामा कुठे राहिला होता!

– शीला जयवंत

रेशीम धागे

त्या दिवशीची दुपारची गोष्ट! दीड वर्षाच्या माझ्या मुलाचा लंगोट बदलायला म्हणून मी त्याला गादीवर आडवं झोपवलं. मी ओला झालेला लंगोट काढतच होते, एवढ्यात गुलामानं माझ्या मानेभोवती आपले मऊ रेशमी हात टाकले आणि मला जवळ घेतलं. लंगोट बदलून मी त्याला कडेवर घेतलं. त्याला झोप आली होती. माझ्याच जवळ त्याला झोपायचं होतं, म्हणून मी त्याला कुशीत घेतलं. त्यानंही लगेच माझ्या छातीवर डोकं ठेवून निर्धास्तपणे डोळे मिटले; पण माझ्या पोटामुळे मला त्याला तसं जास्त वेळ घेता आलं नसतं. हो, मला सध्या सातवा महिना चालू होता. बाळाला असं झोपवताना मला फारच अवघडल्यासारखं झालं.

त्याला छातीशी धरल्यावर का कोण जाणे, पण मला इतका उमाळा आला की, डोळ्यातून नकळत अश्रूधाराच सुरू झाल्या! थांबवताच येईनात! कदाचित गर्भारपणामुळे आणि हॉर्मोन्समधल्या बदलामुळे मी इतकी हळवी झाली असेन. माझी मीच समजूत घातली. मी माझ्या बाळाच्या रेशमी जावळातून हात फिरवला. त्याच्या मऊ मऊ पायांवर थोपटत होते. एवढ्यात पोटातल्या पिल्लीनं अलगद ढुशा देऊन मला भानावर आणलं. हं! तिला बहुधा जड झालं असावं. (या खेपेला मला मुलगीच होणार होती!)

लेकीकडून इशारा आल्यामुळे मी पोझिशन बदलली. बाळाला पोटावरून बाजूला केलं. त्यामुळे आतल्या ठकीला बरं वाटलं. या अशा दोन 'ध्रुव' बाळांबरोबर माझं पुढं कसंकाय होणार होतं?

आणि मी पालकांच्या नेहमीच्या कात्रीत सापडले. 'दोघांपैकी एकाला तरी माझी किंमत वाटेल का? म्हणजे मुलांसाठी रात्र-रात्र केलेली जागरणं, गडबड- गोंधळाचे दिवस, त्यांची शी-शू काढणं, बूट-पॉलीश करणं किंवा त्याच त्याच राजपुत्रांच्या गोष्टी सांगून, वाचून त्यांना झोपवणं – हे आणि असं सगळं करणं म्हणजेच आई होणं आहे?' दिवस-रात्र, उठता-बसता, खाता-पिता अगदी श्वास घेतानासुद्धा

फक्त आणि फक्त आपल्या मुलांचाच विचार करणं हेच 'आईपण' असतं.

या सगळ्यात जेवढी माया असते ना, तेवढंच हे करताना वाटलेला थकवाही असतो. हा एक अलिखित करार असतो; त्या अजाण, निरागस आणि असहाय्य जिवांशी केलेला! कारण 'आम्हाला जन्माला घाला' असं त्यांनी सांगितलेलंच नसतं; 'पण तरीही आपल्या आईनं आपल्यासाठी काय काय आणि किती केलं हे पुढे आठवेल त्यांना? ही सगळी आपली धडपड राहील त्यांच्या लक्षात?' मला वाटलं.

या जराशा धोकादायक विचारात वाहवत जाण्याआधीच मी स्वत:ला भानावर आणलं. 'खरंच, या सगळ्या गोष्टीतून 'पुढे मला काही मिळेल' म्हणून तर मी हे करत नाही ना? माझी मुलं मोठी होतील आणि ती माझी सेवा करतील, म्हणून मी आत्ता त्यांची काळजी घेतेय का? की एखादे वेळी जेव्हा ती माझ्या मनाविरुद्ध वागतील, तेव्हा त्यांच्यापुढे हा सगळा पाढा वाचून त्यांची तोंडं गप्प करता यावीत, म्हणून मी हे करतेय का? छे... छे! असं नक्कीच नाहीये. मी हे आत्ता, या क्षणासाठी करतेय. अगदी आत्ता जगतेय तेवढ्या क्षणासाठी! बोळकं पसरलेल्या निरागस हास्यासाठी, गोड, ओलसर पाप्यासाठी, या जगात मी एकटीच आनंदाच्या शिखरावर आहे, मीच सर्वश्रेष्ठ आहे अशी भावना निर्माण करणाऱ्या या प्रत्येक क्षणासाठी, त्या क्षणांतून मला मिळणाऱ्या विलक्षण समाधानासाठी मी हे करतेय.' माझी मुलं मोठी होऊन या सगळ्याची 'परतफेड' करतील, हा विचारच मी मनातून अगदी भिरकावून दिला.

'फक्त हा क्षण माझा आहे. हे चमकदार लुकलुक डोळ्यांचं बाळ फक्त आज माझं आहे. जोपर्यंत या बाळाची गरज आहे, त्याला मी हवी आहे तोपर्यंतच मी त्याची आई असणार आहे. तो मोठा होईल, त्याचं जग विस्तारेल, तो वेगवेगळ्या गोष्टींमागे धावेल आणि त्या वेळी त्याला 'अरे, देवाच्या कृपेनं आपल्याला हे सगळं मिळतं हो!' ही आईची शिकवण नकोशी वाटेल, आईची कुशी हेच त्याचं 'सुखनिधान' राहणार नाही, 'आईच्या हाताची चव इतर कुणाच्याच हाताला नाही. माझ्या आईसारखी दुसरी कुणीच सुगरण नाही.' असं त्याला वाटणार नाही. जेव्हा एखाद्या त्याच्यासाठी 'ठेवा' असणाऱ्या मुलीचा हात हातात घेऊन तो बाहेर पडेल तेव्हा 'आईचं घर म्हणजेच सर्वांत सुखाची सावली' असंही त्याला वाटणार नाही –

'तो दिवस जेव्हा उगवेल तेव्हा मला पूर्वीचं सगळं सगळं आठवेल. त्याच्याबरोबर घालवलेले दिवस आठवतील. तो लहानाचा मोठा होतानाचे सगळे सोनेरी क्षण आठवतील. ते दुसऱ्या कुठल्याच स्त्रीला कधीच कळणार नाहीत, अनुभवता येणार नाहीत. तो माझ्या एकटीचा खजिना असेल! पण तेव्हा मात्र माझा माझ्या मुलावर अधिकार असणार नाही. मी त्याला बंधन घालणार नाही.

'पण तो त्याच्या पसंतीनं जी मुलगी सून म्हणून या घरात आणेल, तिच्याकडे

मीसुद्धा त्याच्या नजरेतून बघेन. मीसुद्धा तिचं तेवढंच कौतुक करेन. मी त्याच्यावर केलेल्या संस्कारांवर मला विश्वास ठेवायलाच हवा. त्याची निवड नक्कीच योग्य असणार, हे मला ठाऊक हवं आणि जसा तो माझा खूप लाडका लेक आहे, तसाच तो तिलाही सर्वांत 'प्रिय' असेल, या गोष्टीचं मलाही कौतुक वाटायला हवं. कारण, मी ज्याला जन्म दिला, लहानाचा मोठा केला, तोच तिला आवडलाय आणि ती त्याच्याच प्रेमात पडलीय!

'हे सगळं जरी खरं असलं, तरी तो पूर्वीसारखा माझा राहिलेला नसणार. तिच्या आयुष्याचा तो अविभाज्य घटक झाला असणार. ती दोघं 'त्यांचं' असं प्रेमाच्या पायावर टुमदार घरकुल उभारतील!

'मलाही त्यांच्या या सुंदर नात्याचा आदर करायला हवा. त्यांच्यापासून अलगद दूर व्हायला हवं. तरच आमच्या दोघातली नात्याची वीण आम्ही घट्ट ठेवू शकू.' असो, पण आत्तातरी आमच्यातले हे बंध 'रेशीम बंधच आहेत.'

– स्मृती लामेक

मुलं

आमची छकुली तशी अचानकच आली –
फारशी गडबड, गाजावाजा न करता
शांतपणे अलगद ती जन्माला आली
तशीच रक्ताळलेली मी तिला हातात धरली.
ती रडली नाही. उलट न्याहळत राहिली
हे उजेडाचं, प्रकाशाचं जग!
टुकुटुकु आपल्या ज्ञानी डोळ्यांनी.
खरंच माझ्या हाती होता
एक इवलासा 'मास्टर पीस' त्या दिवशी –
आमची छकुली! छोटीशी, छानशी!
तिच्या डोक्यावर होती
काळ्याभोर जावळाची रेशमी टोपी.
काहीतरी चोखायला उत्सुक होती
तिची इवलीशी नाजूक जिवणी
आणि मूठ मिटलेली तिच्या हाताची मासोळी
माझ्या छातीवर विसावलेली...

मला आठवतं
ज्या रात्री आमचा छकुला जन्मला,
त्या रात्रभर फेऱ्याच मारत होते
घेऊन मी त्याला
तेव्हापासून माझ्याच खांद्यावर विसावून
फेऱ्या मारत झोपायची

त्याला सवयच गेली लागून
आमच्याच घराभोवती मी मारत असे कितीतरी फेऱ्या
त्याला खांद्यावर टाकून, कडेवर घेऊन
बिछान्यात झोपलेल्या त्याला बघण्याचं स्वप्न घेऊन!

सांगते काय,
मुळातच चळवळ्या हा आमचा छकुला –
अहो, सहा आठवडे आधीच तो जन्मला.
जन्माला यायच्या आधीही तो
आईच्या पोटात जणू फुटबॉल खेळला.
आजसुद्धा बिछान्यात लोळून लोळून
भिरकावून देतो हा चादर पार विस्कटून!

पण ना
काही वेळा मला वाटतं
त्यानं पुन्हा छोटं बाळ व्हावं
आणि
मी त्याला कडेवर घेऊन
थोपटत थोपटत
अंगाई गात झोपवावं!

– जेन भंडारी

सॅन्टा, तू जाऊ नकोस!

काही म्हणा – नाताळच्या दिवसांभोवती जादूचं एक वलयच असतं. छोट्या-छोट्या गोष्टीतही खुसपटं काढणारी माणसं किंवा अति व्यवहारी माणसं यांनाही नाताळची तेवढीच ओढ असते आणि अवतीभवती बच्चे कंपनी असेल, तर काही विचारायलाच नको! त्यांच्या उत्साहाला अगदी उधाणच येतं. 'सॅन्टा'ची संदेशपत्रं आणि सॅन्टाच्या भेटवस्तूंनी सगळ्या बाजारपेठा, दुकानं फुलून जातात.

मला आठवतंय – तेव्हा माझी मुलगी नुकतीच बोलायला लागली होती. ती माझ्याजवळ येऊन आपल्याला सॅन्टाकडून काय हवंय ते हळूच माझ्या कानात सांगायची. मग आम्ही छान रंगीबेरंगी पेन्सिली, कागद आणि इतर सजावटीचं साहित्य घेऊन बसायचो आणि सॅन्टासाठी पत्रं तयार करायचो. 'हाय! कसा आहेस तू?' अशीच नेहमी पत्राची सुरुवात असायची. गेल्या वर्षभर त्यानं काय केलं, या प्रश्नाबरोबरच 'आपण काय केलं वर्षभरात' तेही या पत्रात असे. (अर्थात, तिचं हे वर्ष म्हणजे गेला आठवडा किंवा तत्सम काहीतरी असायचं.) आपण किती शहाण्यासारखं वागलो, हेही त्यात लिहायचं असे. शिवाय 'मला एक बाहुली हवीये. त्या दुकानात बघितलीय ना; तश्शीच!' किंवा 'माझ्या त्या 'फ्रेंड'सारखी कंपास माझ्याकडे नाहीय्ये. तशी कंपास मला हवीये' अशा मागण्याही त्यात नोंदवलेल्या असत.

त्या पत्रातल्या प्रत्येक शब्दात भरून राहिलेला तो निरागसपणा! 'गेलं वर्षभर ती छान, शहाण्या मुलीसारखी वागलीये.' असं मी सॅन्टाकडे 'शिफारसपत्र' द्यावं म्हणून तिनं धरलेला खट्याळ हट्ट! आणि या सर्वांवरची कडी म्हणजे ती तिच्या गुबगुबीत गुलाबी बोटांनी माझ्या हाताला धरून मला लिहायला 'शिकवायची.' तिचं ते खळखळून हसणं, खुसखुस करत बोलणं, कानात कुजबुजणं, मनातल्या गमती-जमती सांगणं... सगळं कसं जादुई होतं –

तुम्हाला काय सांगू!

नाताळ जवळ आला की, तिची उत्कंठा आणखीनच वाढायची; सॅन्टाकडे तिनं जे मागितलेलं असायचं ते तिला कसं आणि कधी मिळणार म्हणून. आणि जेव्हा तिला उशीखाली तिनं मागितलेल्या गोष्टी दिसायच्या तेव्हा तर ती हरखून जायची! तिचे डोळे आनंदानं चमकायला लागायचे. या वस्तू ठेवून सॅन्टा खिडकीतून हळूच जाताना तिला बघायला हवा असे. 'सॅन्टा आपल्याला भेटेल...' ती कल्पना करायची.

काही वर्षांचा काळ लोटला आणि हा अद्‌भुत, गोष्टीतला सॅन्टा आणि त्यानं दिलेल्या भेटवस्तू यातलं काहीच खरं नव्हतं, हे तिच्या लक्षात आलं. या सगळ्या भेटवस्तू आपले आई-बाबाच आणायचे आणि मोज्यात घालून आपल्या उशीखाली ठेवायचे आणि वर हे सगळं 'सॅन्टा करतो' असं नाटक करायचे; पण खरा सॅन्टा म्हणजे आई-बाबाच आणि तेच सगळं आणत होते, हे सत्य आता तिला कळलं होतं.

आम्ही असं करायचो म्हणून तिला कधी आमचा राग तर आला नसेल? माहीत नाही. किंवा सगळ्यांचेच आई-बाबा असं करतात, असं म्हणून तिनं नंतर ते सोडून दिलं असेल! पण आता गेल्या काही वर्षांपासून आमच्या घरी सॅन्टाला ना पत्रं लिहिलं जातं, ना माझ्या कानात सॅन्टासाठी मागण्यांची यादी सांगितली जाते! खरंच, काळ किती भुर्रकन उडून जातो नाही! सॅन्टाची जादूच त्यानं पार संपवून टाकली. व्यवहारी असणं जरी बरोबर, चांगलं असलं, तरी एखाद्या जादूई जगात कधीतरी विहार करणं, स्वप्नांना खरं मानणं हेही चूक आणि वाईट नाही! माणसानं त्यावरही विश्वास ठेवावा, असं मला माझ्या लेकीला सांगायचंय. याही गोष्टी तिला कळाव्यात, असं मला वाटतंय.

आज मी नाताळच्या पार्टीला आलेय. तो बघा सॅन्टा – सगळ्या छोट्या मुलांना तो भेटवस्तू देतोय. माझं मन भरून आलंय. माझी 'टीन एजर' मुलगी जाणूनबुजून माझ्यापासून दूर, आपल्या मित्रमैत्रिणींच्या घोळक्यात उभी आहे. हो, माझ्यापासून सुरक्षित अंतरावर. या वयातली मुलं असंच करतात ना! पण मला मात्र आठवतंय, अशा पार्टीत तिचं माझ्या मांडीवर बसणं, सॅन्टा दिसला की, खालीवर उड्या मारणं, आनंदानं टाळ्या पिटणं! क्षणभरच तिची-माझी नजरानजर झाली आणि त्या गतकाळाचं अंतर विरून गेलं. झटकन मान वळवण्यापूर्वी ती माझ्याकडे बघून ओशाळून हसली.

मला खरंतर तिला जवळ घ्यायचंय. तिच्या सगळ्या आवडत्या गोष्टींचा 'नाताळची भेट' म्हणून तिच्यावर वर्षाव करायचाय. प्रेम, आनंद आणि तिच्या

सगळ्या इच्छा-आकांक्षा तिला 'भेट' म्हणून द्यायच्यात; पण...

मी भानावर आले. सॅन्टा आता निरोप घेतोय. मी हळूच डोळ्यांच्या कडा पुसल्या. माझं मन रडत रडत हाका मारतंय, 'सॅन्टा, नको रे जाऊस... एवढ्यात!'

– स्मिता महेश्वर

मंजू

प्रत्येक मूल जन्माला यायच्या आधी आपल्या आईची निवड करतं, असं हिंदू तत्त्वज्ञानात म्हटलं आहे. असं जर असेल, तर मला माझ्या निवडीसाठी 'ऑस्कर' पुरस्कारच मिळायला हवा!

एकदा मी माझ्या मैत्रिणीकडे गेले होते. तिला पाच महिन्यांचं बाळ होतं. भगीरथ प्रयत्नांनी तिनं बाळाला झोपवलं आणि मग आम्ही गप्पा मारायला मोकळ्या झालो. गप्पांच्या ओघात तिनं जे सांगितलं, त्यातली एक गोष्ट मी कधीच विसरणार नाही. ती म्हणाली, "जेव्हा तुम्ही आई होता, एका बाळाला जन्म देता, तेव्हा, त्या क्षणापासून तुम्ही कधी स्वत:च्या विरुद्ध आवाज उठवू शकत नाही." ती जेव्हा डिलिव्हरी रूममधून बाहेर आली तेव्हा तिनं तिच्या आईची क्षमा मागितली. ती आईला 'sorry' म्हणाली.

तिला काय म्हणायचं होतं हे किती जणांना समजेल, कोण जाणे; पण आई होणं म्हणजे आयुष्यातल्या प्रत्येक दिवशी सर्वोत्तम असणं. मुलाला जन्म देण्याच्या क्षणापासून तिच्या कळा, वेदना सुरू होतात. रात्री-अपरात्री बाळ उठलं की, त्याला दूध पाजणं, वेळच्या वेळी त्याला रोगप्रतिबंधक लसी देऊन आणणं, त्याला वाढताना आणि चुकतानाही पाहणं – या सगळ्या गोष्टी स्वत: अनुभवण्याच्या आहेत. त्या नुसत्या सांगून कळणार नाहीत की त्यांची कल्पनाही करता येणार नाही. हो म्हणूनच आपल्याला सगळीकडे जाता येणार नाही म्हणून देवानं 'आई'ची निर्मिती केली, असं म्हणत असावेत.

माझ्या आईच्या लग्नाच्या दुसऱ्या वाढदिवसाच्याच दिवशी ती दुसऱ्यांदा आई झाली आणि तिसऱ्या वाढदिवशी माझा जन्म झाला.

माझ्या आईनं माझ्याभोवती कधीच मर्यादांचं कुंपण घातलं नाही. कणखर स्त्री होण्याच्या दृष्टीनंच मला वाढवलं. त्यासाठीसुद्धा तेवढीच शक्ती हवी! माझी आई फार मोठी शिकलेली नाही की फार वरच्या पदावर काम करणारी नाही. ती

सामाजिक कार्यकर्तीही नाही आणि शिक्षिकाही नाही. मात्र ती आमच्या घरी येणाऱ्या-जाणाऱ्या प्रत्येकाची मैत्रीण आहे. मग तो धोबी असो की पोस्टमन! ती आपल्या प्रसन्न हास्यानं त्या सगळ्यांना आनंदित करते. ती काही मानसोपचारतज्ज्ञ नाही, थेरपिस्ट नाही; पण मी खूपदा बघितलंय की, अगदी अनोळखी माणसांपासून आमच्या जवळच्या मित्रमंडळींपर्यंत ती सगळ्यांना नेहमी छान समजून घेते. त्यासाठी ती सगळ्यांची सुख-दुःखं कितीतरी वेळ शांतपणे ऐकून घेते. त्या मंडळींचं सगळं म्हणणं आपलेपणानं ऐकून घ्यायचं, हाच तिच्या 'थेरपी'चा भाग आहे. ती काही नर्स नाही, पण आजारी माणसाची प्रेमानं सेवा-शुश्रूषा करते. फॅशन डिझायनर नसूनही ती आजसुद्धा सणासुदीला माझ्यासाठी सुंदर कपडे शिवते. ती बँकर, सावकार नाही, पण मला केव्हाही गरज पडली की, तीच तिच्या पुरचुंडीतून मला पैसे देत असते. माझी आई काही डॉक्टर नाही, पण मला बरं नसताना ती नुसती माझ्याजवळ बसली, तरी आजार कुठल्या कुठे पळून जातो! ती खूप साधीसुधी आहे, पण पुढारलेली, प्रगत विचार करणारी आहे. तिच्यासाठी गुलाबाची फुलं, शुभेच्छापत्रं, मिठाई-चॉकलेट आणून तिच्याबद्दलचं प्रेम व्यक्त करावं लागत नाही. तिच्यासाठी फक्त खोली मस्त आवरली, टापटीप ठेवली की पुरे!

माझी आई माझी फक्त आईच नाही, ती माझी सर्वांत जवळची मैत्रीण – 'फास्ट फ्रेंड' आहे. आयुष्यात मी आजवर खूप चुका केल्या, पण तिच्यातल्या अदृश्य शक्तीमुळे, तिच्या पाठबळावर मी पुन्हा उभी राहिले! मी जगातली सर्वोत्तम सुखं, उत्तमोत्तम गोष्टी तिच्या पायाशी आणू इच्छिते; पण तिला खरंच अशा पैशानं विकत घेता येणाऱ्या गोष्टींपेक्षा अगदी साध्या गोष्टी आवडतात – वेळेवर खाणं-पिणं आणि सुरक्षित राहणं! इतर सगळ्यांनी मला 'मोठं' व्हायला प्रोत्साहन दिलं; पण आईनं मला 'एक चांगली व्यक्ती' व्हायला सांगितलं. मी लठ्ठ रकमांचे चेक मिळवण्यात तिला आनंद आहेच, पण माझं मन मोठं आहे, मी मनाने उदार आहे आणि चूक झाली, तर मी क्षमा मागू शकते, हे तिला जास्त समाधान देणारं आहे. मोठ्या व्यवस्थापन गुरुंच्या ग्रंथांमधल्या अनेक गोष्टी मला तिच्याकडून वंशपरंपरेनं मिळाल्या आहेत. विचारातल्या साधेपणानंच ती माझी गुरू झाली आहे.

देवानं मला जे काही दिलंय, त्याबद्दल मी रोज झोपण्यापूर्वी त्याचे आभार मानत असते. भले माझा दिवस वाईट गेला असेल, पण देवाच्या कृपेबद्दल मी त्याची कृतज्ञच असते. त्यात पहिली म्हणजे माझी आई! या जगात खरंच जर देवाची अशी काही शक्ती असेल, तर ती नक्कीच माझ्या आईची मानसिक शक्ती असणार! तिच्या कुटुंबातल्या आणि कुटुंबाशी संबंधित अनेकांच्या बाबतीतल्या चांगल्या गोष्टींसाठी तिचा अप्रत्यक्ष, मूक सहभाग असतो; पण तिला याची कल्पना आहे की नाही, कोण जाणे!

मी जेव्हा १९ वर्षांची झाले, तेव्हा आई मला म्हणाली – ''माझी आई आता हयात नाही. तिची सर्वांत जास्त उणीव मला का जाणवते माहितेय? प्रत्येक जण मला माझ्या नावाशिवाय इतरच नावानं हाक मारतात. कुणी मला श्रीमती राय म्हणतं, कुणी काकू, मामी, आत्या, कुणी बाईसाहेब, कुणी वहिनी, कुणी ताई म्हणतं, तर कुणी 'बहेनजी'; पण मला माझ्या नावानं कुणीच हाक मारत नाही.''

त्या दिवसापासून मी आणि माझ्या सगळ्या मैत्रिणी तिला 'मंजू' म्हणायला लागलो. नावानं हाक मारायला लागलो. आपल्याकडे एखाद्या मुलीनं आईला तिच्या नावानं हाक मारावी, हे अनेकांना काहीसं विचित्र वाटलंही! काहींना अशी हाक मारणं म्हणजे नव्या पिढीचा उद्दामपणा किंवा मोठ्या माणसांबद्दल आदर नसण्याचंच लक्षण वाटलं; पण तिच्या सगळ्या नात्यांमध्ये ती आहेच. मात्र त्याही आधी ती एक 'व्यक्ती' आहे, हे त्यांना का समजत नाही? ती काही एखाद्या मासिकावरचं निर्जीव मुखपृष्ठ नाही. ती स्त्रीशक्ती आहे, तिच्यात खूप क्षमता आहे आणि ती म्हणजे आपल्या स्पर्शानं आयुष्याचं सोनं करणारा परीस आहे! माझ्या बाबतीत म्हणाल, तर माझ्या जीवनातल्या सुंदर सूर्यप्रकाशाचं नाव आहे 'मंजू'.

तुम्ही तुमच्या आईला कधी तिच्या 'नावानं' हाक मारून बघितली आहे? एकदा तसं करून बघा. मनापासून, प्रेमानं तिच्या नावानं तिला साद घाला. ठीक आहे. अगदी आजच्या एकच दिवस तिला तिच्या नावानं हाक मारा आणि तिच्यामध्ये लपलेल्या मैत्रिणीला, तुमच्या दोहोंमधल्या चिरंतन दोस्तीला सलाम करा! आई नेहमीच वेगवेगळ्या नात्यांच्या भूमिका मनापासून, आवडीनं पार पाडत असते हे खरं आहे; पण तुमच्या त्या एका हाकेमुळे या सगळ्या नात्यांच्या गदारोळात हरवलेली, कुठेतरी कोपऱ्यात दडलेली तिच्यातली सुंदर स्त्री जागी होईल. त्या सुंदर स्त्रीचा बहुतेक आता तिला विसर पडत चालला आहे, पण तुमच्या 'त्या' हाकेनं तिला तिची 'स्वत:ची' आठवण होईल.

आणि बरं का, त्या हाकेसरशी आश्चर्यानं चमकून तिनं तुमच्याकडे पाहिलं, तर तुम्ही तिच्या नावानं तिला का हाक मारलीत, हे जरूर सांगा.

– जुही राय

पेटीतली चिठ्ठी

एके दिवशी माझ्या कंपासपेटीत मला एक चिठ्ठी मिळाली. चिठ्ठी काही साधीसुधी नव्हती. त्यात चक्क लिहिलं होतं, 'तू मला आवडतोस. Love You!'

माझ्या तर हृदयाचा ठोकाच चुकला! माझा चेहरा लालबुंद झाल्याचं आणि कानातून वाफा येत असल्याचं मला जाणवलं. थोड्या वेळानं मी शांत झालो. माझ्या दोन जिवलग मित्रांना बोलावलं आणि माझं गुपित त्यांना सांगितलं.

त्यांची तर भंबेरीच उडाली! मी काय आणि कशाबद्दल बोलत होतो, हे त्यांना काहीच कळत नव्हतं, असं ते म्हणाले खरं, पण माझा काही त्यांच्या या 'निरागसपणा'वर अजिबात विश्वास नव्हता. मी चिडलो. तसे ते आणखीनच गोंधळात पडले. 'अरे, म्हणजे हे खरं बोलतायत की काय?' मला वाटलं. मी पुन्हा मागे माझ्या बाकापाशी गेलो. ती चिठ्ठी काढली. परत नीट पाहिली. अक्षराचं वळण तर नक्कीच 'बायकी' होतं!

माझं चिमुकलं हृदय धडधडायला लागलं. 'ते अक्षर 'तिचं' तर नसेल? चला, एवढ्या दिवसांनी का होईना, पण तिच्याबद्दल मला काय वाटतं हे एकदाचं तिला कळलं तर! पण... म्हणजे... तिलाही तसंच काही वाटतंय का?' हा विचार गोड तर होता, पण ताप वाढवणाराही होता!

मी एकदम भूतकाळात गेलो. वर्षापूर्वीची गोष्ट. मला शर्मिला आवडायला लागली होती आणि तिलाही मी आवडतोय, असं माझं मन मला कुठेतरी खोलवर सांगत होतं, पण खात्री वाटत नव्हती, पण तशी लक्षणं तर दिसत होती. कारण ती माझ्याकडे चोरून बघत होती, असं मला जाणवायचं, पण मी तिच्याकडे नजर टाकायचाच अवकाश की, ती लगेच दुसरीकडे मान वळवायची. जणूकाही ती माझ्याकडे नाही, दुसरीकडेच बघत असावी! माझ्याभोवती तिची 'चिवचिव' मला नेहमी ऐकू यायची. मी जेव्हा तिच्याशी बोलायला जायचो, तेव्हा ती छान हसून बोलायची. इतर मुलांशी उगाच गप्पा छाटताना मी तिला कधीच पाहिलं नव्हतं. ती

इतकी लाजाळू होती की, आपणहून एखाद्या मुलाला मैत्रीचा हात देणं शक्यच नव्हतं. आणखी पुढचं पाऊल टाकावं की नाही याबद्दल माझ्या मनात गोंधळ होता.

आमचा मित्र अभिषेक मुली पटवण्याच्या मामल्यात फार तरबेज होता. मी त्याचाच सल्ला घ्यायचं ठरवलं. ''हे बघ, आता परत जेव्हा तू तिच्याशी बोलशील तेव्हा खाली तिच्या पायांकडे बघ.'' तो एखाद्या विचारवंतासारखं म्हणाला. ''एखाद्या मुलीशी बोलताना तिच्या पायांकडे बघायचं. जर पायाची टोकं तुमच्या दिशेनं असतील, तर ती तुमच्यावर प्रेम करतेय असं समजा.'' असंही त्यानं सांगितलं.

मी अगदी तसंच केलं. नंतर जेव्हा मी तिच्याशी बोललो, तेव्हा माझी नजर तिच्या पायांवर... आणि... येस्स! तिलासुद्धा मी आवडत होतो. निदान तिची बॉडी लँग्वेजतरी तसंच सांगत होती. कारण तिच्या पायांची सुई माझ्या दिशेनं होती!

आता ही मौल्यवान वेळ गमावून चालणार नव्हतं. मी चिठ्ठी लिहिली – 'प्रिय शर्मिला, तू माझ्या प्रेमाचा लाल गुलाब आहेस.' चिठ्ठी लिहून कागदाच्या दोन घड्या घातल्या आणि मधल्या सुटीत ती चिठ्ठी तिच्या कंपासपेटीत सरकवून दिली.

दुसऱ्या दिवशी शाळेतून घरी गेल्यावर मी कोचावर बसून टीव्ही बघत होतो. खरंतर टीव्ही बघतच नव्हतो. माझ्या डोळ्यासमोर आदल्या दिवशीच्याच घटना तरळून जात होत्या. काय-कुठं चुकलं होतं कळेना. त्या दिवशी शर्मिला अगदी शांत होती. गडबड नाही की गप्पा नाहीत. ती कधीच अशी वागली नव्हती. शेवटी शाळा सुटली आणि तिनं मला एका बाजूला बोलावलं. तिचा चेहरा लालबुंद झाला होता. ''मी नेहमी तुला माझा चांगला मित्र समजत होते. तू खरंच किती चांगला मुलगा आहेस! मग तू असं का केलंस?'' तिनं विचारलं. त्यावर मी काहीच बोलू शकलो नव्हतो.

मी त्याच विचारात गुंगलो होतो. एवढ्यात अचानक माझी आई तिथं आली आणि माझी तंद्री मोडली. ''काय रे, टीव्ही नाही लावलास?'' तिनं विचारलं. एरवी ती विचारायची, ''काय रे, टीव्ही अजून चालू आहे?'' मी उठलो आणि टीव्ही लावला. परत कोचावर येऊन बसलो. माझं मन मात्र सैरभैर झालं होतं.

आई माझ्याजवळ येऊन बसली. मी काहीतरी बोलेन म्हणून ती वाट पाहत होती. ''काय झालं आज शाळेत?'' शेवटी न राहवून तिनं विचारलं.

''विशेष काही नाही. नेहमीसारखंच!'' मी पुटपुटलो.

''तुझ्या कंपासपेटीत तुला काही दिसलं?'' हसू दाबत तिनं उत्सुकतेनं विचारलं.

''कंपास पेटीत? तुला कसं माहीत?'' मी उद्गारलो. माझ्या चेहऱ्यावरचं आश्चर्य पाहून आईला आनंद झाला. ती जोरात हसली आणि म्हणाली, ''अरे वेड्या, ती चिठ्ठी मीच लिहिली होती. उद्या तुझा वाढदिवस आहे, हे मी कसं बरं विसरेन?''

'हत्तेरे की! आईची होती ती चिठ्ठी!' आता सगळा उलगडा झाला. हं, असलं

काहीतरी करण्यात ती पटाईतच होती. एकदा तिनं माझी इंग्रजीची वही चक्क रद्दीबरोबर देऊन टाकली होती. झालंच तर सहलीला जाताना मला अशी भलीमोठी छत्री न्यायला लावली होती की, मित्रांपासून शिक्षकांपर्यंत सगळ्यांनी माझी टिंगल उडवली होती! माझे अघळपघळ कपडे हा तर नातेवाइकांमध्ये चेष्टेचा विषय होता. आणि टीव्हीवरच्या माझ्या आवडत्या कार्यक्रमाविषयी प्रत्येकाला काही ना काही मत व्यक्त करायचं असायचंच.

आणि आता या महान स्त्रीनं तिच्या टीनएजर मुलाला वाढदिवसाच्या आदल्या दिवशी हसवण्यासाठी प्रेमाची चिठ्ठी पाठवली होती!

आई.... प्रत्येक मुलाचं पहिलं आणि चिरंतन प्रेम! आणि माझीही आई त्याला अपवाद नाही.

अरे हो, मग शर्मिला? ते कथानक वेगळंच आहे.

– बिल्वदल रॉय

तुझी स्वप्नं

मी जेव्हा तुझ्याकडे बघतो
तेव्हा मला 'खरंच हे करायचं होतं'
हा अभिमान अगदी किरकोळ वाटतो.
मला माहितीये, दिवसातून तीनतीनदा स्वयंपाक करणं
कपडे धुणं आणि ते दुरुस्त करणं,
वेगवेगळे पदार्थ करून
पाहुण्यांची सरबराई करणं
आणि मृदुंगासारखं दोन्हीकडून
थपडा खाणं –
खरंच या सगळ्याचा तुलाही कंटाळा येत असणार.
मी तुझ्या जागी मी स्वत: असल्याची
कल्पना करून बघतो –
बाप रे! मी तर केव्हाच सगळं सोडून दिलं असतं,
नाहीतर सगळं सोडून पळून तरी गेलो असतो
तुझ्याकडे मी बघतो,
तेव्हा मनात विचार येतो
'तू' पाहिलेल्या 'तुझ्या' स्वप्नांचा.
आणि तू जर ती परत
पूर्ण करायचं ठरवलंस
त्यातलं प्रत्येक.. एकन् एक
एकामागून एक.. तर..
तर मला ती ओळखता येतील?
माझ्या बाबांना ओळखता येतील?

तुझ्या सगळ्या प्रार्थना-मागण्या
नेहमी असायच्या आमच्यासाठीच.
मग 'तुझी' अशी स्वप्नं कोणती होती?
तू त्यांच्याबद्दल क्वचितच बोलली असशील.
पण मला ती तुझ्या आवाजात ऐकायचीयेत –
जी मला तुझ्या अश्रूंमध्ये दिसतायत.
मला हळूहळू ती समजायला लागलीयेत
त्यांचा आकार आणि खोली
मला वाटतं, तुला झेप घ्यायला
मी तुला मदत करू शकेन.
कारण, शेवटी माझे पंख तरी काय
तूच मला दिलेले आहेस!

– चिंतन गिरीश मोदी

माझी देवदूत

"मला माझ्या आईची इतकी आठवण येतेय!" आमच्या होस्टेलमधल्या पहिल्याच दिवशी माझी रूममेट ढसढसा रडत होती. 'इश्श! एवढी मोठी ही मुलगी आणि एखाद्या लहान बाळासारखी रडतेय काय आईच्या आठवणीनं!' मला फार नवल वाटलं. मी कधीच अशी रडले नव्हते.

माझं बालपण छान मजेत गेलं होतं. दोन मोठ्या भावंडांनंतर मी शेंडेफळ; पण ही गोष्ट माझी नाही. माझ्याबद्दल नाही. ही आहे, एका साध्यासुध्या सामान्य बाईची कथा! ती काही कुणी नावाजलेली प्रसिद्ध व्यक्ती नाही आणि मला नाही वाटत तिला तसं कधी व्हायचं असेल. जगातल्या असंख्य सामान्य गृहिणींसारखीच ती एक गृहिणी. आपली रोजची ठरलेली कामं निमूटपणे करणारी; शांतपणे, संयमानं आणि कुणाकडूनही कसलीही अपेक्षा न करता! आमच्या घरात नेहमी आपल्या वडीलधाऱ्यांचा आदर करावा, ही महत्त्वाची शिकवण होती. त्यामुळे मला तिच्याबद्दल नेहमीच आदर वाटत असे. एक व्यक्ती म्हणून मी तिच्याकडे कधीच बघितलं नव्हतं. एक आई, एक पत्नी आणि एक सुगृहिणी म्हणूनच मी तिला बघत होते, ओळखत होते. अगदी आत्ताच्या क्षणापर्यंत तिचा दिवस माझ्या आधी सुरू होई आणि माझ्याहून खूप उशिरा संपत असे.

माझ्या ताईचं लग्न झालं आणि त्याच वर्षी दादा उच्च शिक्षणासाठी दुसऱ्या शहरात गेला. मलासुद्धा माझ्या वयाच्याच मुलींच्या होस्टेलमध्ये राहून आयुष्याचा अनुभव घ्यायचा होता. त्यामुळे मीही दुसऱ्या एका शहरातल्या निवासी कॉलेजमध्ये जायचं ठरवलं. तिथल्या प्रवेश परीक्षेत पास होऊन मला माझ्या आवडीच्या कॉलेजमध्ये प्रवेश मिळाला. मला इतका आनंद झाला म्हणून सांगू! तिनं मात्र नेहमीप्रमाणे माझ्या सगळ्या गोष्टी मार्गी लावून नव्या आयुष्यासाठी माझी तयारी करून दिली.

माझे हॉस्टेलमधल्या आयुष्याचे नवलाईचे दिवस होते आणि बरोबरीच्या

मैत्रिणींमध्ये राहायला मला खूप मजा वाटत होती. आम्ही सगळ्या नाचगाणीही करायचो, अभ्यासही करायचो आणि वेगवेगळ्या विषयांवर चर्चासुद्धा करायचो. दिवस-रात्र माझ्याभोवती मैत्रिणींचा गराडा असायचा; पण सुट्टी संपवून परत होस्टेलमध्ये येताना माझ्या मैत्रिणी आईच्या आठवणीनं रडायच्या, तेव्हा मला फार कसंतरी वाटायचं. गंमत म्हणजे मी होस्टेलला यायला निघाले की, माझ्या बाबांनाच मी दूर जाणार म्हणून खूप वाईट वाटायचं, पण त्या वेळी मी कधी आईला रडताना किंवा तिला वाईट वाटलंय असं पाहिलं नव्हतं. अर्थात तिला काय वाटतं याची मी कधी पर्वाही केली नव्हती. उलट मला निरोप देताना ती कधीच कशी रडत नाही याबद्दल मला फार नवलच वाटायचं. एकतर असा प्रसंग आता तिच्या अंगवळणी पडला असावा किंवा तिला यात फार काही वाटत नसावं. असो. मी आपला माझ्या सोयीचा अर्थ लावून मोकळी होत असे. उन्हाळ्याच्या मोठ्या सुट्टीत मला होस्टेलची खूप आठवण येई. त्या वेळी माझा मैत्रिणींचा गोतावळा, माझे शिक्षक, माझ्या कविता, माझी स्वप्नं आणि माझी प्रेरणास्थानं इत्यादीबाबत मी तिला एकसारखी सांगत बसायचे आणि प्रत्येक वेळी ती रोजची कामं करता करता माझी सगळी बडबड मनापासून ऐकत असायची.

माझं कॉलेजचं तिसरं वर्ष होतं. एका सुट्टीतली गोष्ट. सुट्टी संपवून होस्टेलवर निघाले होते. मी परतीच्या गाडीत बसले. तेव्हा ती माझ्याकडे बघून खूप छान, जुन्या ओळखीचं हसली. माझा पापा घेतला आणि मला निरोप दिला. मी गाडीत जाऊन माझ्या जागेवर बसले. खिडकीशेजारचीच सीट होती. प्रवासात वाचायला म्हणून माझ्याजवळ पुस्तकही होतं. माझे बाबा माझ्या सामानाजवळच उभे होते. माझ्याकडे बघितलं न बघितल्यासारखं करत होते. 'तू नको ना जाऊस.' असंच त्यांच्या नजरेत दिसत होतं. गाडी सुटायची वेळ झाली. मी आईला 'अच्छा' करायला म्हणून बाहेर बघितलं, पण मला ती दिसलीच नाही. "बाबा, आई कुठंय?" मी विचारलं. "असेल अगं इकडेच जवळ कुठेतरी." त्यांनी खिन्नपणे उत्तर दिलं. मी गोंधळले. कुठेतरी म्हणजे? मला कळेचना.

मी पुन्हा प्लॅटफॉर्मवरून नजर फिरवली. तर काय? ती स्वत:ला माझ्यापासून लपवत शून्य नजरेनं बघत उभी असलेली दिसली. तिची ती नजर माझ्या मनावर कायमची कोरली गेली. तिच्या टपोऱ्या डोळ्यात एकटेपणाच्या लाटांशी सामना करण्याची भावना दिसत होती. जणू तिला म्हणायचं होतं, 'तिला नका अडवू. तिला जाऊ द्या. ती तिची स्वप्नं पूर्ण करणार आहे. तिला तिची स्वप्नं पूर्ण करायचीयेत. तिला जाऊ द्या."

माझा विश्वासच बसेना. गेल्या तीन वर्षांत हे असं मी कधीच पाहिलं नव्हतं. 'आता आपल्या अवतीभवती मुलं नाहीत!' मुलांची किती उणीव तिला भासत होती!

तिच्या डोळ्यातून गालावर अश्रू ओघळलेले मी पाहिले आणि त्या क्षणी तिच्या डोळ्यात तिचा एकटेपणा, तिचं प्रेम, ममता आणि तिचा नि:स्वार्थीपणा मला स्पष्ट दिसला. ती नेहमी स्वत:चे अश्रू कसे प्रयत्नपूर्वक परतवत असेल, हे मला जाणवलं. होस्टेलवर जाताना मला कसंतरी वाटू नये म्हणून ती नेहमी आपलं रडं आवरत असेल, हे मला त्या क्षणी कळलं. खरंच, तिला ते किती अवघड जात असेल! माझ्या आईच्या अश्रूभरल्या डोळ्यातल्या अचाट शक्तीची मला जाणीव झाली आणि त्या क्षणी अचानक मला माझ्या आईचा खूप अभिमान वाटला. मला जन्म दिल्या क्षणापासूनच सतत दुसऱ्यासाठीच स्वत:ला झिजवणारी, मला हवं ते मिळवून देण्यासाठी काम करत राहणारी आई देवानं मला दिली, याबद्दल मी त्याचे खूपच आभार मानले. मी पुन्हा बाबांकडे पाहिलं. ते शांत होते. 'हंऽ म्हणजे मी अशी गेल्यानंतर बाबा नेहमीच तिची समजूत काढत असणार!'

सगळ्या प्रवासभर माझ्या मनात तिचाच विचार घोळत होता. त्या क्षणी या जगातली एक अद्वितीय स्त्री मी बघत होते. या जगातली कुठलीच आई सामान्य नसते. कारण कुणी आपल्याला चांगलं म्हणावं, कुणी आपले आभार मानावेत अशी तिची कधीच अपेक्षा नसते. आईइतकं क्षमाशील, इतकं नि:स्वार्थी आणि इतकं 'तुमचं' दुसरं कोण असू शकेल? तुमच्याकडून परतफेडीची मुळीसुद्धा अपेक्षा न धरणारं दुसरं कोण असेल?

माझ्या मनात आपसूकच आईबद्दल अभिमान जागा झाला. इतकी वर्षं तिनं डोळ्याच्या पापण्यांआड अडवून धरलेल्या अश्रूंनी मला धडा शिकवला. आता मला कळलं, 'आईला देवदूत का म्हणतात ते!'

– रूही भटनागर

माझी पहिली गुरू

'गुरू गोविंद दोऊँ खडे, काके लागूँ पाय
बलिहारी गुरू आपने, गोविंद दियो बताय'

या ओळी मी कितीतरी वेळा ऐकल्या आहेत. गुरू आणि परमेश्वर दोघं माझ्या समोर आहेत. आता मी आधी कुणाला वंदन करू? मला तर गुरुच श्रेष्ठ वाटतोय, कारण गुरुंनी मला परमेश्वराचा मार्ग दाखवला आहे. परमेश्वर म्हणजे काय आणि कोण याची ओळख गुरुंनीच करून दिली आहे.

प्रत्येकाच्याच आयुष्यात गुरुंचं स्थान आणि भूमिका फार महत्त्वाची असते. आमच्या सूर-ताल-लयीच्या संगीताच्या दुनियेत तर गुरुच आमची भाग्यरेषा निर्माण करतात. सूर-संगीताच्या आम्हाला लाभलेल्या दैवी देणगीचा आमच्यावर अमृतवर्षाव झालेला असतो. त्यात गुरुच आमच्या भविष्याला आकार देतो. माझ्या आयुष्यात पहिली गुरू होती, माझी 'आई'. वास्तविक पाहता संगीताचे धडे मी वडिलांच्या मार्गदर्शनाखाली गिरवले. अनेक महान गुरुंकडेही मी शिक्षण घेतलं; पण त्या सगळ्याची खरी आंतरिक प्रेरणा मला मिळाली, माझ्या पहिल्या गुरुकडून – माझ्या आईकडून! तिनंच माझ्यावर जीवनमूल्यांचे संस्कार केल्यानं मी या क्षेत्रात काही शिकू शकलो.

संपूर्ण समर्पण म्हणजे काय, ते मी तिच्यापासून शिकलो. कुठलीही शंका न ठेवता अहंकार कसा सोडायचा; या गोष्टीतून मला काय मिळणार, माझा काय फायदा असा स्वार्थी विचार न करता निष्ठेनं, श्रद्धेनं एखादी गोष्ट कशी करत राहायची हे मला तिच्यामुळे कळलं. तिला आमच्यासाठी आणि आपल्या कुटुंबासाठी निःस्वार्थ समर्पण करतानाच मी लहानपणापासून पाहत आलोय. मी शाळेत गेलो, शिकलो. गणित आणि शास्त्राचे धडे गिरवले. हे सगळं मी करू शकलो, फक्त या माझ्या पहिल्या गुरुमुळे – माझ्या आईमुळे! फक्त समर्पणच नव्हे, तर निःस्वार्थी, निरपेक्ष प्रेम, करुणा आणि मानवता या गोष्टीही मी तिच्याकडूनच शिकलो.

कुठल्याही लौकिक अर्थाच्या शाळेत मला हे मुळीच शिकता आलं नसतं, हे महत्त्वाचं!

आमच्या परिवारात, विशेषत: त्या काळात बायकांना संगीतातली आवड जाहीरपणे व्यक्त करायची मुभा नव्हती. सरोद न वाजवताही तिला सरोदबद्दल बरीच माहिती होती, पण तिनं संगीताचं शास्त्रशुद्ध शिक्षण घेतलं नसल्यानं तिच्या दाद देण्याला मर्यादा होती. अर्थात, ती माझ्या वादनातल्या शेकडो त्रुटी दाखवून देऊ शकत होती. काही काळानं मी जेव्हा बऱ्यापैकी सरोद-वादन करायला लागलो, तेव्हा माझ्या अब्बांनी माझं नक्कीच खूप कौतुक केलं (मी नेहमीच अशा दिवसांची वाट पाहायचो.); पण आईसुद्धा पाठीवर शाबासकीची थाप देई. ही शाबासकी देण्याची तिची खास पद्धत होती. त्या दिवशी जेवायला ती सगळे माझ्या आवडीचे पदार्थ करायची; तेही अतिशय रुचकर! इतकंच नव्हे, तर ती मला जेवायला वाढून माझ्या शेजारी बसायची. समाधानानं माझ्याकडे बघत मला वाढायची. 'बाळा, मला तुझा खूप अभिमान वाटतो' हा भाव तिच्या नजरेत दिसायचा. माझ्या सगळ्याच कार्यक्रमांना ती यायची असं नाही; पण एखाद्या विशिष्ट कार्यक्रमात मी चांगलं वाजवलं, तर मी माझ्यासाठी विडा लपवून ठेवायची. मला विडा खूप आवडायचा, पण मी फारच लहान असल्यानं विडा खायची आम्हाला परवानगी नसे. (मी वयाच्या ७व्या वर्षांपासून जाहीर कार्यक्रम करायला लागलो.)

आज मी माझ्या पत्नीमध्ये – शुभलक्ष्मीमध्येही आमच्या मुलांबद्दल – अमन आणि अयानबद्दल नि:स्वार्थी प्रेम बघतो आणि शुभलक्ष्मीमध्येही मला नव्यानं माझी आई दिसते. माझ्या आईनं आमच्यासाठी केलेला त्याग, अत्यंत प्रेमानं दिवस नव्हे, महिने नव्हे, तर वर्षानुवर्षं आणि काही दशकं आमच्यावर केलेले संस्कार या सगळ्या बाबतीत माझ्या पत्नीत आईचंच नवं रूप दिसतं.

खरंच, आपल्यापैकी बहुतेक जण आपल्या आईला गृहीत धरतात. मीसुद्धा तसंच करायचो. तिच्याच प्रेमाच्या भक्कम आधारावर मी उंच उंच जायचं धाडस करायचो.

– अमजद अली खान

(शब्दांकन : अमिता ए. दलाल)

न भांडणारी भावंडं

हरमॉनला बघितलं की, मला माझ्या सहा वर्षांच्या मुलीची आठवण येते. ती भलतीच शिस्तीची आहे. बहुधा कायमच वर्गात पहिली येते. अतिशय बुद्धिमान, तल्लख आणि हुशार! आणि हरमॉनसारखीच पुस्तकं वाचणारी! ती म्हणजे शिक्षिकांची लाडकी विद्यार्थिनी! कारण शिक्षिका जे काही वर्गात घेऊन यायला सांगतात, ते ती कधीच विसरत नाही. क्वचित शिक्षिका स्वत: ते विसरतील, पण हिच्या मात्र सगळं लक्षात असतं.

माझी मुलं ज्या शाळेत जातात, ती फार कडक शिस्तीची शाळा आहे; विशेषत: शाळेच्या गणवेशाच्या बाबतीत. तसंच इतरही अनेक गोष्टीत शाळा फारच काटेकोरपणे नियम पाळणारी आहे. हिवाळ्याच्या दिवसांसाठी शाळेचा वेगळा गणवेश आहे. सध्या हिवाळ्यासाठी टाय आणि ब्लेझर अत्यावश्यक आहे. शाळेचा बेल्ट आणि 'आय कार्ड'– ओळखपत्र अगदी लहान मुलांनासुद्धा कंपल्सरी आहे. (शिवाय लांब केस असलेल्या मुलींना गडद हिरवा रुंद हेअर बँड आणि पोनीटेलला तशाच रंगाचे रबर बँड्स लावणं सक्तीचं आहे.) यापैकी एखादी जरी गोष्ट नसेल, तरी त्यांच्यावर 'डिफॉल्टर' – 'चुकार' म्हणून शिक्का मारला जातो. (पुढे त्यांचं काय होतं हे कळतच नाही, त्यामुळे मी माझ्या दोन्ही मुलांना कायम संपूर्ण गणवेशातच पाठवते.)

पण त्या दिवशी मुलं केव्हाच शाळेत जाण्यासाठी बाहेर पडली होती आणि अचानक एक भयंकर गोष्ट माझ्या लक्षात आली. मुलीला गणवेषातला ब्लेझर घालून द्यायला मी पुरती विसरले होते – 'असं कसं झालं?' हं... बहुधा त्या दिवशी यांना नेहमीपेक्षा ऑफिसमध्ये जरा लवकर जायचं होतं. त्या गडबडीत मी होते. लेकीनं ब्लेझर घातलेला नव्हता, हे लक्षात आल्यावर मला फारच वाईट वाटलं. कारण त्यासाठी तिला शाळेच्या विशेष सभेत – असेंब्लीत शिक्षा होणार, असं मला वाटलं. तिला तर शिक्षा होणं मुळीच आवडत नव्हतं. शिक्षा म्हणजे तिला अगदी

कडेलोट वाटायचा. कुठं तोंड काढायला जागा नाही, असं वाटायचं. 'झाली तर झाली शिक्षा, जाऊ दे.' असं ती कधी सहजपणे घेत नसे.

ती शाळेतून परत येईपर्यंत वाट पाहण्याखेरीज माझ्या हातात काहीच नव्हतं. ती ढसाढसा रडतच घरी येणार, हे मला पक्कं ठाऊक होतं. मला तिला जवळ घ्यायला लागणार होतं. मांडीवर घेऊन तिची समजूत काढण्यात अर्धा-पाऊण तास जाणारच होता, हे मला इतक्या वर्षांच्या 'पालकत्वाच्या' अनुभवातून माहीत होतं.

पण छे! माझे सगळे अंदाज सपशेल चुकले! माझी दोन्ही मुलं शाळेतून परतली, तेव्हा माझ्या मुलीच्या चेहऱ्यावर इथपासून तिथपर्यंत हास्य पसरलेलं दिसलं. एक जरा अघळपघळ वाटावा असा ब्लेझर तिच्या अंगात होता. तिच्या भावाचा ब्लेझर – दादाचा! माझ्या तोंडून शब्दच फुटेना. गंमत अशी झाली की, मी मुलांना शाळेच्या बसमध्ये बसवून दिलं तेव्हा आपली बहीण ब्लेझर घालायला विसरल्याचं माझ्या लेकाच्या लक्षात आलं. आता तिला शिक्षा होणार म्हणून त्यानं आपल्या अंगातला ब्लेझर काढला आणि तिला घातला. त्यामुळे शाळेत ती नाही, हा पकडला गेला. 'डिफॉल्टर' ठरला आणि शिक्षा यालाच बिचाऱ्याला झाली. त्यानं आपला ब्लेझर तिच्या अंगात घातला असेल, तेव्हा नेमकं त्याला काय वाटलं असेल? त्याच्या मनात हा विचार कसा आला असेल? मला आश्चर्य वाटलं. आपल्या धाकट्या बहिणीचं 'रक्षण' करणाऱ्या माझ्या थोरल्या मुलाचा मला खूप अभिमान वाटला, कौतुक वाटलं. त्याच्या या निःस्वार्थी कृतीनं मी हेलावून गेले.

या आधी त्यांची भांडणं पाहिलं की वाटायचं, 'हे दोघं एकमेकांचे जणू शत्रू आहेत. इतके हमरी-तुमरीवर येतात की, कुणी परवानगी दिली, तर एकमेकांचे अगदी जीवसुद्धा घ्यायला मागेपुढे बघणार नाहीत.' मनात यायचं, 'त्यांना वाढवण्यात आपणच चुकलोय.' पण त्या दिवशी मात्र मला जाणवलं, 'त्यांना आपण नक्कीच योग्य प्रकारे वाढवलंय.' या गोष्टीचं छान 'उबदार' समाधान मला त्या दिवशी मिळालं.

– प्रीती शेणॉय

'घरात' राहावं की राहू नये!

माझा तीन वर्षांचा लेक मस्तपैकी घोरत माझ्या पुढ्यात झोपलाय. हा त्याच्या खोलीतून पांघरुणासकट माझ्याजवळ कधी येऊन झोपला ते मलाही कळलं नाही. मी कॉम्प्युटरवर बसून गोष्ट लिहीत होते; पण मी त्याला कुशीत घेऊन झोपवावं म्हणूनच तो इकडे आला असणार. माझी दहा वर्षांची थोरली लेक शाळेत गेलीये. ती आल्यावर आरडा-ओरडा करून घर डोक्यावर घेईल तेव्हा सगळं घर कसं प्रकाशानं उजळून निघेल! भारी अवखळ अन् उत्साही आहे ती!

इंजिनिअरींग आणि एम. बी. ए.च्या वेळच्या माझ्या मित्र-मैत्रिणींना खूप छान नोकऱ्या मिळाल्यात; वरच्या पदावर! कुणाला ॲड एजन्सीत प्रॉडक्ट्स लॉंच करायची असतात, तर काहींना सॉफ्टवेअर उद्योगातले महत्त्वाचे प्रोजेक्ट्स तयार करायचे असतात. काही शिक्षणक्षेत्रात काही ना काही काम करताहेत, तर काही कला आणि सामाजिक कार्यात काहीतरी 'हटके' करण्याच्या प्रयत्नात असतात. एके काळी मीसुद्धा खरंच फक्त करिअरचा विचार करत असे. त्यासाठी कायकाय करायचे! अगदी छोट्या सुट्टीतसुद्धा मी घरात बसेन, अशी कुणी कल्पनाही करत नसे.

आणि आता – गेली सात वर्षं मी घरातच आहे. 'इतकी वर्षं, इतके दिवस तुम्ही काय केलंत?' असं जर मला कुणी विचारलं, तर मी काय उत्तर देणार? माझ्या परसात मी दोन रोपं लावली! आनंदानं खिदळणारी, मोठमोठ्यानं हसणारी, कधी डबडबलेल्या टपोऱ्या डोळ्यांनी टुकुटुकु बघणारी, कधी इतरांना न सांगता येणारी गुपितं सांगणारी, फुलपाखरांच्या मागे धावणारी, परसदारी 'चिऊ-काऊचा घास' करत जेवणारी आणि मातीनं भरलेल्या हातांनी मला मिठी मारताना माझ्या कपड्यावर ठसे उमटवणारी माझी दोन गोंडस रोपं!

रात्री पाणी प्यायला म्हणून ती उठून येतात; पण तो एक बहाणा असतो. मला माहितीये, त्यांना माझ्या जवळ यायचं असतं. मी त्यांच्या जवळच आहे, याची

निश्चिंती त्यांना हवी असते. 'यात काय एवढं!' असं कुणाला वाटेल; पण त्यातच तर सगळं आहे!

अर्थात मी जे केलंय किंवा मी हा जो निर्णय घेतला, तो फार सहज घेतला नाही. कारण हे करणं सोपंही नव्हतं. दुसऱ्यांची दु:ख-वेदना पाहिल्या की, माझं मन भरून येतं. मी त्याबद्दल खूप लिहिलंय आणि स्वयंस्फूर्तीने काही कामंही केली आहेत. आता मी एक आई आहे आणि मला अशा माणसांसाठी प्रत्यक्षात काहीतरी करायचंय. खरंच, आपली मुलं लहान असोत की मोठी त्यांच्या चिवचिवाटापासूनही थोडी सुटका व्हावी, असं काही वेळा आपल्याला वाटत असतं. शहाण्या मोठ्यांचा सहवास हवासा वाटतो. नोकरदार आयांना वाटतं, आपण मुलांबरोबर असायला हवं आणि सतत मुलांबरोबर राहणाऱ्या गृहिणी आयांना 'आपण नोकरीच करायला हवी होती' असं वाटतं. म्हणतात ना, 'दुरून डोंगर साजरे!' प्रत्येक निर्णय हा चांगला आणि योग्य, आपल्या दृष्टीनं मूल्यवान असतो.

माझ्या मुलीचा जन्म झाला, तो माझ्या आयुष्यातला सर्वांत आनंदाचा दिवस होता. तिच्या अगदी लहानपणातल्या काही मौल्यवान आठवणी मी जपून ठेवल्यायत. ती 'मॅकडोनाल्ड' ऐवजी 'ओल्ड मॅक्डोनाल्ड' म्हणायची. तिला जे वाटायचं, ते ती गमतीशीरपणे सांगायची. मुलगी झाल्यानंतर तीन वर्षं मी नोकरी चालू ठेवली होती, पण आपण तिच्यासाठी वेळ देऊ शकत नाही याची बोच होतीच. शिवाय ती फार बुजरी होती, असं तिच्या पाळणाघरातल्या काकूंनी सांगितल्यावर मात्र मी नोकरी सोडायला एका पायावर तयार झाले. बहुधा नोकरी सोडून लेकीबरोबर वेळ द्यायला मी काहीतरी समर्थन देता येईल असं कारणच शोधत होते.

आता आई ऑफिसला जाणार नाही, घरीच राहणार हे कळल्यावर लेक एकदम खूश झाली. तिची झोपच उडाली. तिला झोपवता झोपवता मीच झोपून जायचे. तिची शाळा तीन तास असायची. शाळेतून तिला घरी घेऊन आल्यावर दुपारचा वेळ कसा मजेत जायचा! आम्ही दोघी खेळायचो किंवा कधी फिरायला जायचो. कधी कुणाच्या वाढदिवसाला जायचो! आम्ही सतत एकमेकींच्या बरोबरच असायचो आणि मग हळूहळू ती मोठी व्हायला लागली. जणू कळीचं फुलात रुपांतर व्हायला लागलं. ती जास्त मोकळी होऊन 'सोशल' व्हायला लागली. सगळ्यांमध्ये मिळून-मिसळून राहायला लागली. तिला असं मोठं होताना बघण्यात मला फार गंमत वाटत होती. कधी वाटायचं, तिला थोडं थांबवावं, तिच्याबरोबर वेळ घालवावा, लोकांना ओळखायला-पाळखायला तिला मदत करावी, तिच्या नेहमीच्या शाळेत ती रुळली की, मग पुन्हा नोकरीला लागावं. हंऽऽ योजना! प्लॅन्स! नुसते प्लॅन्स!

काही वर्षांनी एक छान गोंडस बाळ माझ्या कुशीत आलं. माझा तान्हा मुलगा, साडे सहा वर्षांची लेक आणि चेहऱ्यावर समाधानाचं हसू असणारा माझा नवरा. वा!

या त्रिकुटानं माझं विश्वं कसं परिपूर्ण आहे असं वाटायचं!

आता पुन्हा ऑफिसला जायला लागून रुटीन सुरू करावं, असा विचार मनात आला; पण माझा धाकटा जेमतेम एक महिन्याचा असतानाच त्याच्या अंगावर रॅश येऊन गांधी उठल्या. सगळ्या तपासण्या झाल्या आणि शेवटी त्याला बऱ्याच गोष्टींची ॲलर्जी आणि दमा असल्याचं निष्पन्न झालं. ॲलर्जी इतकी जीवघेणी असू शकते, याची आम्हाला मुळीच कल्पना नव्हती. काही वेळा तर त्याचा श्वास बंद पडलाय असं वाटायचं. त्याचं अंग अगदी गार पडायला लागायचं. मग मला ॲम्ब्युलन्स मागवावी लागायची. त्याला पूर्वपदावर आणण्यासाठी इपीपेनचं इंजेक्शन द्यावं लागायचं. एकदा तर रस्त्यातच त्याचा श्वासोच्छ्वास जवळजवळ थांबला. तेव्हा हा अस्थमा किती भयंकर असतो, हे मला कळलं होतं. तो तीन वर्षांचा होईपर्यंत खरंच आमची मती गुंग होऊन जायची. डोकंच चालेनासं व्हायचं!

पण आम्हीच स्वत:ला त्या गर्तेतून बाहेर काढलं. आम्हीच 'ना नफा' तत्त्वावर एक संघटना स्थापन केली. 'फूड ॲलर्जी ॲन्ड ॲनाफिलॅक्सीस नेटवर्क' असं तिचं नाव! आपल्या मुलाच्या अवस्थेचा अभ्यास करून आणि त्याबद्दल संपूर्ण माहिती करून घेऊन त्याची सर्व प्रकारे काळजी घ्यायची असं आम्ही ठरवलं. शिवाय आमच्या या सगळ्या गोष्टी आम्ही कशा हाताळल्या याबद्दल अशाच काळजीग्रस्त पालकांना माहिती द्यायची असंही ठरवलं. अनुभवांच्या या देवाण-घेवाणीतून आम्हाला एकमेकांची मदतच होणार होती.

माझ्या मुलाला बरेचदा अतिदक्षता कक्षात ठेवावं लागायचं. त्याच्या मनाची तशी तयारी झाली होती. फायरमन येणार - लोकांना मदत करणार - ॲम्ब्युलन्सनं आपल्याला घेऊन दवाखान्यात जाणार - आपण बरे होणार आणि परत घरी येणार! आणि त्याच्याबरोबर आम्हीसुद्धा सगळे असहाय्यता, परिस्थितीशी जुळवून घेणं आणि आणखी कणखर होणं - आणि हो, देवाची प्रार्थना करणं अशा वेगवेगळ्या टप्प्यांतून जात होतो. माझी मोठी लेकही खरंच मोठी, जबाबदार झालीये. अन्नपदार्थांच्या पाकिटावर त्या पदार्थातले घटक लिहिलेले असतात, ते ती वाचायला शिकलीये. अशा परिस्थितीला ती अगदी माहीतगारासारखं तोंड देते. इतकंच नव्हे, तर छान मदतही करते.

एकीकडे माझ्या मुलीनं मोकळेपणाने तिचं बालपण आनंदात घालवावं असं मला वाटे आणि दुसरीकडे लेकाची खूप काळजी घ्यावी लागायची; त्याची 'सेफगार्ड' म्हणून.

अशी सात वर्षं गेली. आता मला नोकरी लागण्याची शक्यता धूसर होत चालली आहे. मला कुठे, कशी नोकरी लागेल याची मलाच खात्री नाही. असो, त्याला काही इलाज नाही; पण या सगळ्या गोष्टींमुळे आम्ही 'एक कुटुंब' म्हणून

एकमेकांच्या खूप जवळ आलो. आता मी माझ्या मुलांकडे पाहते, तेव्हा मला ‘चला, ही दोघं भावंडं एकमेकांना आहेत.’ याचं खूप समाधान वाटतं.

एखादी आई आपल्या मुलांसाठी जे आणि जेवढं करते, ते आणि तेवढं दुसरं कुणीच करू शकत नाही. मग ती आई नोकरी करणारी असो, नाहीतर फक्त गृहिणी असो. सगळ्याच आया आपल्या मुलांवर प्रेम करतात आणि त्या जे करतात, त्या प्रत्येक गोष्टीचं त्यांच्यापाशी कारण असतं. त्या त्यांच्या परीनं त्या त्या परिस्थितीत त्यांना जेवढं जास्तीतजास्त आणि चांगलं करता येईल तितकं करतच असतात आणि माझ्या बाबतीत म्हणाल, तर माझ्यासमोरची आव्हानं बघता, मला घरी राहणं, घरी असणं भागच होतं. माझ्या मुलांसाठी ते गरजेचं होतं आणि मी ते क़ेलं. मी त्यांच्यासाठी घरी होते आणि तेच अतिशय योग्य आणि महत्त्वाचं होतं.

माझ्या मुलीनं पहिलीच्या वर्गात मासिकामध्ये माझ्याबद्दल तिच्या तोडक्या-मोडक्या भाषेत जे लिहिलं, ते माझ्यासाठी आत्तापर्यंतचं सर्वांत मोठं ‘मेडल’ होतं! माझं सर्वांत मोठं बक्षीस! तिनं अगदी निरागसपणे लिहिलं होतं – ‘आई गं, आम्हाला तू खूप आवडतेस. आमचं तुझ्यावर प्रेम आहे. तू मला आणि छोट्या बिड्ला खूप सुंदर दिवस दिलेस. तू आमच्याबरोबर असताना काहीच वाईट घडू शकत नाही.’

– अनुराधा गुप्ता

लेकीस पत्र!

आत्ता पहाटेचे चार वाजलेत. आज गुरुवार, ३० ऑगस्ट २००७. छानपैकी झोपून मी अगदी ताजीतवानी होऊन जागी झाले आहे. मनात तुमच्या दोघांचाच विचार चाललाय. तुझा आणि भैयाचा. आजच्या कामांची यादी आठवून दिवस कसा घालवायचा तेही ठरवतेय. तुमच्या दोघांकडे येऊन, राहून, भेटून आल्यानं कसं शांत शांत, निश्चिंत वाटतंय. 'आपली मुलं मोठी झालीयेत आणि फक्त स्वत:चीच नाही, तर पालकांचीही छान काळजी घेताहेत' हा अनुभव मोठा मजेशीर असतो, नाही? खरंच, आजच्या सकाळइतकी मी आनंदी, समाधानी कधीच नव्हते.

काल संध्याकाळी आपण दोघी गप्पा मारत होतो ना, त्या वेळी तू काय म्हणालीस आठवतंय? तुझ्या अपार्टमेंटच्या परिसरात लोकांनी इतस्तत: टाकलेल्या वस्तू पाहून तुला फार त्रास होतोय आणि तो परिसर एकदा स्वच्छ करायला हवा, असं तू म्हणालीस. तुला गृहीत धरणारी मित्रमंडळी, उगाच तुझा वेळ खाणारे शेजारीपाजारी किंवा मृदंगासारखा तुझा दोन्ही बाजूंनी बोलायला उपयोग करून घेणारी माणसं यांनी तू त्रासून गेलीयेस. कागदाचा कपटासुद्धा नोटेसारखा मानणाऱ्यांनी तू वैतागून गेलीयेस.

लोकांना हेच हवं असतं. दुसऱ्याला त्रास देणं फार सोपं असतं, पण आपल्या प्रेमाच्या माणसांचा आपल्याला कधीच त्रास वाटत नाही. तुझी एखादी मैत्रीण आत्ता आई झाली असेल, तिच्याकडे बघ. तिचं पिल्लू तिचे केस ओढत असेल, खूप वेळ खपून पिल्लाच्या आवडीचा केलेला खाऊ ते स्वच्छ फरशीवर उधळून लावत असेल, सांडलवंड करत असेल. या वेळी त्या आईच्या सहनशक्तीची परिसीमा होत असेल. अशा वेळी त्या बाळाला रागवून, आरडा-ओरडा करून, आईला त्याच्यावर राग काढून काय मिळेल? मुलं आयांना कमी का त्रास देतात!

आपण स्वत: काही केलं नाही, तरी आयुष्यात काही गोष्टींचा त्रास होतोच; सुंदर चेहऱ्यावर उद्भवणाऱ्या एखाद्या नको असलेल्या पुटकुळीसारखा! ती पुटकुळी

मुद्दाम फोडलीत की, तिची खूण चेहऱ्यावर राहते. तसंच रागाचं आहे. रागानं बोललेल्या शब्दांनी नात्यांवर ओरखडे उठतात.

तुला आठवतंय, एके दिवशी मी बाथरुमच्या खिडकीत शांपूच्या बाटल्या आणि साबण नीट ओळीनं लावून ठेवत होते. तर 'असं नाही करायचं' असं तू मला म्हणाली होतीस. एकदा मी तुझी खोली आवरून ठेवत होते, तर 'तुला काय त्रास होतोय?' असं तू रागावून ओरडली होतीस. अगदी आजही तू कुठलातरी हरवलेला कागद शोधत असशील, तर तो तुला सापडणार, याचीही मला खात्री असते; पण तरीही इतक्या लांबून अजूनही मी काळजी करते. तू आता मोठी झालीयेस. मला माहिती आहे. तू तुझी काळजी घेऊ शकतेस; अगदी माझ्यासकट, हेही मला कळतंय; पण तरीही तुला काही झालं की, मलाही त्याचा त्रास होतो. आजीच्या शब्दांत सांगायचं, तर 'तुझ्या डोळ्यात पाणी आलं की, माझं हृदय रक्तबंबाळ होतं.' म्हणूनच हा पत्रप्रपंच!

तुझी गाडी, तुझा बंगला, तुझं प्रेम, तुझं काळजी करणं, लक्ष ठेवणं, तुझं ऐटबाज, सुंदर राहणं, तुझ्या प्रेमाच्या माणसांसाठी तू काहीही करायला-द्यायला सदैव तयार असणं, कुठल्याही गोष्टीत बारकाईनं लक्ष देणं सगळं सगळं मला खूप भावलं, आवडलं; पण काही गोष्टी मनाला नाही पटल्या. तेच – 'एखादा कागदाचा कपटा नोट असल्यासारखा शोधण्यात वेळ घालवणं' तोच वेळ तू दुसऱ्या एखाद्या चांगल्या कामासाठी देऊ शकणार नाहीस का?

तुला सांगते, माझी आजी म्हणजे आईची आई महा कडक बाई! भारी शिस्तीची! एक वर्षभर मी तिच्याजवळ राहिले होते. 'मोडेन पण वाकणार नाही' असा तिचा बाणा आणि नियमही. अगदी सैनिकी खाक्याच्या शिस्तीनं ती घर चालवायची. सकाळी सगळ्यांनी लवकर उठायचं, तोंड धुवायचं, अंघोळ करायची, स्वत:चे कपडे धुऊन लगेच वाळत घालायचे, देवाला नमस्कार करायचा आणि मगच सकाळी कॉफी मिळायची. ही सगळी कामं तिनं ठरवलेल्या वेळेत झाली नाहीत, थोडा जरी उशीर झाला की, त्या दिवशी कॉफी विसरायची! कॉफी मिळणार नाही! हाच नियम जेवणाच्यासाठी आणि इतरही प्रत्येक गोष्टीत लागू असायचा. 'वेळेत काम करा, नाहीतर फुटा!' आम्ही सगळे तिला खूप घाबरायचो आणि तिच्यापासून चार हात लांबच राहायचो.

पुढे मी मोठी झाले आणि माझ्या पहिल्या बॉसच्या हाताखाली जेव्हा काम करायला लागले, तेव्हा मात्र मला आजीच्या त्या नियमांचं आणि शिस्तीचं महत्त्व पटलं. तोपण आजीसारखाच होता. सगळ्या गोष्टी वेळेवर आणि पद्धतशीरपणे करण्याची शिस्त मानणारा. त्याच्याबद्दलची एक गोष्ट मला आजही स्पष्टपणे आठवते. ती म्हणजे 'टाइम' आणि 'न्यूजवीक' ही मासिकं वाचण्याची त्याची

पद्धत! त्या वेळी मी ग्रंथपाल म्हणून काम करत होते. ग्रंथालय हे माझं ऑफिसही होतं. ही मासिकं आमच्याकडे आली की, ती संबंधित माणसांकडे पाळीपाळीनं जायची आणि शेवटी ग्रंथालयाकडे परत यायची. आमचा हा बॉस ही मासिकं चाळायचा, कधी एखाद-दोन लेख वाचायचा, आवडलेल्या लेखांमध्ये खुणेचे कागद घालून ठेवायचा. नंतर बरेच दिवस गेल्यावरही संभाषणात त्याला त्या लेखांचा संदर्भ आठवायचा. तो विशिष्ट लेख नेमका कुठल्या अंकात आहे, हेही तो सांगायचा. जर कुणी त्याची ती खूण हलवली किंवा ते मासिक घेतल्या ठिकाणाहून परत तिथेच नीट ठेवलं नाही असं दिसलं की, तो चिडायचा. इतरही कागदपत्रांच्या बाबतीत तो असाच काटेकोर होता. व्यवस्थितपणा मी त्याच्याकडून शिकले. अगदी घरातल्या फाइल्ससुद्धा व्यवस्थित लावायची सवय म्हणूनच तर मला लागली! घरातल्या एकूणच सगळ्या गोष्टी, विशेषकरून महत्त्वाची कागदपत्रं मी किती काळजीपूर्वक जपून ठेवते, ते तुला माहीतच आहे. भय्याच्या जन्माच्या दाखल्याचा नुकताच झालेला किस्सा तुला ठाऊक असेल! आपल्याकडे घरात इकडेतिकडे पडलेल्या पाण्याच्या बाटल्यांवरून केवढं रामायण घडायचं! माझी लाडकी कोकरं यायची तेव्हाही. आता माझी कोकरं मोठी झालीत. त्यांनाही चांगल्या, खूप चांगल्या सवयी लागल्या आहेत. माझ्या या कोकराची गाडी पाहा, स्वयंपाकघरातलं सामान पाहा, ते सामान कसं छान लावलंय ते पाहा. इतरांना ती कशा भेटवस्तू आणते ते पाहा, तिची निवड पाहा, अगदी आयुष्याच्या जोडीदाराचीही निवड पाहा. सगळं कसं उत्तम! तिची काळजी करायचं कारणच नाही. मला कळतंय, पण तरीही तिचं सारखं त्रासून जाणं काही चांगलं नाही. ते तिचं सुंदर गोड हसू हिरावून घेतं आणि त्यासाठी तर हे लांबलचक पत्र आणि छोटासा सल्ला!

तू तुझ्यासारखंच तुझं घर ठेव. म्हणजे ते इतकं छान असेल की, कुणीही, अगदी तुला न आवडणारी माणसंही तुला नावं ठेवू शकणार नाहीत आणि जरी त्यांनी ठेवली, तरी ते त्यांचं त्यांनाच कळेल.

खूप खूप आशीर्वाद!

तुझी अम्मा
– लक्ष्मी मधुसूदनन्

'ॲडॉप्शन इज द ऑप्शन'

या सगळ्याची सुरुवात झाली, ती माझी ताई आणि तिच्या यजमानांपासून. ती दोघं म्हणजे पक्की धाडसी! जे ठरवतील ते करणारी! तेरा वर्षांपूर्वी भारतात मूल दत्तक घेणं हे तितकसं प्रचलित नव्हतं. त्या काळी या दोघांनी मुलगी दत्तक घेतली. काही सुधारक मंडळींना हे पटण्यासारखं होतं. मला वाटतं, सात वर्षांपूर्वी 'हिंदुस्थान टाइम्स'मध्ये त्यांच्या कुटुंबाची मुलाखत छापून आली होती. तिचं शीर्षक होतं – 'ॲडॉप्शन इज द ऑप्शन' – दत्तक हा पर्याय आहे. त्या वेळी आम्हा सगळ्यांना त्यांचा खूप अभिमान वाटला होता.

भारतातल्या ५४ कोटी अनाथ बालकांचा फक्त मानवहिताच्या दृष्टीनं आलेला हा विषय नव्हता (या बालकांमध्ये स्वाभाविकपणेच मुलांपेक्षा मुलींचं प्रमाण जास्त होतं.) किंवा बुद्धिस्ट विचारसरणीच्या माझ्या मेव्हण्यांचा हा फक्त आध्यात्मिक विचारही नव्हता. 'आपण आपल्या स्वतःच्या 'जीन्स' - गुणसूत्रांबद्दल इतके आग्रही का असतो?' असा एक गोड प्रश्न ते नेहमी विचारत. त्यांची ती कृती म्हणजे अनेक गोष्टींचं 'कॉम्बीनेशन' होतं. त्याला आणखी एक कारण होतं. माझ्या बहिणीला पहिल्या गर्भारपणात फार त्रास झाला होता. तिला पुन्हा त्या संकटात कशाला टाकायचं? जैविकदृष्ट्या अगदी स्वतःच्याच रक्ताचं मूल असावं, असा हट्ट का धरायचा? कारण मूल होण्याचे दोन पर्याय खुले असताना हा दुराग्रह धरणं योग्य नाही, असं त्यांचं मत होतं. तर हे दोन पर्याय म्हणजे - पहिला : बाळाला स्वतः जन्म देणं, दुसरा म्हणजे बाळ दत्तक घेणं.

एकदा माझी बहीण लेकीबरोबर 'महाभारत' बघत होती आणि त्या वेळी तिनं लेकीला ती दत्तक असल्याचं सांगितलं. ती म्हणाली, "अगं, प्रत्यक्ष श्रीकृष्णसुद्धा दत्तकच घेतलेला होता; पण तो कसा छान आहे! अगदी तशीच तू आमच्यासाठी देवबाप्पाची खास भेट आहेस."

पुढे काही वर्षांनी तिच्या नणंदेनं दोन मुलं दत्तक घेतली. माझ्या दोन

मैत्रिणींनीही लेकींना दत्तक घेतलं. माझ्या बहिणीच्या सासऱ्यांना तर आपल्या सहाही नातवंडांचा कोण अभिमान! त्यातली तीन दत्तक; पण कोणालाच सख्खी कोण आणि दत्तक कोण हे कळणार नाही.

माझ्या बहिणीकडून मला आणि माझ्या नवऱ्याला प्रेरणाच मिळाली म्हणा ना! आमचा साखरपुडा झाला, तेव्हा माझी भाची चार वर्षांची होती. माझ्या नवऱ्याला तिने पहिल्यांदाच पाहिलं आणि ती त्याला जी घट्ट बिलगून बसली की, विचारुच नका! तिच्या बिलगण्यात त्याच्याबद्दलचा विश्वास होता. तिनं पहिल्याच भेटीत माझ्या नवऱ्याचं मन जिंकून घेतलं. मग आम्हीही ताईसारखंच ठरवून टाकलं – एक आपलं स्वत:चं मूल आणि एक मूल दत्तक!

आमची लेक म्हणजे आनंदाचा ठेवा होती. आम्हाला असाच अजून एक ठेवा हवा होता, पण दुसरं गर्भारपण मला झेपणार नाही, असं लक्षात आलं आणि आम्हाला तो धोका पत्करायचा नव्हता. 'आपल्याच रक्तामासाचं' मूल असावं, वंशाचा दिवा असावा, असं मोठं काय लागून गेलंय आपल्यात? अशी मेव्हण्यांशी आमची चेष्टा चालायची. लवकरच आम्ही दत्तक बाळासाठी नाव नोंदवलं.

आमच्या दत्तक बाळासाठीही आम्हाला बरीच वाट पाहावी लागली आणि शेवटी दत्तक देणाऱ्या संस्थेकडून निरोप आला. त्यांनी आम्हाला दोन पर्याय दिले. भारतीय बाळ, नाहीतर आंतरधर्मीय, आंतरवंशीय बाळ. भारतीय बाळांना दत्तक घ्यायला अनेक भारतीय पालक उत्सुक होते. आम्ही दुसरा पर्याय निवडला. बाळाच्या जन्मदात्या आईशी बोललो. ती खूपच धाडसी आणि जिद्दी वाटली. ती महत्त्वाकांक्षी होती आणि काहीशी गंमतीशीरही! आत्ता तिच्यावर कठीण प्रसंग होता, पण त्यातूनही ती पुढं शिकत होती. नोकरीही करत होती. आल्या प्रसंगाला ती सकारात्मकपणे तोंड देत होती, कारण तिचं तिच्या बाळावर खूप प्रेम होतं. त्याच्यासाठी तिला 'सर्वोत्तम' ते करायचं होतं. खरंतर अशा परिस्थितीत बाळाबद्दल चर्चा करणं खूप अवघड वाटत होतं.

पण ती खरंच खूप धीराची होती. आम्ही आमच्यापरीनं तिला खात्री दिली आणि अभारतीय दत्तक बाळाला घेऊन आम्ही परतलो. बऱ्याच मित्रांना आमच्या या निर्णयाचं आश्चर्य वाटलं. आमचा मुलगा आपल्याच परंपरेच्या संस्कारात वाढतो आहे. त्याला वाढवण्याच्या या अनुभवानं आमचीच मनं मोठी झालीत, आपलेपणाच्या कक्षा रुंदावल्यात आणि ती आपलेपणाची जाणीव मोठी विलक्षण आहे!

आम्ही जेव्हा बाळ दत्तक मिळण्याची वाट बघत होतो, त्या दिवसांत माझ्या अगदी जवळच्या मैत्रिणीच्या सासूबाईंनी मला श्रीकृष्णाचं चित्र पाठवलं

होतं. दत्तकाच्या या निर्णयात फक्त आमच्याच घरातले सहभागी होते असं नाही, तर माझ्या सासरकडचेसुद्धा आमच्या दत्तक बाळाच्या पाठीशी होते.

आमच्या मुलाचा जन्म झाला, त्या रात्रीही पाऊस नुसता कोसळत होता. माझ्या सासूबाई मूळच्या मथुरेच्या; भगवान श्रीकृष्णाच्या जन्मगावच्या. त्यांना तर भरूनच आलं. जणू कृष्णच जन्माला आला होता. आमची मित्रमंडळी आणि शेजारीपाजारीही आमच्या पाठीशी होते. ते सगळे आमच्या मुलांवर खूप प्रेम करत. त्यांची आपलेपणानं काळजी घेत.

माझ्या नणंदेनं आमच्या बाळासाठी एक सुंदर ग्रीटिंग कार्ड स्वत: तयार केलं. मध्ये आमचं बाळ आणि त्याच्याभोवती फोटोतली त्याची बालपणीची सगळी भावंडं; सगळी अगदी एकसारखी! हे नुसतं बाळांमधलं साम्य नव्हतं. कारण हिंदू धर्माच्या कर्मसिद्धान्तावर आमचा विश्वास होता. त्यामुळे हे बाळ आता आमच्याच कुटुंबाचं होतं. माझ्या बहिणीनं एक छानशी गोष्ट सांगितली होती. काहींच्या मते एखाद्या बाळाच्या आयुष्यात दोन आयांमध्ये एक करार असतो – एक आई आपल्या मुलाचा सांभाळ करू शकत नाही. त्यामुळे ती ते मूल दुसऱ्या आईकडे सुपूर्द करते आणि ती आई ते मूल स्वत:चं म्हणूनच सांभाळते, त्याला मोठं करते.

आत्ता आम्ही जिथे राहतो, तिथे दत्तक घेणं ही अगदी कॉमन गोष्ट आहे. आमच्या आसपास अशी तीन मुलं आहेत. दत्तक घेणं, ही फक्त त्या बाळाच्याच नव्हे, तर त्या कुटुंबाच्याही दृष्टीनं अतिशय भाग्याची आणि आनंदाची गोष्ट असते. ते बाळ संपूर्ण कुटुंबाला एकत्र आणत असतं.

'दत्तक घेणं तुला काहीसं असुरक्षित वाटत नाही का?' असं मला कुणीतरी विचारलं. छे! मला असुरक्षित तर नाहीच, उलट खूप सुरक्षित वाटतं. एकाच नव्हे, तर दोन कुटुंबांचे आशीर्वाद माझ्या बाळाच्या पाठीशी आहेत. आम्ही त्याला वाढवलं आहे आणि तो आमचा मुलगा आहे. प्रत्येकच मुलाला स्वत:चा आध्यात्मिक प्रवास करायचा असतो. स्वत:च्या आयुष्याची दिशा ठरवायची असते. आम्ही त्याच्या प्रत्येक अडीअडचणीत त्याच्याबरोबर राहू. त्याच्या विचारांचा, मनाचा आदर करू. त्याच्या प्रत्येक प्रश्नाचं उत्तर शोधायला त्याला मदत करू.

खरंच, आमची मुलं हाच आमचा सर्वांत मोठा आनंद आहे आणि देवाच्या कृपेनं आज ती आमच्याबरोबर आहेत. जिब्राननं म्हटलं आहे - 'आपण धनुष्य आहोत, ज्यातून जिवंत बाणासारखी आपली मुलं पुढं सोडली जातात; पण आपल्या मुला-मुलींचं आयुष्य त्यांचं असतं. ते आपल्या 'माध्यमातून' या जगात येतात, परंतु आपल्यापासून निर्माण होत नाहीत. म्हणून जरी मुलं

आपल्याबरोबर असली तरी, ती आपल्यावर अवलंबून नसतात.'

आता माझा धाकटा बरोब्बर तीन वर्षांचा झालाय. तो माझ्याच पोटातून जन्मला आहे की नाही, हे त्याला जाणून घ्यायचं आहे. 'तू माझ्या आत्म्यातून जन्मलास.' असं मी त्याला सांगते. 'आमच्या आंतरिक इच्छांतून, स्वप्नांतून आणि त्याने आमचंच बाळ असावं, या आमच्या गरजेतूनच तो जन्माला आलाय. मी सांगते. देव खरंच तुमच्या इच्छा पूर्ण करतो. तुम्हाला पावतो. तुमच्या प्रार्थनेचं फळ तुम्हाला नक्कीच मिळतं!

– अनुराधा गुप्ता

२

आईच्या नजरेतून

पाच माणसांसाठी एका 'पै'चे आई चार करते आणि मला 'पै'चीही अपेक्षा नाही म्हणून मोकळी होते!

– तेनेवा जॉर्डन

मनःपूर्वक आभार!

काही आठवड्यांपूर्वीच आम्ही दत्तक लेकीला घेऊन आलो. हा काळ माझ्यासाठी अत्यंत समाधानाचा आणि मातृत्वाचं महात्म्य अनुभवाला येण्याचा काळ होता. आईपणाचा आनंद, 'आई' होण्यातला मोठेपणा मी त्या दिवसांत खूप अनुभवत होते. आत्ता 'टीन' एजर असणारी माझी तीन मुलं त्यांच्या बाबांबरोबर गोष्टी ऐकत मोठी झाली होती. आपल्याला स्वत:ची दोन मुलं असावीत आणि दोन मुलं दत्तक घ्यावीत, असं आम्हाला नेहमी वाटे. देवाच्या कृपेनं आपल्याला अशी दोन मुलं आणि दोन मुली असाव्यात, असं आमचं स्वप्नं होतं.

पण गंमत म्हणजे दत्तक घेण्याआधीच आम्हाला तीन मुलं होती आणि आणखीही कितीतरी! हो ना, आमचा लळा लागलेली कितीतरी मुलं आमच्याबरोबर काही आठवडे, काही महिने, इतकंच नव्हे, तर काही वर्षंसुद्धा आमच्या घरी राहत असत. आमच्या तीन मुलांबरोबर उत्साहानं ओसंडून जाणाऱ्या घरात मोठी होत असत. आमचं घर त्या वेळी मुलांच्या हसण्या-खिदळण्याच्या मधुर आवाजानं, किलबिलाटानं अक्षरश: भरून जात असे.

आमची मुलं 'टीन' एज संपण्याच्या वयाची झाली आणि त्यांनी एक क्रांतिकारी मनसुबा जाहीर केला – 'आई-बाबा, आत्ता जर तुम्ही आमच्यासाठी छोटी बहीण घरी आणली नाहीत तर पुढे ती फक्त 'तुमची मुलगी' म्हणून या घरात मोठी होईल नि ती आमची धाकटी बहीण नसेल. लक्षात ठेवा!' आणि आमच्या होकाराची वाट न पाहताच त्यांच्या थोरल्या ताईनं ती काम करत असलेल्या संस्थेतून एक छोटं बाळ घरी आणलंही! आमची थोरली मदर तेरेसांच्या मिशनरी संस्थेत समाजसेवा करायची. हे बाळ खूप गोड होतं. कुणाकडून तरी लाड करून घ्यायला आतुर होतं. या मुलांची धाकटी बहीण व्हायला उत्सुक होतं.

एव्हाना मी चाळिशी ओलांडली होती आणि मुलांचे बाबा तर माझ्याहून दहा वर्षांनी मोठे! त्यामुळे आता सगळेच आम्हाला 'बाल संगोपना'चे धडे द्यायला उत्सुक

होते. आमच्या नव्या लेकीचं हसणं अगदी परीसारखं होतं. तिच्या बऱ्याच गोष्टी काळजाचा ठाव घेणाऱ्या होत्या.

ती आली, ती पहिली रात्र अगदी 'अविस्मरणीय' ठरली. अहो, त्या रात्री नऊ नव्हे, नव्वद वेळा तिचे लंगोट बदलले असतील आम्ही! तेही रात्री ११ ते सकाळी ६च्या दरम्यान. नव्या वातावरणाशी तीसुद्धा जुळवून घ्यायचा प्रयत्न करत होती ना! माझ्या आधीच्या पोरांच्या 'लंगोटबदल' कार्यक्रमात मी तब्बल एक दशक पार पाडलं होतं; पण त्यालाही आता पंधरा वर्षं उलटून गेली होती आणि परत या 'नॅपी लँड'ला येणं हा केवळ मानसिकदृष्ट्या उद्विग्न करणाराच नव्हे, तर मागे खेचणारा, खीळ घालणारा अनुभव होता. आता माझ्या या वयाला मी काही उत्साही, परकरी पोर नव्हते. आता पाठदुखी नियमित 'पाहुणी' होऊन बसली होती.

ही दत्तक लेक घरी येऊन काही आठवडे झाले होते, तेव्हाची गोष्ट आहे. एक दिवस मी नेहमीप्रमाणे बालसंगोपनाच्या दैनंदिन कार्यात मग्न होते. छोटीचा शी केलेला लंगोट बदलून तिला पुसून घेऊन तिथे पावडर लावली आणि मग नवीन लंगोट बांधत होते. माझा मुलगा अगदी लक्ष देऊन ही सगळी प्रक्रिया बघत होता. माझ्या चेहऱ्यावर पाठदुखीची किंचित वेदना उमटत होती. सगळं आवरलं. मी उभी राहिले आणि तिला कडेवर घेऊन जोजवत होते. एवढ्यात परत तिनं लंगोट ओला केला!

पुन्हा सगळं चक्र फिरलं. ते बघून माझ्या मुलानं विचारलं, "ममा, आम्हा सगळ्यांसाठी प्रत्येक वेळी तू इतका त्रास घेतलास? तुला खूप काम पडलं असेल नाही गं?" माझ्याबद्दलचा आदर, प्रेम त्याच्या आवाजातून स्पष्टपणे जाणवत होतं. माझ्या बाळांना वाढवताना मी घेतलेल्या कष्टांचे ते मनापासून मानलेले आभार होते.

ही नवी धाकटी बहीण आल्यानंतर माझ्या मुलांना दोन अत्यंत महत्त्वाच्या गोष्टी कळल्या. हा धडा त्यांना आयुष्यभर शिकवण देणारा होता. पहिली गोष्ट म्हणजे, मुलं ही प्रेम करण्यासाठी असतात आणि पालक त्यांच्या मायेपोटी आपलं सर्वस्व देऊन टाकून त्यांचं लालन-पालन करत असतात आणि दुसरी गोष्ट म्हणजे, आपल्या सगळ्याच मुलांवर आई-बाबांचं एकसारखंच प्रेम असतं. अगदी तसूभरसुद्धा त्यांच्या प्रेमाचा काटा इकडचा तिकडे होत नाही – 'not a penny more, not a penny less!' सगळी मुलं त्यांना सारखीच असतात.

– कुसुम चोप्रा

विश्वास

आजच्या जमान्यात अगदी विसंगत अशीच गोष्ट होती ती! आमच्या ओळखीच्या एका बाईंना चार मुलगे, एक मुलगी होती. शिवाय दोन कुत्रे होते घरात. छान हसतमुख मध्यमवर्गीय कुटुंब होतं ते! मुलं तशी हुशार होती, पण त्यांची अभ्यासात मात्र म्हणावी तशी बुद्धी चालत नसे. उठल्यापासूनच बाईंचं काम सुरू व्हायचं. अंगण, घर झाडायचं, फरशा पुसायच्या, धुणं धुवायचं, भांडी घासायची, बाजारहाट करायचा, स्वयंपाकपाणी तर काय चालूच असायचं. रोज संध्याकाळी मुलांचे शाळेचे युनिफॉर्मस् धुऊन अंगणातल्या दोरीवर वाळत टाकलेले दिसायचे. रात्री वाळले की, इस्त्री करून सकाळसाठी तयार! घरात दिवाणखान्यात एकाच पंख्याखाली मुलांची अंथरुणं असायची. अंथरुणं घालणं आणि काढणं ही कामं मात्र मुलं आळीपाळीनं करायची. कुत्र्यांनाही फिरायला न्यायची.

मी पहिल्यांदा जेव्हा त्यांना भेटले, तेव्हा त्यांची पहिली तीनही मुलं १२वीत होती. थोरली दोघं दोन वर्षं एकाच वर्गात नापास झाल्यानं आता तिघं एकाच वर्गात आली होती. यंदा तर तिघंही मुलं वार्षिक परीक्षेत नापास झाली होती. त्यांच्या नापास होण्याचं बाईंना दु:ख होतं, पण ते तसं अगदीच अनपेक्षितही नव्हतं. बाई रडल्या, पण कोसळल्या नाहीत. "छे बाई! काय करणार? सगळेच जण कसे हुशार असणार?" त्या म्हणायच्या.

पण मुलांचे वडील मात्र मुलांना खूप ओरडले, चिडले; मुलांना घराबाहेर हाकलून द्यायला निघाले; पण बाई मात्र घट्ट पाय रोवून उभ्या होत्या. "या मुलांना वाढवताना किती खस्ता खाल्ल्यात मी..." त्या म्हणाल्या. मुलांना अगदीच 'टाकाऊ', वाया गेलेलं मानायची त्यांची तयारी नव्हती. आपली मुलं अभ्यासात 'ढ' आहेत, अतिशय हुशार नाहीत, हे सत्य त्यांनी स्वीकारून टाकलं होतं. 'शेवटी काय, प्रत्येकजणच पदव्या आणि प्रशस्तिपत्रकांच्या मागे धावत असतो, नाही का? पैसा काय, पानवाला आणि मेकॅनिकही मिळवतो; पण चांगलं वागून आणि खूप

कष्टानं मिळणाऱ्या पैशानंच पत आणि आदर मिळतो.' त्या स्वत:चीच समजूत घालायच्या; पण आपली मुलं 'ढ' आहेत, म्हणून त्या त्यांना आरोपीच्या पिंजऱ्यात उभं करणार नव्हत्या.

अर्थात हे सगळं काही तसं सोपं नव्हतं. शेजाऱ्यापाजाऱ्यांचे टोमणे, घरातल्यांची चिडचिड, दुर्मुखलेली तोंडं, एकमेकांवर करवादणं आणि महिनोन्महिने धरलेला अबोला! 'या मुलांमध्ये काही अर्थ नाही. त्यांचा काही उपयोग नाही. सतत रस्त्यात नाक्यावर उभी राहून मुलींकडे पाहत चेष्टा-मस्करी करत असतात, सिगारेट ओढत असतात, ही मुलं गुंड होण्याच्या मार्गावर आहेत.' असे शिक्के त्यांच्यावर मारले जात होते.

एके दिवशी बाई माझ्या नवऱ्याची काळी पँट आणि पांढरे शर्ट मागायला आल्या. त्यांचा एक मुलगा व्यावसायिक अभ्यासक्रमाला जाणार होता. म्हणजे त्यांनीच त्याला केटरिंग कोर्ससाठी तयार केलं होतं. त्याला 'वेटर'च्या एन्टर्नशिपसाठी ड्रेस हवा होता. हे वेटरचं काम त्याच्या प्रतिष्ठेला शोभणार नाही, असं त्यांना अजिबात वाटत नव्हतं. आपला मुलगा जणूकाही 'न्यूरो सर्जरी' करणार आहे, अशाच पद्धतीनं त्या त्याच्याबद्दल बोलत होत्या. काम कुठलंही असो, त्यानं आपलं काम उत्तम रीतीनं करावं, एवढंच त्यांचं म्हणणं होतं.

दुसऱ्या मुलाला त्यांनी काळाबरोबर जाणारं शिक्षण दिलं; टायपिंग आणि कॉम्प्युटर ऑपरेटिंगचं. 'ही आपले पैसे वाया घालवतेय, मुलांनाही बिघडवतेय.' असं काही जणांचं मत होतं, पण त्या मात्र कसलीही अपेक्षा न ठेवता आपल्या परीनं काम करतच होत्या. त्यांचा हा मुलगा यंत्र हाताळण्यात हुशार होता. त्यामुळे गावातल्या एका इलेक्ट्रिशियनला त्याच्या दुकानात मदत करायला म्हणून आपल्या मुलाला कामाला ठेवावं, अशी त्यांनी विनंती केली. मुलानं प्रामाणिकपणे आणि चिकाटीनं काम करावं, एवढीच त्या दुकानदाराची अपेक्षा होती.

तिसऱ्या मुलाला ओळखी-ओळखीतूनच 'हॉटेल रिप्रेझेन्टेटिव्ह' म्हणून नोकरी मिळाली. हॉटेलमध्ये येणाऱ्या प्रत्येक ग्राहकामागे त्याला कमिशन मिळायचं. 'मिळवता मुलगा' म्हणून त्यानंही आता घरखर्चाला हातभार लावावा, असं बाईंना वाटायचं.

तो एक प्रयोगच होता. तशा त्या स्वत: काही फारश्या शिकलेल्या नव्हत्या. मध्यमवर्गीय गृहिणी होत्या. आयुष्याकडून त्यांच्या फार मोठ्या अपेक्षाही नव्हत्या. उत्पन्न मर्यादित; फक्त चांगलं जगता यावं एवढंच! दिवस मोठे कठीण होते, यात शंकाच नाही. त्यांचा नवरा सरकारी नोकरीत चांगल्या पदावर होता; पण त्याचा म्हणावा तसा आधार नव्हता. धाकटा अजून शाळेत होता; पण त्याला वेगळी शिकवणी लावायला फीला पैसे नव्हते. त्यांची उपासमार होत नसली, तरी दिवस मात्र कठीण होते; पण अशाही परिस्थितीत त्या मुलांना नीटनेटकं ठेवायच्या. त्यांनी

चांगलं वागावं, चांगलं बोलावं याकडे त्यांचा कटाक्ष असे. 'शेवटी आत्मसन्मान महत्त्वाचा! माणसानं स्वाभिमानी असावं!' हे त्यांचं जगण्याचं साधं तत्त्व!

पुढे आमची बदली झाली. आम्ही दुसऱ्या शहरात गेलो. आमच्या वाटा वेगळ्या झाल्या. त्यांच्या नवऱ्यानं त्यांना फसवलं होतं, पण आता तो परत त्यांच्याकडे आला होता, असं माझ्या कानावर आलं. यानंतर जवळ-जवळ पंधरा वर्षांनी आमची भेट झाली. मी ज्या हॉटेलमध्ये काम करते, तिथं आमची योगायोगानं गाठ पडली. 'तुमची मुलं कशी आहेत, काय करतात.' असं विचारणं मला जरा अवघड वाटलं; पण त्यांनी मात्र "सगळ्या मुलांची लग्न झालीत आणि मी आजी झालेय." असं जोरात सांगितलं. त्यांचा थोरला मुलगा एका शिपिंग कंपनीत होता आणि बढत्या मिळवत मिळवत छान पगार कमवत होता. आता तो ऑस्ट्रेलियात राहत होता. त्याची बायको एअर होस्टेस होती आणि त्यांचं छान चाललं होतं. दोन नंबरच्या मुलानं कर्ज घेऊन भागीदारीत स्वत:चा छोटासा कारखाना काढला होता आणि आपल्या आईला नियमितपणे पैसे पाठवण्याइतपत तो कमवत होता. तीन नंबरचा मुलगा हॉटेलमध्ये काम करत होता. नेटानं काम करून त्याने उच्च शिक्षणाच्या उणिवेवर मात केली होती. आता तो मध्य पूर्वेच्या एका हॉटेलचा मॅनेजर म्हणून काम करत होता.

धाकटी दोघं स्वत:च्या पायावर उभी राहीपर्यंत थोरले भाऊ त्यांच्या पाठीशी उभे होते. त्यांना पैशाचीही मदत करत होते. त्या भावंडांपैकी कुणीही आळशी, उधळे निघाले नाहीत. कोणालाच त्यांनी बोट दाखवायला जागा ठेवली नव्हती आणि कुणीच कुणावर अवलंबून नव्हतं. आपल्या मुलांच्या कलानं, त्यांच्या कुवतीप्रमाणे त्यांना शिकवूनसवरून, त्यांना प्रोत्साहन देऊन त्यांनी मोठं केलं होतं. त्यामुळेच कालचं 'अपयश' आज 'यश' बनलं होतं.

त्या कुठल्याही समुपदेशकाकडे गेल्या नव्हत्या की त्यांनी मुलांचं खाणं-पिणं, कपडालत्ता आणि घर याखेरीज इतर कशावर उगाच पैसा खर्च केला नव्हता. 'काहीही न करण्याची चैन' त्यांनी आपल्या मुलांना कधीच करू दिली नव्हती. उलट त्यांनी आपल्या पायावर उभं राहून त्यांना स्वावलंबीपणानं स्वतंत्र राहता यावं यासाठी, त्यांनी काहीतरी करावं म्हणून त्या सतत त्यांना ढकलत राहिल्या. 'आपण आपलं कर्तव्य करावं. जे योग्य ते करत जावं' असं त्यांनी स्वत:पुरतं ठरवलं होतं आणि तेच खूप योग्य ठरलं होतं. तेच त्यांना यश देणारं बळ होतं.

– शीला जयवंत

अपेक्षा सोडा, आनंदी व्हा

गणितात मी नेहमीच हुशार होते. बऱ्याच जणांना 'गणोबा' म्हणजे अगदी संकट वाटतं; पण मला मात्र गणित सहज येई. परीक्षेत उगाच सोप्या गोष्टीत क्षुल्लक चुका होऊन काही वेळा माझा पहिला नंबर हुकायचा, पण मला त्यात फारसंकाही वाटत नव्हतं. गणितातले नवनवीन प्रॉब्लेम्स सोडवण्यात मी गुंग असायचे. बऱ्याच जणांना गणित विषय आवडत नाही, पण माझं अगदी उलट होतं. तो माझा सर्वांत आवडता विषय होता.

तशी मी जरा शिष्टच होते. बराच काळ माझा एक समज होता की, जगात फक्त दोनच प्रकारची माणसं आहेत – गणित चांगलं येणारी आणि अजिबात गणित न येणारी; आणि दुसऱ्या प्रकारच्या माणसांशी बोलणं म्हणजे वेळ वाया घालवणं आहे. कारण गणित न येणं म्हणजे किमानही बुद्धी नसणं, असंच मला वाटायचं.

माझा लेक वर्षाचाही व्हायच्या आधीपासूनच मी त्याच्याशी अंकगणितातले खेळ खेळायचे. बाकीच्या आया मुलांना बडबडगीतं म्हणून दाखवायच्या, त्या वेळी मी मात्र माझ्या लेकाला एक-दोन म्हणून दाखवायचे. त्याला भरवतानासुद्धा आकडे मोजत घास द्यायचे आणि घासागणिक आकडे बदलत जायचे. त्याची गणिताची बाजू पक्की व्हावी, या दृष्टीनं मी होता होईतो सतत प्रयत्न करत राहायचे. माझ्या मुलात 'दैवी' बुद्धिमत्तेचा अंश दिसतोय का, याचा मी शोध घेत राहायचे; पण माझ्यासाठी ते मृगजळच ठरलं. माझा लेक त्या दृष्टीनं इतर मुलांच्या मानानं मागेच पडायचा. त्याच्या वर्गातली मुलं उलट्या क्रमानं अंक मोजायला लागली, त्या वेळी त्याला साध्यासरळ क्रमानं अंक म्हणता यायला लागले. हे सगळं स्वत:शीसुद्धा कबूल करणं मला अवघड होतं. हा पठ्ठ्या एखाद्या अंकाच्या मागचा-पुढचा अंक जरी विचारला, तरी अंदाजपंचे ठोकून द्यायचा.

'आपला लेक या दशकातला अति सामान्य बुद्धिमत्तेचा मुलगा आहे.' हे स्वीकारताना मला फारच वाईट वाटत होतं. गणितात गती असणं हे बुद्धिमत्तेचं सर्वसामान्य लक्षण आहे, असं मी म्हणायचे आणि इथं 'माझा'च मुलगा गणितात 'ढ' निघावा? छे! माझा मुलगा? मी स्वत:लाच दोष द्यायचे. कदाचित त्याच्या मनात गणिताची गोडी निर्माण करण्यात मीच कमी पडले असेन असं मला वाटायचं, तर कधी कधी मी लेकालाच दोषी ठरवायचे. 'माझ्या'सारखी एवढी उत्तम शिक्षिका मिळूनसुद्धा या शहाण्याला गणित कधी जमलं नाही, म्हणजे त्याच्यातच काहीतरी कमी असणार, असंच मला वाटायचं. काही वेळा नशिबावर खापर फोडून मी मोकळी व्हायचे. 'किती मठ्ठ आयांची मुलं हुशार निघतात आणि इथे मी बुद्धिमान आणि माझ्या पोटी असा ढढ्ढोबा! काय माझं नशीब! माझ्या सगळ्या प्रयत्नांवर याने बोळा फिरवलाय. याला कितीही शिकवा, पालथ्या घड्यावर पाणी!' असे विचार मी सतत करायचे. पण कोणालाही कितीही दोष दिला, तरी माझा लेक गणितात 'ढ' होता, ही वस्तुस्थिती होती. 'गणिताशिवाय आता याचं कसं होणार? तो काय करणार? गणितातल्या अगदी साध्या साध्या गोष्टी त्याला येत नाहीत, म्हणजे प्रगतीच्या सगळ्या वाटा याच्यासाठी बंदच होणार की!' अशी काळजी मला पडली होती.

मी किती निराश झाले होते, तुम्हाला काय सांगू! खरं वाटणार नाही; पण पुढे मी हळूहळू ही वस्तुस्थिती मान्य करायला लागले. माझ्याइतका तो गणितात कधीच चमकणार नाही, हे सत्य मी पचवलं आणि मग मला त्याच्यातल्या इतर चांगल्या गोष्टी दिसायला लागल्या. वयाच्या मानानं तो खूपच चांगले शब्द बोलत, वापरत होता. मूड असला की, तो सुंदर चित्र काढायचा. त्याला धावायलाही आवडायचं. त्याला विनोदाचंही अंग होतं. त्याला गणिती ज्ञानाची देणगी नव्हती, पण त्याला मिळालेल्या या बाकीच्या देणग्यांमुळे तो कसा उठून दिसायचा! तो कदाचित शास्त्रज्ञ झाला नसता, इंजिनिअर किंवा चार्टर्ड अकाउंटंट झाला नसता; पण त्याच्यासाठी इतर अनेक संधींचे दरवाजे खुले होते, हे मला समजलं.

आता मी त्याच्यातल्या इतर गोष्टींकडे लक्ष द्यायला लागले. तो खूप संयमी, शांत उदार आणि मनमोकळा होता. मित्रांवर तो खूप प्रेम करायचा आणि त्यांच्याशी प्रामाणिकही होता. लहान बाळं आणि प्राणी यांची तो जिवापाड काळजी घेत असे. एक माणूस म्हणून माझ्यापेक्षाही तो उजवा होता, जास्त चांगला होता. एखाद्या आईला याहून जास्त काय हवं असतं?

पण एक मात्र नक्की – जेव्हा मी माझ्या लेकाबद्दलच्या अवास्तव

अपेक्षांचं रिंगण ओलांडलं, तेव्हा मी मोकळी झाले. माझा मुलगा 'माणूस' म्हणून कसा, किती चांगला आहे, ते मला कळलं आणि मी हे जे केलं, त्याचा मला आनंद आहे.

एवढं होऊनही 'माझा मुलगा गणितात जरासा हुशार असायला हवा होता', असं कधीतरी माझ्या मनात अजून येतं, हेही खरंच!

– रायना एम. तलवार

माझी निरागस 'अम्मा'

२००६ सालचा ऑक्टोबर महिना! स्वतःच्या पायावर उभं राहण्यासाठी मी पहिल्यांदाच घर सोडून इंग्लंडला निघालो होतो. आता माझ्याशिवाय रिकामं घर खायला उठेल म्हणून आईनं माझ्या आजीला आणि काकांना बोलावून घेतलं होतं. ते आले, त्या दिवशी अम्मानं, माझ्या आईनं मला एका बाजूला बोलावलं आणि दबक्या आवाजात मला म्हणाली –

मा - तुझ्या कॉम्प्युटरच्या टेबलावर मला एक सीडी दिसली; पण काळजी करू नकोस. मी ती लपवून ठेवलीये.

मी - काय? कसली सीडी? आणि तू ती लपवून का ठेवलीस?

मा - म्हणजे? तुझ्या काकांनी ती बघितली असती, तर त्यांना तुझ्याबद्दल काय वाटलं असतं? घाबरू नकोस, मी हे कुण्णाला सांगणार नाहीये.

मी - (हजारो विचार माझ्या मनात येऊन गेले.) काय गं, कसली सीडी आहे?

मा - मला नाही माहीत. तुझंच अक्षर आहे. सीडीवर लिहिलंय, 'How to losea guy in 10 days.'

मी - (गडाबडा लोळत हसून) अगं, तो सिनेमा आहे, सिनेमा! प्लीज तू तो बघ आणि तुझ्याबरोबर काकांनाही दाखव. अगदी साधासरळ सिनेमा आहे तो!

मा - (काहीशी हट्टीपणानं) हॅ! आजी आणि काका तुझ्यासारखे पुढारलेले नाहीत काही! त्यांना उगाच काही सांगायची गरज नाही हं!

या सगळ्या संभाषणानंतर मी तिला किती समजावून सांगितलं, पण पालथ्या घड्यावर पाणी! म्हणून मी पुढच्या वेळेस घरी गेलो, तेव्हा तिला तो सिनेमा मुद्दाम दाखवला. माझं त्या वेळचं म्हणणं खोटं नव्हतं, हे मला तिला दाखवून द्यायचं होतं. तिला हे थोडं पटलं असावं.

तिच्या डोक्यात कसल्या विचारांचं वादळ घोंघावत होतं, कोण जाणे!

पण तरीही एक गोष्ट नक्की, माझ्या तथाकथित सवयींवर माझी अम्मा पांघरुण घालू बघत होती. असो. सगळ्या आया अशाच असतात ना? तुम्हाला काय वाटतं?

– दिव्या मेनन

मातृमंडल

माझ्या नवऱ्याला 'ॲनिमल प्लॅनेट' बघायला फार आवडतं. रोज रात्री टीव्हीवर तो तेच पाहत असतो. त्या ॲनिमल प्लॅनेटमधले हिंसाचार पाहण्यापेक्षा त्याला आपल्या जुन्या सिनेमातल्या मारामाऱ्या बघायला का आवडत नाहीत, याचं मला नवल वाटतं. कदाचित त्याला प्राणी जास्त जवळचे वाटत असावेत. मलाही आपल्या जंगलांपेक्षा त्यांचीच जंगलं बरी वाटतात. हो, कारण ती छान हिरवीगार दिसतात!

काल त्या चॅनलवर सिंहिणीबद्दलचा विशेष कार्यक्रम होता. मीपण तो पाहत होते. पाहता पाहता मला त्या सिंहिणीत आणि माझ्यात साम्य दिसायला लागलं. खरंतर अलीकडे मला माझ्यात अनेक प्राण्यांचं मिश्रण असल्यासारखं वाटायला लागलं होतं. आता माझं स्त्रीत्व परिपूर्णतेकडे वाटचाल करत होतं.

मी अखिल विश्वाच्या 'मातृमंडला'त सामील झाले होते. आता त्या मंडळाच्या सदस्यांना पूर्वीसारखं 'आई' म्हणत नाहीत. ते आता जुनंपुराणं झालंय. सध्या त्यांना 'Hipmokanlicows' म्हणतात. आपण मानव नाही. अनकेविध प्राण्यांचं आपण मिश्रण आहोत. हे प्राणी आपण ॲनिमल प्लॅनेटवर पाहत असतो. अर्थात, आपण 'खास' आहोत; तुम्हाला नीट सविस्तर सांगते.

आपल्या 'हिप्स' हिप्पोपोटॅमसकडून येतात. त्यासाठी आपल्याला मुद्दाम काही पॅडिंग करावं लागत नाही.

Hip – 'माकडहाड' आलं 'माकडापासून'. माकडाची शेपूट राहिली नाही, पण झोके घ्यायची, लोंबकाळायची हौस तशीच राहिली. कुणाला हसवायचं झालं, तर 'माकडचेष्टा' मदतीला येतात. आपल्या बाळांचं बोळकं पसरलेलं निर्व्याज हसू बघायचं असेल, तर त्याच्यासमोर वेडीवाकडी तोंडं करून 'मर्कटलीला' करून दाखवाव्या लागतात. सर्कशीतला विदूषकही असंच करतो ना!

Kan – 'कान' आले 'कांगारू'पासून. ही अलीकडची गोष्ट आहे; काही

दशकांपूर्वीची. हल्ली आपण कांगारूसारखीच पिशवी पोटाशी बांधून त्यात आपलं बाळ नाही का ठेवत? सगळ्या तरुण आया असंच करतात. आयांना सोयीचं आहे, पण त्या पिलांना कधीतरी ते त्रासाचं वाटत असेल.

'N' - चा उगम झाला 'Lioness'मधून. सिंहिणीसारख्या काही गोष्टी आपल्या आयांमध्ये मुळातच असतात. सिंहिण जशी शिकाऱ्यांपासून आपल्या छाव्यांचं रक्षण करत असते, तशी आईसुद्धा आपल्या बाळावर सतत लक्ष ठेवून असते. त्याला इजा होऊ नये म्हणून डोळ्यात तेल घालून काळजी घेते.

'Cow' - गाय हा शब्द स्वत:चीच ओळख देतो. चालतं-बोलतं स्वयंपाकघर! तिचं दूध टिकण्यासाठी फ्रीजची गरज नाही. अगदी आहे तसं ते प्या – 'रेडी टू इट!' आणि माय - आपली गाय; गाय - आपली खरी माय!

यावरून आला शब्द - Hipmokanlicows. आपण काही परग्रहावरून नाही आलो. आपण सिंहिणीसारखी गर्जना करतो, माकडासारख्या उड्या मारतो!

तर हे असं आहे.

आपल्याला 'बाई'माणूस म्हणून कधी काही भावना वाटतील की नाही, असं मला वाटायचं. मातृत्वाच्या पुढच्या पायरीपर्यंत प्रगती व्हायचीही वाट पाहायचा मला धीर नव्हता.

मला त्यातलं काहीच कळत नव्हतं!

सध्या मात्र मी अनेक कामं करणारी सर्वज्ञ स्त्री झालेय. दुसऱ्या शब्दांत सांगायचं, तर मी 'सुपर वुमन' व्हायचा प्रयत्न करतेय आणि आत्ता मी जे ऐकते, 'ज्याला घाबरते' त्याचा परिणाम टिकणारा आहे.

मला भाषाशास्त्रज्ञ व्हावं लागेल. म्हणजे मग मला माझ्या बाळाच्या बोबड्या बोलांचा अर्थ कळेल. हळूहळू मला सगळ्याच विषयांत डॉक्टरेट मिळवावी लागेल. म्हणजे मुलांच्या कुठल्याही विषयातल्या, कधीही उद्भवणाऱ्या, न संपणाऱ्या, कसल्याही शंकांना, प्रश्नांना मला उत्तरं देता येतील; आणि तीही त्यांचं समाधान होईल अशी! म्हणजे शिक्षण सतत सुरूच!

इतकंच काय, पण मला ऑलिम्पिकच्या जोडीची ॲथलीट व्हावं लागेल. तसा स्पीड गाठावा लागेल, कारण बाळानं स्वयंपाकघरात, हॉलमध्ये, बेडरूममध्ये इतस्तत: फेकलेली खेळणी, पसारा मला सतत आवरत राहावा लागेल. बाळ कुठेतरी धडपडू नये, त्याचं नाक आणि माझं काचेचं सामान फुटू नये म्हणून मला सतत धावपळ करावी लागेल. एका तासात बाळाशी पन्नास प्रकारचे खेळ खेळायला मला एखाद्या ॲथलीटसारखीच एनर्जी आणि स्टॅमिना कमवावा लागेल. बाळाला कुठे लागलं-खुपलं-कापलं-खरचटलं, तर 'नर्स'च्या कौशल्यानं त्याचं ड्रेसिंग, औषधपाणी करायला लागेल. सर्दी-खोकल्यासारख्या छोट्या-छोट्या दुखण्यांसाठी

घरगुती औषधांचा 'आजीबाईचा बटवा' तयार करावा लागेल आणि माझ्या स्वत:साठी 'ताणनाशक गुटिका' बघून ठेवावी लागेल.

सध्या मी उत्तम सुगरणपणाचे धडे घेतेय. बेचव-आळणी पदार्थ चविष्ट बनवायला शिकतेय. दूध, केळी, गाजरं यांच्यापासून 'यम्मी' पदार्थ तयार करू बघतेय. माझ्या बाळाच्या जिभेचे चोचले पुरवायची पूर्ण तयारी चाललीये माझी! चोचले + पौष्टिकता अशी कसरत आहे आणि कधीतरी स्वयंपाक जमलाच नाही, पदार्थ बिघडलेच, तर लढाईत जसे हातबॉम्ब वापरतात, तशी मी हाताशी - नव्हे टेबलावर फळं ठेवीन!

माझ्या या सगळ्या सर्वगुणसंपन्नतेच्या स्वप्नात मी रंगून जाते, तेव्हा माझं मूळ रूपही मला आठवतं आणि गंमत म्हणजे आईपणाच्या वरच्या पायरीची, आपण 'आजी' झाल्याचीही स्वप्नं मी बघते. त्यात मी माझ्या गोंडस नातवंडांना चक्क मूठमूठ चॉकलेट्स देते, छान छान गोष्टी सांगते आणि खूप खूप लाड करून त्यांना बिघडवतेसुद्धा! अर्थात, एक 'आजी' म्हणून हे सगळं माफ आहे; योग्यच आहे!

हं.. पण... अं ऊं...

– बैसाली चटर्जी दत्त

मन उधाण वाऱ्याचे

'मी तिसऱ्यांदा गरोदर आहे' हे जेव्हा मी सगळ्यांना सांगितलं, तेव्हा अनेकांची तोंडंच बंद झाली. ''काय? पुन्हा? गरोदर? पुन्हा तुला त्या सगळ्या चक्रातून जायची इच्छा आहे? शरीराचे ते सगळे सोपस्कार पुन्हा करायची तयारी आहे तुझी! धन्य आहे बाई!'' अशा प्रतिक्रियाही आल्या.

''होय. खरंच, अगदी आनंदानं!'' मी हसून उत्तर देत असे. तसा मला गरोदरपणात नऊही महिने रोज सकाळी मळमळणं, कोरड्या उलट्यांचा त्रास व्हायचा आणि गेले काही आठवडे तर इतके वेळा बाथरूमला जावं लागत होतं की, वाटायचं तिथंच मुक्काम ठोकावा! पण तरीही मी हे सगळं आनंदानं सोसणार आहे. होय! तिसऱ्यांदा. का माहितेय? सांगते.

माझा धाकटा त्या दिवशी फारच छान मूडमध्ये होता; धमाल करण्याच्या! सारखा हसत होता, उड्या मारत होता, नाचत होता, माकडचेष्टा करून माझी आणि त्याच्या दादाची मनसोक्त करमणूक करत होता. त्याच्या चिमुकल्या मेंदूतून अशी काही भन्नाट गाणी बाहेर पडत होती की, ती गाताना त्याची होणारी वेडीवाकडी तोंडं बघून आमची हसून हसून पुरेवाट होत होती.

हा माझा पाच वर्षांचा कराटेपटू! कराटे क्लासचा पांढरा ड्रेस आणि केशरी बेल्ट घालून जमिनीवर कसरती करून दाखवत होता. त्याची नजर, त्याची कल्पना सगळं एका वेगळ्याच जगातलं होतं. एकदम उडी मारून हा पठ्ठ्या त्याच्या दादाला खाली पाडून त्याच्या अंगावर बसला आणि आपल्या चिमुकल्या हातांनी दादाला घट्ट मिठी मारून बसला; जणू आपल्या हातांच्या चौकटीत त्याला बांधून ठेवणार होता.

दोघा भावांचं हे प्रेम पाहून माझं मन भरून आलं. डोळ्यांवाटे पाझरायला लागलं. एवढ्यात माझा थोरला माझ्याकडे वळून म्हणतो कसा, ''ममा, मला इतका गोड छोटा भाऊ दिलायस! थँक्स!''

माझ्या डोळ्यातलं पाणी लपवण्याचा मी प्रयत्न केला. भावंडांमधल्या प्रेमाचं हे दृश्य केवळ अद्वितीय, आत्यंतिक आनंदाचं होतं. ते माझ्या मनावर कायमचं कोरलं गेलं.

आणि म्हणूनच मी आज बाथरूममध्ये मुक्काम ठोकायला तयार झालेय. पुन्हा तिसऱ्यांदा!

– बैसाली चॅटर्जी दत्त

प्रेमाचा अखंड प्रवाह

नुकतंच माझं सिझेरियन झालं होतं. मी अजून ऑपरेशन टेबलवरच होते. आसपासचे सगळे आवाज ऐकत होते, गडबड बघत होते. काही मिनिटं 'वयाची' माझी छोटी जोरजोरात किंचाळून रडत होती. मी आणि माझा नवरा, आमच्याही डोळ्यात पाणी होतं. त्या दिवशी आमची छोटी या जगात आली होती. तिनं पहिल्यांदा डोळे उघडले होते आणि स्वतंत्रपणे श्वास घेतला होता! आमचा आनंद आमच्या डोळ्यातल्या अश्रूंमधून ओसंडत होता आणि आम्ही तो थोपवू शकत नव्हतो. डॉक्टर बाळाचं नेहमीचं चेकअप करत होते. तिला स्वच्छ करून तिचं वजन, उंची वगैरे बघत होते आणि तोवर ही महाराणी ठणाणून रडत होती. "मला बघू दे ना तिला! तिला माझ्याजवळ द्या ना! मला माझ्या पिलूला जवळ घ्यायचंय." मी पुटपुटले.

तिचं सगळं आवरल्यावर डॉक्टरांनी तिला माझ्या पुढ्यात ठेवलं. मी तिला जवळ घेतलं आणि लगेच तिचं रडं थांबलं. डॉक्टर म्हणाल्याच, "याला म्हणतात आई होणं!" एखाद्याला एकाच वेळी हसायला आणि रडायला येईल, असं मला कधी वाटलं नव्हतं; पण त्यावेळी मी तेच केलं होतं.

त्या रात्री छोटी माझ्यासमोर पाळण्यात झोपली होती. माझ्या कॉटवरून ती मला दिसत होती. सिझेरियनचा मला थोडा त्रास होत होता, पण खरंच त्यापेक्षा मला इतका आनंद झाला होता की, त्यामुळेच मला झोप येत नव्हती. मी शांतपणे माझ्या कॉटवरून तिचे विभ्रम, तिच्या 'लीला' डोळेभरून बघत होते. तिचं ओठांचा चंबू करणं, ओठ मुडपणं, ओठाची महिरप करणं, मंद हसणं, आठ्या घालणं खरंच किती सुंदर! किती निखळ, निरागस दिसत होती माझी सोनी! मी तिच्याकडे बघत बसले होते. माझा नवरा शेजारच्या कोचात शांतपणे झोपला होता. सुखी संसाराचं माझं चित्र पूर्ण झालं होतं.

आणि एकदमच आपोआप माझं मन वेगात धावलं आणि माझ्या मुलीच्या

चौदाव्या वर्षावर जाऊन थांबलं. माझं म्हणणं न ऐकता माझ्या तोंडावर दार लोटून जाणारी, माझ्याशी वाद घालणारी, मनाला घरं पडतील असे कटू शब्द बोलणारी, अर्धवट वयातली माझी मुलगी माझ्या डोळ्यांसमोर उभी राहिली. मी तिच्याकडे बघत होते. 'ही माझी मुलगी', माझ्या हाडामासाची, माझं रक्त तिच्या नसातून वाहत होतं. माझी ही 'छोटी' पुढे मोठी होणार होती आणि माझं मन मोडून माझ्यासारखंच ती वागणार होती. मी माझ्या आईशी कितीतरी वेळा जशी वागले होते, तशीच!

मी एकदम माझ्या चौदाव्या वर्षात गेले. मी कशी वेड्यासारखी वागत होते! पण माझ्या चुलत भावंडांनी कधीच माझ्या वागण्याची तक्रार केली नव्हती. त्या नकळत्या वाढीच्या वयातला माझा उद्दामपणा, उगाच धरलेला अबोला, राग सगळं त्यांनी सोडून दिलं. माझ्यावर अजूनही निरपेक्ष, फक्त आणि फक्त प्रेमच करणाऱ्यांच्या मनाला त्या वेळी मी किती घरं पाडली होती! त्यांना किती आणि किती वेळा मी दुखावलं होतं!

पहाटेचा दीड वाजला होता. मी फोन उचलला आणि आईला फोन लावला. तिचा आवाज ऐकला अन् त्या क्षणी माझ्या गळ्यात आवंढा आला. तोंडून शब्दच फुटेना. तिला वाटलं, मला काहीतरी जास्त त्रास होत असावा. "काय गं, काय होतंय?" असं म्हणत तिनं माझ्या नवऱ्याजवळ मला फोन द्यायला सांगितला. (एव्हाना माझा नवरा जागा झाला होता आणि उठून आमचं संभाषण भरल्या डोळ्यांनी ऐकत होता.) मी आवंढा गिळला आणि "आई, तू मला खूप आवडतेस. मी तुला आजपर्यंत खूप त्रास दिला ना गं! मला माफ कर आई, Sorry Ma." एवढंच कसंबसं बोलले. मला आठवलेल्या, न आठवलेल्या सगळ्या लहान-मोठ्या प्रसंगांबद्दल मी आईची क्षमा मागितली.

फोनवर आईचं अस्फुट रडणं ऐकू आलं. "बेटा, मला यातलं काहीच आठवत नाही. माझ्या काहीच लक्षात नाही ते. मला फक्त एवढंच माहितेय, मी नेहमीच तुझ्यावर माया करत राहणार आहे. बस!"

– रवीना टंडन

एक बार फिर!

माझ्या दहा महिन्याच्या बाळाशी खेळण्यात मी अगदी दंग झाले होते. एवढ्यात 'गजर' झाला. नाराजीनंच मी निघाले. माझ्या लाडक्या थोरल्या लेकाला शाळेतून घेऊन यायची वेळ झाली होती.

छे! मी माझ्या धाकट्या लेकावर अन्याय तर करत नाही ना, याची माझ्या मनाला सतत बोच लागून राहिली होती. त्याला सांभाळण्यासाठी मदत म्हणून मी एक मुलगी ठेवली होती. त्याला अंघोळ घालायला, झोपवायला आणि सर्वांत महत्त्वाचं म्हणजे मी कामात असताना त्याच्याशी खेळायला! काम म्हणजे तरी काय? थोरल्या लेकाबरोबर वेळ घालवणं होय. माझा थोरला लेक म्हणजे अगदी 'मेरी आँख का तारा! माझा जीव की प्राण!' त्याच्यामुळेच तर मी पहिल्यांदा 'आई' झाले होते. त्याला उगाच कोणी हात लावलेलाही मला खपत नसे.

अर्थात माझ्या दोन्ही मुलांवर माझं सारखंच प्रेम आहे. त्यांच्यापैकी कोणाशिवाय जगण्याची मी कल्पनाही करू शकत नाही. थोरला गोष्टी खूप छान रंगवून सांगतो. त्याची कल्पनाशक्तीही भारी आहे. तो म्हणजे सतत प्रश्न विचारणारी 'क्वेश्चन बँक' आहे. धाकटा सशासारखे चार दात दाखवत बोळकं पसरून हसतो. ते पाहण्याचा आनंद काही औरच आहे. त्यांच्यात बऱ्याच गोष्टीत साम्य आहे, तर काही गोष्टी खूप वेगळ्या आहेत. थोरल्याचं धाकट्यावरचं हळुवार प्रेम पाहून मला थक्क व्हायला होतं. धाकट्यालासुद्धा 'दादा' फार आवडतो. त्याच्याशिवाय त्याचं पान हालत नाही.

माझ्या थोरल्याच्या जगात मला 'सर्वोच्च' नसला, तरी खूप मान आहे, हे मला ठाऊक आहे; पण धाकट्याचं काय? 'मी त्याच्याजवळ नसले, तर त्याला काय वाटतं? तो मला शोधतो का? त्याला मी आवडते ना? त्याचं माझ्यावर प्रेम असेल ना?' दिवसभरात हजार वेळा या शंका माझ्या डोक्यात थैमान घालून जातात. कारण काही का असेना, 'मी काही वेळा त्याला घरात ठेवून जाते म्हणून त्याच्या मनात

माझ्याबद्दल राग, आकस तर नसेल ना? त्याला मी आवडत असेन ना? त्याचं माझ्यावर प्रेम असेल ना?' माझं मन मला खातं.

दोन मुलं असणाऱ्या सगळ्याच आयांच्या बाबतीत हे असंच होतं, असं माझ्या सगळ्या मैत्रिणी म्हणतात. माझी आई आणि सासूबाई यातूनच गेल्याचं सांगतात. मलाही त्याची सवय व्हायला हवी, असं त्या म्हणतात. दोन्ही मुलांबरोबर आरामात राहा आणि त्यांच्या सहवासाचा आनंद जेव्हा, जसा, जितका घेता येईल, तितका, तसा, तेव्हा घेत चल म्हणतात. त्यांच्या या मनापासून दिलेल्या सल्ल्याबद्दल त्यांचे आभार! हे सगळं ठीक आहे, पण त्याला मी आवडत असेन ना?

हो, तर थोरल्याला शाळेतून आणायला मी निघाले होते. धाकट्याच्या खोलीच्या दारात उभं राहून मी माझ्या बाळाकडे डोळे भरून बघत होते. त्याची छबी माझ्या नसानसात साठवून ठेवत होते. रंगीबेरंगी खेळण्यांच्या गराड्यात तो बसला होता, पण त्याची नजर त्यातल्या एकाच खेळण्यावर होती. हं! म्हणजे त्याच्या चौकस नजरेनं त्यातली गंमत टिपलेली असणार!

मी दारातच उभी राहिल्याचं त्याला जाणवलं असावं. कारण त्यानं मान वळवून माझ्याकडे पाहिलं आणि आनंदानं हुंकारून भराभर रांगत माझ्या दिशेनं आला आणि माझा कुडता धरून डुगडुगत उभा राहिला. इतकं झाल्यावर मी त्याला झर्रकन उचलून त्याची गोड पापी नाही का घेणार! माझ्या कुशीत शिरून तो मला बिलगला. त्याचे रेशमी हात माझ्या गालावर ठेवून माझ्याकडे बघत राहिला. माझ्या खांद्यावर डोकं ठेवून समाधानानं गोड हसला. त्याच्या त्या निरागस, निर्व्याज हास्यात माझं मन पार विरघळून गेलं!

दैवी आत्मानंदाचा तो विलक्षण अनुभव होता!

– बैसाली चटर्जी दत्त

गणिताची 'परीक्षक'!

अनिमा-दी. आमची कामवाली. मोठी फटकळ. मनात येईल ते लगेच बोलून टाकणारी. तशी अशिक्षितच; पण लहान मुलासारखं अक्षर काढत स्वत:चं नाव मात्र लिहायला म्हणजे सही करायला शिकली होती. तिला गणितातलं काय कळणार? पायथॅगोरस, त्रिकोण-चौकोन, लंब, समांतर रेषा याबद्दल तिला 'शून्य' माहिती होती. तिनं आपल्या मुलाला, भारतला मात्र शाळेत घातलं होतं. त्याला जाड्या जाड्या पुस्तकात डोकं खुपसून वाचत बसलेलं मी बरेचदा बघत असे; पण तो जे वाचायचा, ते त्याच्या डोक्यात उतरलेलं नाही हे त्याच्या चेहऱ्यावरून कळायचं. तरीही तो मजेत असायचा. पतंग उडवण्यात तो आपला वेळ 'सार्थकी' लावायचा आणि सरतेशेवटी वर्षाअखेर शाळेचा 'निकाल' त्याला अडचणीत आणणारा ठरायचा.

बहुतेक वेळा भारत शाळा सुटली की, परस्परच आमच्या घरी यायचा. त्याच्या आईची कामं उरकेपर्यंत शांतपणे दारात बसून राहायचा.

आजही तो असाच शाळेतून आला होता. शाळेत आज गणिताची चाचणी परीक्षा होती. कामं उरकून अनिमा-दी बाहेर आली. "झाली परीक्षा? कसा व्हता प्येपर?" तिनं भारतला विचारलं.

"होऽ पेपर ना, एकदम सोप्पा गेला." भारत म्हणाला.

हे ऐकल्यावर अनिमा-दीनं त्याच्या दप्तरातून वही आणि पेन्सिल काढली. "काय रे, प्येपर कुटंय?" तिनं विचारलं.

"हा काय, हितं." असं म्हणत भारतनं त्या वहीतून एक कागद बाहेर काढला.

"मंग आता पयलं गनित सोडीव." अनिता-दीनं फर्मान काढलं.

भारतला हे अपेक्षित नव्हतं. आपली आई असं काहीतरी म्हणेल, असं त्याला वाटलंच नव्हतं. पायथॅगोरसच्या प्रमेयात तो अनिमा-दीइतकाच 'हुशार' होता. आता आईला काय सोडवून दाखवायचं या विचारात तो कागदावर नुसत्याच रेघोट्या

मारत बसला. काहीतरी आकडे काढले. ''हां चल, दुसरं गनित कर.'' अनिता-दी म्हणाली. भारत आपला ढिम्म! त्याचं पहिल्यासारखंच दुसरं उत्तर! तशीच सगळी उत्तरं!!

''काय रं, प्येपर तर लई सोप्पा गेला म्हनलास ना तू?'' ती खेकसली. भूमितीमधलं, आकडेमोडीतलं तिला काहीही कळत नव्हतं; पण तिनं किती सहजपणे मुलाकडून खरं काय ते काढून घेतलं! हे पाहून मला तिचं फार कौतुक वाटलं. भारत तोंड उघडं टाकून आपल्या 'हुशार' आईकडे बघतच राहिला. लांब खुर्चीत बसूनही मला त्याचा चेहरा सहज वाचता येत होता. आपल्या आईला फसवणं किती अवघड असतं, हे आणखी एका मुलाला आज कळलं होतं!

– बिल्वदल रॉय

मॉम आणि मॅम

"मी टॉयलेटला जाऊन येऊ?" त्यानं विचारलं.

"हो, ये जाऊन." ती म्हणाली.

"थँक्यू मॉम!" तो म्हणाला.

दोन मिनिटांत तो जाऊन परत आला आणि पुन्हा दारात उभं राहून त्यानं विचारलं - "मॉम, आत येऊ?"

"ये बाळा" तिनं छापील उत्तर दिलं.

तुम्ही विश्वास ठेवा किंवा ठेवू नका; पण हा विशिष्ट संवाद एखाद्या वर्गातल्या शिक्षिका आणि तिचा विद्यार्थी यांच्यातला किंवा एखाद्या शाळेतल्या नाटुकल्यातलाही नाही. हा संवाद आहे, एक आई आणि तिचा सात वर्षांचा मुलगा यांच्यातला; त्यांच्या बेडरूममधला, रात्री साडेदहा वाजता झालेला!

हो, मी आणि माझा मुलगा - आमच्या घरात आमच्या बेडरूममध्ये होतो.

आमची झाशीला बदली झाली होती, तेव्हाची गोष्ट. त्या वेळी मी तिथल्या राणी लक्ष्मीबाई पब्लिक स्कूलमध्ये शिक्षिका होते. माझी दोन्ही मुलं - संचित आणि अंचित त्याच शाळेत होती. जूनपासूनच्या शाळेच्या नव्या वर्षात माझ्या मुलाच्या वर्गाची मी क्लास टीचर असणार, असं मला कळलं.

माझा मोठा मुलगाही माझा विद्यार्थीच होता. शाळेच्या सगळ्या उपक्रमांत हा पुढे! शाळेत सगळ्यांचा लाडका! त्याच्या या गुणांमुळे मला त्याच्या बाबतीत जरा कडक राहावं लागायचं; म्हणजे असं की, सगळेजण जेव्हा त्याचं कौतुक करायचे, तेव्हा मी त्याला त्याच्या छोट्या चुका दाखवून जमिनीवर आणायचे. 'तो माझा मुलगा आहे, म्हणून मी त्याच्याबाबत नरमाईनं वागते किंवा त्याला झुकतं माप देते' अशी शंकासुद्धा माझ्या सहकारी शिक्षकांच्या मनात येऊ नये, असा माझा कटाक्ष असायचा. आदर्श शिक्षक असण्याच्या नादात माझ्या वागण्याचा त्याच्यावर नकळत काय परिणाम होत असेल, हे माझ्या लक्षातच आलं नाही.

खरंच, माझ्या वागण्याचा त्याच्यावर किती परिणाम झाला होता!

आमच्यात 'तो' संवाद झाला ना, त्या दिवशी माझे यजमान ऑफिसच्या कामासाठी परगावी गेले होते. त्यामुळे मी दोन्ही मुलांना आमच्याच खोलीत झोपायला बोलावलं. त्यांच्याशी हसतखिदळत, दंगामस्ती करत आमच्या मोठ्या पलंगावर आम्ही तिघं झोपलो होतो. म्हणजे मुलं झोपली होती आणि मी अजून पुस्तक वाचत पडले होते. इतक्यात मोठा मुलगा पेंगुळल्या डोळ्यांनी उभा राहून मला विचारायला लागला, "मॉम, मी टॉयलेटला जाऊ?" त्याच्या अशा विचारण्यानं माझं काळीज तुटलं! म्हणजे? त्याच्या लेखी मी एक शिक्षिका, शाळेतल्या 'बाई' होते! 'आई' नव्हतेच? बाप रे! माझं आईपण धोक्यात होतं!

दुसऱ्या दिवशी मी शाळेच्या व्यवस्थापकांशी या प्रसंगाबद्दल चर्चा केली. त्यांच्याशी सविस्तर बोलले. "मी राजीनामा देणार आहे." असं सांगून टाकलं; पण व्यवस्थापकांनी मला वर्ग बदलून द्यायची आणि मोठ्या शाळेत बढतीवर जायची ऑफर दिली. मोठ्या वर्गांना शिकवायचं माझं स्वप्नं होतं आणि त्या प्रसंगानं मला ही संधीही मिळाली; पण या गोष्टीचा मी आनंद मानायला हवा होता की दुःख? मला काही कळेना.

सरतेशेवटी मी व्यवस्थापनाची ऑफर नाकारली आणि माझ्या शहाण्या, गोड मुलांसाठी "त्यांच्या शाळेत परत कधी शिकवायला जायचं नाही." हे पक्कं ठरवून टाकलं. मला त्यांची फक्त 'आई' व्हायचं होतं, 'बाई' नाही. 'मॉम' व्हायचं होतं, मॅम नाही!

– चित्रा वशिष्ठ

प्रिय आईस!

"तेव्हा तू जेमतेम एक दिवसाची होतीस." असं म्हणत मिश्कील डोळ्यांनी पप्पा माझ्याकडे बघायचे आणि पुढं सांगायला लागायचे. "तेव्हा तुला ताप आला होता. डॉक्टर म्हणाले, हिला इंजेक्शन द्यायला हवं." मी आणि माझ्या बहिणीनं माझ्या पहिल्या आजारपणाची ही 'कथा' कितीतरी वेळा ऐकली होती. पण दर वेळी आम्ही तितक्याच नवेपणानं ती ऐकायचो. तीच ती गोष्ट ऐकायचा आम्हाला मुळीच कंटाळा यायचा नाही. आमच्या डोळ्यातली उत्सुकता पाहून पप्पा सांगायचे - "इंजेक्शन दिलं की, एका दिवसात तुझा ताप पळून जाईल आणि तुला छान बरं वाटेल, असं डॉक्टर खात्रीनं सांगत होते. पण तुझी ममा? तिला मात्र काळजी वाटतच होती. तिच्या चेहऱ्यावर ती काळजी स्पष्ट दिसायची. ती तुला सारखी छातीशी घट्ट धरून बसायची. मग डॉक्टर आले. त्यांच्या हातात होतं इंजेक्शन." मुद्दाम 'पॉज' घेऊन पप्पा आमच्याकडे बघायचे. "ममानं इंजेक्शन बघितलं आणि झालं! 'असे कसे हो हे डॉक्टर? एवढ्याशा लहान बाळाला एवढं मोठं इंजेक्शन? सांगा ना तुम्ही तरी' तिचं रडणं सुरू झालं. मी तिची समजूत घातली. कशीबशी ती शांत झाली. इंजेक्शनची सुई टोचल्यानं तू कळवळून रडलीस, कावरीबावरी होऊन तुझ्या सभोवतालचे अनोळखी चेहरे बघून आणखीनच रडायला लागलीस. पण नंतर मात्र एकदम नॉर्मल झालीस. इंजेक्शनची सुई टोचली तुला, पण बोचली मात्र तुझ्या आईला! तिच्या डोळ्यातून टप्पोरे अश्रू ओघळले. तिनं तुला जवळ घेतलं आणि हाताचा पाळणा करून झोपवलं." पपांची गोष्ट संपायची! आमच्या 'बेड टाइम स्टोरीज'मधली ही एक लाडकी 'स्टोरी' होती.

पण या गोष्टीतल्या काही गोष्टी आम्हाला कळायच्या नाहीत. कदाचित आम्ही त्या वेळी खूप लहान होतो म्हणून म्हणा किंवा आम्ही ममाला असं कधीच पाहिलं नव्हतं म्हणून असेल म्हणा, आमची ममा नेहमीच स्ट्राँग असायची. कायम उत्साही, आनंदी! ती आमच्या आयुष्यातली जणू शक्ती होती. तिला असं रडताना आम्ही कधीच बघितलं नव्हतं. ती एका मिलिटरी अधिकाऱ्याची बायको होती ना! पपांचं नेहमी फील्डवर

पोस्टिंग असायचं, त्यामुळे तिनं स्वत:ला छान उभं केलं होतं. तिला वाटणारी भीती, काळजी ती सहज, छानपणे लपवून ठेवायची आणि नेहमी हसतमुख राहायची. आपली काळजी तिनं कधीच चारचौघात दिसू दिली नाही. त्यामुळे मला द्याव्या लागलेल्या एका छोट्याशा इंजेक्शनमुळे ममा इतकी हवालदिल झाली होती, याची आम्हाला फार मजा वाटायची. 'माझी ममा आणि रडणार? छे, शक्यच नाही! ती काही इतकी लेचीपेची नाही.'

"ममा, खरंच तू रडली होतीस?" आम्ही तिला विचारलं.

"हो गं." लाजून ती म्हणायची. "अगं, तू माझी पहिली मुलगी होतीस. आणि माझं तरी काय वय होतं तेव्हा? फक्त वीस वर्षांची होते मी. बाळं इतकी सहनशील असतात, हे मलातरी कुठं माहीत होतं?" पण आमची ममा एखाद्या क्षणी इतकी हळवी झाली होती, हे आम्हाला खरंच वाटत नव्हतं. आम्ही कल्पनाही करू शकत नव्हतो तशी! इतक्या क्षुल्लक कारणानं तिनं रडावं? आम्हाला नवलच वाटत असे. त्यावरून आम्ही एरवीही तिला खूप चिडवायचो; पण 'होतं असं कधी कधी' असं म्हणून ती सोडून द्यायची.

या गोष्टीला आता खूप वर्षं झाली. जवळजवळ चौदा तास मला कळा येत होत्या. माझी ममा माझ्या जवळच होती. माझ्या पहिल्या मुलाच्या जन्माच्या वेळी ती तिथेच होती. माझं बाळ जन्माला आलं आणि मी त्याला हृदयाशी घट्ट धरलं. त्याला कुशीत घेऊन झोपवलं. माझ्या ममाचा मला नेहमीच आधार वाटायचा. त्या रात्री मी शांत झोपले. ममाच्या हसऱ्या चेहऱ्यानं माझी सकाळ प्रसन्न झाली. ती माझ्या बाळाला खेळवत होती. दिवसाची सुरुवात तर छान झाली होती. एवढ्यात नर्स आली. तिच्या हातात इंजेक्शन होतं. "इंजेक्शन? ते कशाला?" मी कापऱ्या आवाजात विचारलं. "काही नाही, रूटीन लस आहे. आजच द्यायला हवी." असं म्हणून नर्सनं माझ्या शांतपणे झोपलेल्या बाळाला त्याच्या आयुष्यातलं पहिलं इंजेक्शन द्यायची तयारी केली. तिच्या दृष्टीनं हे नेहमीचं होतं. तिच्या कामाचा एक भाग होता, पण मला मात्र धडधडत होतं. असाहाय्यपणे मी ममाकडे बघितलं. माझ्या गालावरून अश्रू ओघळत होते. ममा बाळाच्या ऐवजी माझ्याकडेच बघत होती. तिच्या डोळ्यात हसू होतं. तिला माझी वेदना समजत होती. बाळाला इंजेक्शन देऊन झालं. माझ्या रडणाऱ्या बाळाला ममानं नर्सकडून घेतलं. मला खांद्यावर थोपटत ती म्हणाली, "मला कळतंय गं बाळा!"

"नाही गं ममा," रडत रडत मी म्हटलं, "आज खरंतर मलाच पहिल्यांदा कळतंय!"

– आरती के. पाठक

३

अग्निदिव्यातून जाताना

जेव्हा तुम्ही 'आई' असता, तेव्हा तुम्ही फक्त एकदा विचार करूच शकत नाही. प्रत्येक आईला नेहमी दोनदा विचार करावा लागतो. एकदा स्वत:साठी आणि एकदा तिच्या बाळांसाठी.

– सोफिया लॉरेन

आई अनोखी

एक वेगळीच आई
मी आता ते हास्य, तो स्पर्श आणि तो पापा विसरलेय
ज्याच्या भोवती माझं जग फिरत होतं
पण आता अचानक आठवणींचं मोहोळ उठलंय

मी तुला पुन्हा जवळ घेईन
आपण दोघं आजच्यासारखंच
हातात हात घालून स्वच्छ सूर्यप्रकाशात फिरून येऊ
त्या वेळी तुझ्या डोक्यावर गवताची टोपी असेल
टोपीवरची सॅटिनची रिबिन वाऱ्यावर उडत असेल
चालता चालता तू एकदम थांबशील
वाटेतलं रानटी फूल हातात घेऊन म्हणशील
'ममा, हे तुझ्यासाठी!'
माझ्या मुला, मला जगण्यासाठी तुझं हे स्वप्नं गरजेचं आहे
मला जर देवदूतानं दोन वर मागायला सांगितले,
तर मी तीन वर मागेन
माझ्या शेवटच्या दिवसापर्यंत तूही राहावंस
तू कायम आनंदी आणि समाधानी राहावंस
आणि एखाद्या हिवाळ्यातल्या थंड काळ्या रात्री
मी जर एकटी असेन
तर मला तुझ्यापर्यंत येता यावं. आजन्म तुझ्या
घराच्या आणि हृदयाच्या उबेत राहता यावं
पण म्हणून आजच्या या उन्हाळ्याच्या दिवशी

मी रडणारही नाही किंवा दु:खीही होणार नाही
फुलांचा बहर पाहून आणि आशेच्या पालवीपेक्षा
आणखी हिरवी आणि तजेलदार पालवी पाहून!
त्यापेक्षा माझ्या बाळाला माझं सगळं उरलेलं आयुष्य
देऊन टाक, अशी प्रार्थना करेन
कुणास ठाऊक, माझे किती श्वास उरलेत ते?
पण मी त्याला माझी प्रार्थना ऐकायला लावेन
पुन्हा एकदा छोटासा देवदूत माझ्या लहानपणीच्या
घराच्या अंगणात हसता-खेळताना मला बघायचाय
माझं पुण्य त्याच्या पारड्यात टाकून पुन्हा
नवीन जन्म द्यायला सांगेन
आणि हा जन्मही मला हवाय, फक्त खरीखुरी आई होण्यासाठी!

– हार्टक्रॉसिंग्ज

आईची प्रार्थना

माझा मुलगा एक आठवड्याचा असेल, तेव्हा पहिल्यांदा मी त्याचं रडणं ऐकलं.

म्हणजे तो या आधी रडलाच नव्हता, असं नाही. कधी लंगोट ओला झाल्यावर, नाहीतर भूक लागल्यावर तो रडून सांगायचा; पण लंगोट बदलला किंवा दूध पाजलं की, स्वारी पुन्हा खूश! पण आत्ताचं हे रडणं विचित्रच होतं. त्याला नक्कीच काहीतरी होत होतं, हे त्याच्या रडण्यातूनच कळत होतं.

माझ्या बाळाला काहीतरी त्रास होत होता, या भावनेनं मनात भीतीची लाट उमटून गेली. काळजीनं मी त्याच्या अंगावरून हात फिरवायला लागले आणि माझ्या लक्षात आलं की, त्याच्या नाळेला लावलेल्या चिमट्यात त्याचं झबलं अडकलं होतं आणि ते ओढलं गेल्यानं त्याची बेंबी दुखत असावी! बिच्चारा! मी हळुवारपणे चिमट्यात अडकलेलं झबलं ओढलं. त्याच्या बेंबीभोवती लाल झालं होतं. मी लगेच त्याला मलम लावलं. बेंबीच्या तिथे अजून ओलसर असल्यानं पिल्लू रडत होतं. मी लगेच डॉक्टरांना बोलावलं, पण त्यांनी 'असं होतं. काळजी करू नका' असं अगदी शांतपणे सांगितलं; पण मी शांत राहणं कसं शक्य होतं? मी त्याला कडेवर घेऊन थोपटलं, हातात घेऊन जोजवलं; त्याची वेदना माझीच वेदना झाली होती. त्यामुळे मी त्याला शांत करायचा प्रयत्न करत होते. काय करावं सुचत नव्हतं. मी कळवळून देवाची प्रार्थना केली. "देवा, माझ्या बाळाच्या वेदना कमी कर बाबा! मला त्याचं रडणं नाही बघवत. त्याला लवकर बरं कर!" पण तरीही त्याला दुखतच होतं. तो अजूनही रडतच होता. शेवटी रडून रडून थकून बिचारा झोपला.

त्या दिवसापासून मी ठरवून टाकलं की, बाळाला मऊ आणि सैलसर कपडे घालायचे. म्हणजे तो मोठा चिमटा कपड्यात अडकायला नको! थोड्याच दिवसांत त्याची नाळ गळून पडली आणि आपोआपच चिमटाही गेला. बेंबी मोकळी झाली. बाळाच्या मागचा त्रास संपला! मी देवाचे आभार मानले. देव किती दयाळू आहे!

पण बाळाच्या मागचं त्रासाचं शुक्लकाष्ठ खरंच संपलं होतं का? छे! जरा कधी एवढंसं दुर्लक्ष झालं की, लगेच त्याला सर्दी व्हायची. साध्या सर्दीसाठी एवढा त्रास होतो, हे मला तेव्हाच कळलं. सर्दी झाली की, त्याला श्वास घ्यायला त्रास व्हायचा. शिवाय त्यामुळे त्याला दूधही धड पिता यायचं नाही आणि मग झोपेचं तंत्रही बिनसून जायचं. अस्वस्थपणानं तो खूप रडायचा आणि मला ते अजिबात बघवायचं नाही. 'काहीतरी जादू घडून, चमत्कार करून माझ्या बाळाला लगेच बरं कर.' अशी मी देवाला सारखी प्रार्थना करायचे. 'देवा, माझं बाळ किती लहान आहे रे! बघ ना, मला त्याचं रडणं नाही सहन होत देवा! त्याला बरं कर.' मी म्हणायची.

असे बरेच अश्रू गाळल्यावर (बहुधा सगळे माझेच) आठवड्याभरानंतर माझ्या बाळाला बरं वाटायला लागायचं. मी देवाच्या कनवाळूपणाबद्दल आभार मानायचे. पुन्हा आमचं रोजचं रुटीन सुरू व्हायचं. खूप छान वाटायचं; पण तरीही सगळं अगदी पूर्वीसारखं व्हायचं नाही. काही ना काही कारणानं बाळ पुन्हा आजारी पडायचं. कधी त्याचं पोट दुखायचं, तर कधी कान, कधी कुठे खरचटायचं! म्हणतात ना, 'पडो झडो माल वाढो!' असे काही दिवस गेले.

अगदी साधी प्रतिबंधक लस दिली, तरी त्याचं जिवावरचं दुखणं यायचं. त्यामुळे जिवाला नुसता घोर लागून राहायचा. त्याच्या मांडीतल्या दुखण्यानं तर तो इतका कळवळून रडायचा की, बस! त्यात पुन्हा ताप म्हणजे माझा काळजीचा पारा चढत जायचा. एका अनामिक भीतीनं मन गळाठून जायचं. रात्र रात्र मी जागून काढायची. हाताचा पाळणा करून त्याला झोपवायची आणि प्रत्येक वेळी देवाला हात जोडायची, त्याची करुणा भाकायची, 'देवा, माझ्या बाळाला बरं कर आणि परत त्याला कध्धी आजारी पडू देऊ नकोस. मला नाही रे सहन होणार!' माझं आईचं मन देवासमोर मोकळं व्हायचं.

बाळाचं आजारपण आणि बरं होणं हा क्रम चालूच राहिला. अशीच एकदा संध्याकाळी मी चहा पीत बसले होते. माझा मुलगा नुकताच चालायला शिकला होता. एकटं एकटं उभं राहण्यात त्याला मजा वाटत होती. कितीतरी वेळा धडपडून शेवटी एकदाचं त्याला तोल सांभाळून उभं राहता यायला लागलं होतं; पण आज कुणाचं बोट न धरता, कशाचाही आधार न घेता एकट्यानं उभं राहून चालण्यानं स्वारी भलतीच खुशीत होती! अगदी 'विजयी' मुद्रेनं हसत होती. 'अरे! वेदना, दुःख आणि त्यावरचा उपाय हातात हात घालून येतात नाही?' एकदम माझ्या मनात विचार चमकून गेला!

सोन्यालासुद्धा झळाळी येण्यासाठी तापत्या मुशीतून जावंच लागतं; नाही? आयुष्याचंसुद्धा असंच आहे. माझा मुलगा आपल्या वाट्याचं दुःख, वेदना, त्रास, अश्रू सगळं सोसून त्याच्यावर मात करायला शिकला असता, तरच तो आयुष्यात

पुढे येणाऱ्या अडचणींच्या आव्हानांना सामोरा जाऊ शकणार होता; एक माणूस म्हणून उभा राहू शकणार होता आणि प्रसंगी त्याही पलीकडे जाऊ शकणार होता.

खरंच, 'माझ्या बाळाच्या आयुष्यातून दुःख दूर कर' अशी जेव्हा मी देवाला प्रार्थना करायचे, तेव्हा मला काही समजच नव्हती, असं मला आता वाटायला लागलं. आयुष्यात चढ-उतार सतत येणारच. त्यांनीच तर आयुष्य बनतं! हे सत्य आता मला कळत होतं. त्यामुळे आता माझी प्रार्थनाही बदलली होती. ज्यूंमध्ये एक म्हण आहे - 'देवा, माझं ओझं कमी, हलकं करू नकोस; पण मला रुंद, भक्कम खांदे दे.' मीपण देवाला असंच सांगितलं, 'देवा, आयुष्यातल्या अडचणींना तोंड देण्यासाठी, टक्केटोणपे खाण्यासाठी माझ्या मुलाला बळ दे. त्या अडचणी छोट्या असोत की मोठं संकट असो, त्यातून बाहेर पडण्यासाठी त्याला शक्ती दे. संकटांना मागं टाकून त्याला पुढे, खूप पुढे जाता येऊ दे.'

आणि अर्थातच जरी मी असं म्हटलं, तरी आजही मी एक आईच आहे. माझ्या तरुण मुलाचं कल्याण व्हावं, तो खूप मोठा व्हावा अशी मी रोज प्रार्थना करते आणि त्याचबरोबर हेही सांगते की – देवानं माझ्या मुलाचं रक्षण करावं. त्याला सांभाळावं. त्याला सुखी ठेवावं आणि कुठल्याही अडचणीत जेव्हा त्याला माझ्या मदतीची गरज भासेल, तेव्हा मला त्याला मदतीचा हात देता यावा.

– आरती के. पाठक

अंधेर से भली देर

मी घरात एकुलता एक. ऑफिसच्या कामानिमित्त माझ्या बाबांना सारखं फिरतीला जावं लागायचं त्यामुळे साहजिकच घरात मी आणि आई, दोघंच असायचो. सगळा वेळ आम्ही बरोबरच असल्यानं आमच्यात जास्त जवळीक होती. माझ्यासाठी आई घरात नाही, ती मला सोडून एकटी कुठं गेलीये, असा एकही प्रसंग मला आजही आठवत नाही. माझा पहिला नंबर आला की, आम्ही दोघंच सेलिब्रेट करायचो; पण मी जर कधी फारच व्रात्यपणा केला, तर ती माझ्यावर 'छडी'चाही प्रयोग करायला मागे-पुढे पाहायची नाही. दोनदा माझी अचानक ऑपरेशन्स झाली. त्या वेळी ती रात्रंदिवस माझ्या उशा-पायथ्याशी बसून होती. मला हसवण्यासाठी ती हॉस्पिटलमध्ये माझं लाडकं 'टेडी'पण घेऊन आली होती.

पण मुलं मोठी होतात आणि घरापासून लांब जातात. मीही त्याला अपवाद नव्हतो. सहा वर्षं झाली, मी दुसऱ्या शहरात राहायला आलोय. या सहा वर्षांत मी आता 'स्वतंत्र' व्यक्तिमत्त्व कमावलंय. आता कसं जगायचं, हे माझं मी ठरवतोय. आईशी मतभेद होणं, हे आता अगदी अंगवळणी पडलंय. हल्ली आमचा प्रत्येक फोन असाच 'तू-तू-मैं-मैं'मध्येच ठेवला जातो. काही वेळा आम्ही एकमेकांवर ओरडतो, तर काही वेळा आई काही न बोलता फोन नुसता धरून ठेवते किंवा ठेवून देते. मीही मग तिला परत फोन करत नाही. बहुधा मी तिला जरा जास्तच गृहीत धरत असेन. कधी ती माझ्याकडे आली की, ती जातेय कधी, याचीच मी वाट बघतो. कारण ती घरात असली की, मला पुन्हा एकदा तीच शिस्त, तिचे कायदेकानून पाळावे लागतात ना!

ती गेल्या वेळी जेव्हा माझ्याकडे आली, तेव्हाची ही गोष्ट आहे –

शुक्रवार होता. माझ्या मित्रानं मला दुसऱ्या दिवशी म्हणजे शनिवारी पार्टीला बोलावलं होतं. मस्त मित्रमंडळी, 'यम्मी फूड' आणि अर्थातच दारूही! मी शनिवारची वाटच बघत होतो; पण नेमका आईचा फोन आला की, ती दुसऱ्या दिवशी म्हणजे

शनिवारीच दिल्लीला माझ्याकडे दोन दिवस राहायला येत होती. आई येत होती याचा मला आनंद होणं दूरच राहिलं, उलट 'शी! गेला आपला वीकएंड' असंच मनात आलं!

दुसऱ्या दिवशी ती आली. घरात पाऊल टाकल्या क्षणापासून तिची आवराआवर सुरू झाली. 'तुझी कामवाली बाई काही चांगलं काम करत नाही.' हेच तिचं पालुपद होतं. शिवाय मी कसं सगळं अस्ताव्यस्त टाकतो, कपडे इकडेतिकडे फेकतो यावर तिचं तोंडसुख घेऊन झालं आणि 'इतक्या पसाऱ्यात तू कसा राहतोस कोण जाणे!' या वाक्याने शेवट झाला. माझा पारा हळूहळू चढायला लागला होता. त्यामुळे तिला मदत करायचं सोडून 'काय हिची लुडबुड आहे!' असं माझ्या मनात आलं. शब्दानं शब्द वाढत गेला आणि शेवटी आमचं कडाक्याचं भांडण झालं. मी त्याच तिरमिरीत बाहेर पडलो, ते थेट मित्राकडे पार्टीलाच गेलो.

तिथं आवडती मंडळी भेटत होती आणि मी एकदम आनंदात होतो. इतका की, मला वेळेचंही भान राहिलं नाही. अगदी परत निघताना मी घड्याळात बघितलं, तर पहाटेचे दोन वाजले होते. मी मोबाइल बघितला, तर आईचे पाच मिस्ड कॉल्स! पण अजूनही माझ्या डोक्यात तिच्याबद्दलचा राग होताच. त्यामुळे तिला उलटा फोन करायची तसदीही मी घेतली नाही. पार्टी फायनली संपली, तेव्हा मी अनिच्छेनंच घरी जायला निघालो. पुन्हा सगळं तेच रामायण घडणार, असं मला वाटत होतं.

तासाभरानं घरी पोहोचलो. दारावरची बेल वाजवली. आईनं दार उघडलं. एकही शब्द न बोलता ती आत निघून गेली. जाऊन झोपलीही. मी कपडे बदलले आणि पाण्याची बाटली घ्यायला म्हणून स्वयंपाकघरात गेलो. तिथे टेबलावर एका बाउलमध्ये पुडिंग ठेवलेलं होतं. फक्त पुडिंगच नाही, तर माझे सगळे आवडते पदार्थ छान सजवून ठेवलेले होते. आईनं माझ्यासाठी चिकनपासून पुलावपर्यंत सगळं घरी केलं होतं आणि ती माझीच वाट पाहत बसली होती. मला काही सुचेना. मी त्यातलाच एक घास खाल्ला आणि झोपलो. "रात्री कुठं होतास?" आईनं मला सकाळी उठल्यावर विचारलं. "अगं, ऑफिसमध्येच खूप काम होतं!" मी थाप ठोकली. त्यावर तिनं पुन्हा काही विचारलं नाही आणि मीही बोलणं पुढं वाढवलं नाही.

दुसऱ्याच दिवशी ती परत गेली. एका दृष्टीनं मी 'सुटलो!' 'तू दोन दिवस राहणार होतीस, मंग एका दिवसातच का चाललीस?' एवढं विचारण्याचेही कष्ट मी घेतले नाहीत.

मी ज्या मित्राकडे पार्टीला गेलो होतो, तो मित्र नंतर मला भेटला. त्या दिवशी मी त्याच्याकडे गेलो होतो का, हे विचारायला आईनं फोन केला होता आणि त्यानं नकळत आमची पार्टी चालली असल्याचं तिला सांगितलं होतं, हे मला

त्याच्याकडून कळलं!

आई माझ्याकडून लवकर का गेली होती, ते तेव्हा माझ्या लक्षात आलं. 'आपण आगंतुक आहोत' असं तिला वाटलं असणार! त्या क्षणी माझी मलाच खूप शरम वाटली. आई एवढी मला भेटायला म्हणून आली होती, पण मी एक संध्याकाळही तिच्याबरोबर घालवू शकलो नव्हतो, याची टोचणी मला लागून राहिली. शिवाय माझ्या तसल्या वागण्याबद्दल मी तिची क्षमासुद्धा मागायचा 'त्रास' घेतला नव्हता, ही आणखी वरकडी! का? बहुधा आधी मी म्हटलं तसं – मी तिला जरा जास्तच गृहीत धरलं असावं.

पण म्हणतात ना, अंधेर से देर भली!

या प्रसंगाची 'नुकसान भरपाई' करण्यासाठी मी पुढचा शनिवार-रविवार तिच्याबरोबर घालवायचं ठरवलं. आम्ही मस्त खरेदीला गेलो. तिथून मग सिनेमाला गेलो. रात्री घरी परत आल्यावर मी तिची क्षमा मागितली; पण गंमत म्हणजे तिनं शांतपणे माझ्याकडे बघितलं आणि विचारलं "क्षमा? कशासाठी?"

सगळ्या आया अशाच असतात! त्या क्षमा करतात, त्या विसरून जातात, सगळं पोटात घालतात!

ही गोष्ट वाचणाऱ्या प्रत्येकाचा हाच अनुभव असेल, म्हणूनच मला एक गोष्ट मनापासून सांगायची आहे – जे स्वत:पेक्षा तुमच्यावर जास्त प्रेम, माया करतात, त्यांना दुखवू नका; विशेषत: तुमच्या आईला!

– सौम्यर्क गुप्ता

हो, मी आई आहे!

पहिल्यांदा आई होण्याच्या क्षणाचं वर्णन करणं अत्यंत अवघड आहे.

माझ्या पहिल्या मुलीचा जन्म झाला, तेव्हा माझ्या डोळ्यावर चष्मा नव्हता, त्यामुळे मला फारसं काही नीट दिसलं नाही. चोवीस तासांच्या कळांमुळे मी पार थकून गेले होते. मी त्या वेळी दिल्ली नर्सिंग होममध्ये होते. माझ्या आसपास माझ्या घरातले, डॉक्टर्स, नर्सेस सगळे होते. माझा हात धरून ठेवत होते; पण माझ्या मात्र ते कोण होते, हे, लक्षात येत नव्हतं. काही इमर्जन्सी उद्‌भवलीच, तर तयारी असावी म्हणून डॉक्टरांनी ऑपरेशन थिएटरमध्येच माझी डिलिव्हरी केली. मी तशी थोडी गुंगीतच होते. तेव्हा मला ऑपरेशन टेबलवर नेलं. माझ्याभोवती डझनभर नर्सेस, डॉक्टर्स घुटमळत होते. मला ते कसंतरीच वाटत होतं. येणाऱ्या कळांनी माझा जीव जाईल असं वाटत होतं! काही दिसत नाही, कळत नाही अशा काहीशा अवस्थेत कधीतरी मला मुलगी झाली. त्या वेळी मी बावीस वर्षांची होते. 'आपण आई झालो आहोत' हे मला खरंच वाटत नव्हतं.

नंतर बाळाला पाजण्यासाठी त्यांनी माझ्या जवळ दिलं. तरीही हे 'आपलं' बाळ आहे, अशी कल्पनाच करता येत नव्हती. वेदना आणि दमणूक याखेरीज मला काहीही जाणवत नव्हतं. मला तिला नीट घेता येत नव्हतं. कसंबसं तिला जवळ घेताना मलाच कसंतरी वाटत होतं. 'आई' झाल्याची जाणीव मात्र अजूनही होत नव्हती.

आपल्या कुशीतल्या या अजाण, असहाय्य जिवाशी आता आपलं आयुष्य कायमचं बांधलं गेलं आहे, असं मला पुढे काही महिन्यांनी वाटायला लागलं. जसजसे दिवस पुढे जात होते, तसतसं मला माझ्या लेकीला काय हवं, काय नको हे कळायला लागलं. तिच्याबरोबर मी ॲडजेस्ट व्हायला लागले. आता माझं आयुष्य तिचं उठणं, तिचं झोपणं, तिला खाऊ-पिऊ घालणं, तिची दुपटी-लंगोट बदलणं, तिला न्हाऊ-माखू घालणं यातच गुरफटून गेलं होतं; पण हे सगळं आपल्याला बळजबरीनं करावं

लागतंय, असंच आत खोलवर कुठेतरी वाटत होतं आणि अजूनही मी स्वत:ला 'आई' मानायला तयार नव्हते.

अशातच मला पुन्हा दिवस राहिले. पुन्हा एकदा त्या सगळ्या जीवघेण्या प्रसंगाला तोंड द्यायला मी सज्ज होत होते. आता फारसा त्रास नव्हता आणि मोठं कुटुंबही नव्हतं. माझं दुसरं बाळ छोट्या लेबर रुममध्ये जन्माला आलं, तेव्हा माझ्याभोवती मागच्या वेळेसारखा नर्सेस-डॉक्टर्सचा ताफा नव्हता आणि माझ्याजवळ थांबायलाही जास्त कोणी नव्हतं. या खेपेला मात्र मी कॉन्टॅक्ट लेन्स घालायची काळजी घेतली होती. त्यामुळे बाळ पुरेसं बाहेर आलं तेव्हा डॉक्टरांनी मला 'आता कळा देऊ नका' म्हणून सांगितलं आणि नंतर काही क्षणातच माझं दुपट्यात गुंडाळलेलं बाळ माझ्या कुशीत होतं. माझी छकुली नवलभरल्या डोळ्यांनी माझ्याकडे टुकुटुकु बघत होती. आता मी चोवीस वर्षांची होते. मी माझ्या छकुलीकडे तितक्याच कुतूहलानं बघत होते; पण अजूनही 'मी आई झालेय' असं मला वाटतच नव्हतं.

पुढची काही वर्षं लेकींच्या संगोपनातच गेली. आता दोघींना भरवायचं. हो, आता दोन 'राज्यं' सांभाळावी लागत होती. दोघींची शी-शू, दोघींची भांडणं आणि एकाच गोष्टीसाठी दोघींचे हट्ट! दोघी थोड्या मोठ्या झाल्या. मग त्यांना बालवाडीत नेणं-आणणं, इतर कलावर्गासाठी नेणं-आणणं सुरू झालं. फ्रॅक्चर, डॉक्टर, लसी देण्याचं वेळापत्रक सांभाळणं झालं. नंतर मुलींच्या शाळेच्या ॲडमिशनच्या दिव्यातून दोनदा जाऊन आले. इतकं सगळं होऊनही स्वत:ला 'आई' मानायला मला जडच जात होतं.

एकदा रात्रीची वेळ होती. आसपासचं सगळं जग शांत झोपलेलं होतं आणि अचानक माझी मोठी लेक एकदम किंचाळून उठली. घरातच तिला कुणाचीतरी भीती वाटली होती. मलाही 'या घरापासून तिला खूप जपायला हवं' असं पहिल्यांदाच वाटलं आणि मी एक निर्णय घेतला. त्यानं आमचं आयुष्य एकदम बदलूनच गेलं. ते आयुष्य तसं फारच त्रासदायक होतं. अतिशय कठीण परिस्थितीतून आम्ही जात होतो; पण त्या वेळी मात्र 'मी आई आहे' ही जाणीव मला पहिल्यांदाच झाली.

इतक्या नरक यातनांचे दिवस असूनही आमच्या आयुष्याची घडी बसायला लागली होती. माझ्या दोघी लेकी जवळ असल्याशिवाय मला झोप लागायची नाही. माझ्या दोन्ही 'कळ्यां'चं आता फुलात रुपांतर होत होतं. कोणी त्यांच्याकडे वाकड्या नजरेनं पाहिलं, तरी माझा संताप व्हायचा. त्यांचं मन दुखवणाऱ्या कुणाचीच मी गय करत नसे. माझ्यातली लाजाळू बाई 'वाघीण' होऊन आपल्या छाव्यांच्या रक्षणासाठी नखं पारजून सज्ज असायची. माझ्या मुलींच्या केसाला जरी धक्का लागेल असं वाटलं, तरी माझं रक्त उसळायचं आणि मी नखं काढायचे. जणू वरण-भात खाणारी गुबगुबीत मी आता एखाद्याच्या नरडीचा घोट घेणारी भयंकर स्त्री झाले होते! माझ्या मुलींच्या अंगाला हात लावणाऱ्याला यमसदनालाच पाठवण्याची माझी तयारी होती आणि

आता मी स्वत:ला 'आई' मानायला लागले होते.

लवकरच कुठेही माझी ओळख करून देताना किंवा माझ्या वेबसाईटवर किंवा एखाद्या कॉन्फरन्समध्ये माझ्याबद्दल माहिती देताना इतर गोष्टींच्या आधी मी एक गोष्ट आवर्जून सांगायचे की, 'मी दोन मुलींची आई आहे!' इतकंच नाही, तर नोकरीसाठी इंटरव्ह्यू देताना किंवा अन्य कुठल्याही ठिकाणी संबंध नसतानाही मी माझ्या मुलींबद्दल बोलायचे. त्यांच्या शाळा, त्यांचा तऱ्हेवाईकपणा यांच्याबद्दलही बोलायचे; पण त्यामुळे माझं 'मातृहृदय' भरून यायचं. आता मी आईच्या भूमिकेत पक्की मुरले होते. मुलींबद्दलच्या माझ्या बडबडीचा इतरांना कंटाळा आला, तरी मला त्याची पर्वा नव्हती. कारण आता मी एक 'आई' होते!

काही वेळा मात्र त्यांच्यापायी मला वाईटही वाटायचं. माझ्या आवडीचा टीव्हीवरचा कार्यक्रम मला बघायला मिळायचा नाही; आणि आता मी जेव्हा एकटीच प्रवास करते, तेव्हा मला या कार्यक्रमात फारसा रस नसल्याचं माझ्या लक्षात येतं. 'आम्हाला आता जरा एकटं सोड.' म्हणून त्या कधी माझ्यावर चिडायच्या, तर कधी 'मी त्यांच्याजवळ नसतेच' म्हणून तक्रार करायच्या. दोन्ही गोष्टींनी मला फार दुःख व्हायचं. अजूनही जेव्हा दोघींमधली भांडणं विकोपाला जातात, तेव्हा मला अगदी घर सोडून जावंसं वाटतं; पण मी तसं करत नाही. कारण आईशिवाय त्यांच्यासाठी कोण काय करणार?

आज तर माझ्या मुली मला खूप शिकवतात, मोठं केलंय आणि मीच त्यांच्यापुढे खुजी ठरते; पण त्याचाच मला अभिमान आहे. आज त्या अगदी सहजपणे आणि आत्मविश्वासानं जेव्हा नव्या टेक्नॉलॉजीबद्दल बोलतात, पैसा आणि करिअरबद्दल सांगतात, त्या वेळी मला त्या माझ्याही पेक्षा मोठ्या वाटतात. 'मी एखाद्या पहाडासारखी, नव्हे पर्वतासारखी नेहमीच तुमच्या पाठीशी आहे. आयुष्यात तुम्ही कुठलाही मार्ग स्वीकारलात, तरी हरकत नाही. मी तुमच्याबरोबर सदैव आहे.' असं मी त्यांना सांगते आणि मला कल्पना आहे की, त्यासाठी मला माझी क्षितिजं रुंदावायला लागतील. जणू नव्या दमाचे हात-पाय आणि डोकंही असायला लागेल. नव्या जाणिवा आणि कौशल्यं शिकून घ्यायला लागतील. या सगळ्याची भले मला आधी कधी गरज पडली नसेल; पण आता फिजिक्स, भूमिती, एखादी तिसरी भाषा शिकून घ्यायला हवी आणि वेळप्रसंगी कठीण प्रसंगात मनावर दगड ठेवून, स्वाभिमान गिळून त्यांच्यावर नेहमीसारखंच प्रेमही करायला हवं. त्यांच्यासाठी एक विश्व उभं करायला हवं.

कारण, शेवटी मी एक 'आई' आहे!

– एकता

अंधारातून प्रकाशाकडे

१९९३ साल आम्हाला फार वाईट गेलं. यमराजानं त्या वर्षी आमच्या घराला बरेचदा भेट दिली. अगदी पहिल्यांदा माझा सात वर्षांचा पुतण्या गेला, मग माझे काका आणि नंतर मला मावशीसारखी असणारी आईची जवळची मैत्रीण गेली. तिच्या जाण्यानं माझी आई अगदी भ्रमिष्टासारखी झाली, सैरभैर झाली.

हे सगळं कमी होतं म्हणून की काय, तिच्या सहनशक्तीची परीक्षा घेतल्यासारखं माझ्या वडलांचं प्रोस्टेटचं ऑपरेशन करावं लागलं आणि शेवटी १३ डिसेंबरला माझी पाळी आली. आधी मला एक प्रकारचा मलेरिया झाला. त्यात गुंतागुंत वाढली आणि मला हिपेटायटिस होण्याची शक्यता निर्माण झाली. माझी परिस्थिती फारच गंभीर होती. देवाच्या कृपेनं मी वाचलो; पण त्या आजारानं माझ्यावर कायमची मुद्रा उमटवली - कायमचं अंधत्व!

तशी आजारात माझी दृष्टी लगेच गेली नाही, पण हळूहळू मला दिसेनासं व्हायला लागलं. मी भयंकर काळजीत पडलो. 'बाप रे! आता मी पुढे कसा शिकणार? चांगल्या कॉलेजात कसा जाणार?' मी आईला असं काही म्हटलं की, ती मला धीर द्यायची. "काही काळजी करू नकोस." म्हणायची. ती मला आमच्या फॅमिली डॉक्टरकडे घेऊन गेली. त्यांनी मला तपासलं आणि "जास्त वाचू नकोस, डोळ्याला ताण देऊ नकोस." म्हणून सांगितलं; पण आता मला डोळ्यांनी बहुधा अजिबात दिसणार नाही, असं त्यांनी माझ्या आई-बाबांना सांगून टाकलं.

एखाद्या भक्कम खांबासारखी आई मला सतत आधार आणि धीर द्यायची. "काही नाही रे, आजारपणानं तुझ्या डोळ्यातली शक्ती जरा कमी झालीये ना..." अशी समजूत घालायची. दरम्यान सिव्हिल हॉस्पिटलमध्ये जाऊन 'सेकंड ओपिनियन'साठी तिचे प्रयत्न चालू होते.

१९९४ मध्ये परदेशातून सिव्हिल हॉस्पिटलमधल्या पेशंट्सची ऑपरेशन करण्यासाठी डॉक्टरांची टीम आली. नशिबानं आम्हाला त्यांची अपॉईंटमेंट मिळाली.

माझ्या सगळ्या तपासण्या झाल्या. डॉक्टरांनी आई-बाबा कुठं आहेत म्हणून विचारलं. मी आईकडे बोट दाखवलं. माझी काय परिस्थिती होती, ते त्यांनी आईला नीट समजावून सांगितलं. ते इंग्रजीत बोलत होते. आईला खरंतर इंग्रजी येत नव्हतं, पण ते जे काही बोलले, ते तिला सगळं कळलं होतं.

मला रेटिनिटीस पिग्मेन्टोसा झाला होता. म्हणजे हळूहळू येणारं अंधत्व! सिव्हिल सर्जननी मला 'आंधळेपणाचं' सर्टिफिकेट दिलं. भरल्या डोळ्यांनी आई ते हातात घेऊन बसली होती.

पण नंतर घरी आल्यावर मात्र तिनं ठाम निर्णय घेतला. ती खरंच धन्य आहे! तिनं बाबांना सांगितलं, ''याचं शिक्षण थांबवायचं नाही. याला पुढं शिकवायचं. मी त्याच्या सगळ्या पुस्तकांच्या ऑडियो कॅसेट्स करेन.''

आणि तिनं तसं करायला सुरुवात केलीही! तिनं माझ्यासाठी पन्नासहून जास्त कॅसेट्स केल्या आणि तिच्या मदतीनं आणि आशीर्वादानं मी ग्रॅज्युएट झालो. इतकंच नव्हे, तर मी कायद्याचाही अभ्यास केला!

माझी ही कहाणी म्हणजे एखादी आई आपल्या मुलासाठी धैर्यानं आणि निश्चयानं काय करू शकते, याचं मूर्तीमंत उदाहरण आहे. माझ्या पुढच्या सगळ्या अडचणींवर मात करायला तिनं मला शिकवलं आणि मला माहीत्येय, आम्ही जर हे करू शकलो, तर हे कुणीही करू शकेल! आम्हाला जे जमलं, ते इतरांनाही जमेल!

– चिंतन वासवद

'आमची' तंबूतली सर्कस!

१९५९ची गोष्ट! एप्रिल महिन्यात दिल्लीत तसा काही गारवा नसतो. उलट कडक उन्हाळ्याला तेव्हा सुरुवात झाली होती.

माझ्या आईसाठी तर हा महिना अगदी सत्त्वपरीक्षेचा ठरला होता. बावीस वर्षांची माझी तरुण आई! ती तिसऱ्या खेपेला गरोदर होती आणि तिच्या पहिल्या बाळाला कडेवर घेऊन विलिंग्टन हॉस्पिटलकडे धावत सुटली होती. हॉस्पिटल तालकटोरा रस्त्यावर तिच्या आईच्या घराच्या अगदी समोरच होतं. तिच्या पहिल्या बाळाला खूपच बरं नव्हतं. हे पहिलं बाळ म्हणजे मी!

माझ्या बहिणीला आजीकडे सोडून ती मला घेऊन दवाखान्यात आली होती. सतत खोकून खोकून माझा आवाज बसला होता. आधी मला फक्त होमिओपॅथीचं औषध होतं. त्याचा फारसा उपयोग झाला नव्हता. माझी आजी म्हणजे आईची आई फार हुशार बाई होती. तिनं माझ्याकडे एकवार पाहिलं आणि "हिला लगेच हॉस्पिटलात न्यायला हवं." म्हणून सांगितलं. त्यामुळे माझी आई समोरच्याच दवाखान्यात मला घेऊन आली. आधीचं विलिंग्टन हॉस्पिटल म्हणजे आत्ताचं राम मनोहर लोहिया इस्पितळ! त्या वेळी मी जेमतेम तीन वर्षांची असेन.

डॉ. मॅथ्यूंनी मला तपासलं आणि "घटसर्पाच्या दृष्टीनं माझी तपासणी करायला हवी" म्हणून सांगितलं. तपासणीत मला घटसर्प झाल्याचं आढळलं. "तुमचं घर अगदी समोरच असलं, तरी तुम्हाला हिला घेऊन घरी जाता येणार नाही. घटसर्प संसर्गजन्य असल्यानं हिला इथून परस्परच तिमरपूरच्या दवाखान्यात न्यायला हवं." त्यांनी सांगितलं. हा दवाखाना संसर्गजन्य आजारांसाठीच होता. माझे आजोबा म्हणजे आईचे बाबा टॅक्सी घेऊन आले आणि आई त्यांच्याबरोबर थेट तिमरपूरच्या दवाखान्यात गेली.

तिथल्या डॉक्टरांनी पहिल्यांदा मला तपासलं आणि "ही अगदी मरायला टेकलेली मुलगी आहे. घटसर्प हा प्राणघातकही ठरू शकतो. चोवीस तासात रोगी

दगावू शकतो.'' अशी धोक्याची घंटा दिली. माझी हळवी आई अतिशय घाबरून गेली. तिनं डोळ्यातले अश्रू आतल्या आत गिळून टाकले. ''आम्ही तिला इंजेक्शन देतोय. बघू या.'' डॉक्टर म्हणाले. ''आम्ही एवढंच करू शकतो. घटसर्पानं फुप्फुसांवर परिणाम होतो, घशाला सूज येते आणि त्यामुळे श्वास घ्यायला आणि गिळायला खूप त्रास होतो आणि जीव गुदमरतो.''

त्या दवाखान्यात आम्हाला स्वतंत्र खोली आणि एक बेड मिळाला. तिथं बाकी काहीच सोयी नव्हत्या. आईसाठी घरूनच डबा यायचा; तोही संध्याकाळी एकदाच. तिला दिवसभर तिथंच वेळ काढावा लागायचा. मला सोडून तिला कुठेही जाता येत नव्हतं. माझी बहीण आजीजवळ राहिली होती. आईच्या पोटातलं बाळ ढुशा देऊन आपल्या अस्तित्वाची जाणीव करून देत होतं, पण माझ्या आईचं सगळं लक्ष फक्त माझ्याकडेच असायचं आणि माझंही त्याकडेच लक्ष असायचं!

संध्याकाळी नर्स माझं नाक मोकळं करण्यासाठी वाफेचं 'यंत्र' घेऊन यायची. त्यानं मला श्वास घ्यायला मदत होईल म्हणून हा वाफ घ्यायचा उपद्व्याप! हे यंत्र म्हणजे साधारण दीड फुट उंचीचं कॅन्व्हासचं स्ट्रक्चर होतं. त्यात एक किटली असायची. मला त्या कॅन्व्हासच्या तंबूत डोकं आत घालून किटलीतल्या गरम पाण्याची वाफ नाकानं आत घ्यायची असे. मला हे सगळं करायला मुळीच आवडायत नसे; पण आई प्रेमानं माझी समजूत घालायची, त्यामुळे मी तयार व्हायचे; पण त्यात एक गंमत होती. मी एकटी ते करायचे नाही. आईलाही माझ्याबरोबर त्या तंबूत डोकं घालावं लागायचं. दिवसातून दोनदा हे करावं लागायचं. मला आणि माझ्याबरोबर आईलाही!

दवाखान्यात आल्यापासून एक आठवड्यानंतर माझा तिसरा वाढदिवस आला – २२ एप्रिलला! त्या दिवशी आई मला घरी घेऊन आली. त्या दिवशी नेमकं माझ्या बाबांना कंपनीच्या कामासाठी न्यूयॉर्कला जावं लागलं. डॉक्टरांनी मला घरी सोडलं खरं, पण त्यांनी आईला सांगितलं होतं, ''आत्ता जरी ही बरी झाली असली, तरी पुन्हा त्याचा कुठल्याही अवयवावर वाईट परिणाम होऊ शकतो. आत्ताचा धोका टळला असला, तरी पुढे हिला कसलंही अपंगत्व येऊ शकतं.'' तसंही दवाखान्यातून घरी येताना मला छातीवर गळू झालेलंच होतं; अगदी गारेएवढं टपोरं!

माझ्या आईला कुठलाच धोका पत्करायचा नव्हता. दुसऱ्याच दिवशी रिक्षा करून ती आजोबांबरोबर मला घेऊन सफदरजंग हॉस्पिटलमध्ये आली. तिथे अत्याधुनिक ईसीजीची सोय होती. बहुधा भारतात प्रथमच तशी व्यवस्था सुरू झाली होती. फाटकापासून दवाखाना खूप आत होता; पण भर उन्हात माझी आई मला कडेवर घेऊन चालत गेली. माझा ईसीजी चांगला होता. सुटकेचा निःश्वास सोडून आई मला घेऊन घरी आली.

आता सांगा, मी तीन वर्षांचं साधंसरळ बाळ होते का? नाही हो! त्या आजारानं मी इतकी अशक्त झाले होते की, मला सरळ बसताही येत नव्हतं. एखाद्या छोट्या बाळासारखं माझं डोकं डुगडुगायचं. एकाच बाजूला कलंडायचं. त्यामुळे चक्क कॉटवर झोपवूनच आई मला अंघोळ घालायची. अंघोळीपुरतंही मला बसता यायचं नाही. अर्थात, मी आजारी असल्यानं ती माझं सगळं करायची असं नाही, तर ती एकुलती एक सून असल्यानं अलिखित नियमानुसार घरातलं धुणं-भांडी, केर-लादी, स्वयंपाकपाणी आणि घरातल्या सगळ्यांचं हवं-नको बघणं हे सगळं तिच्याच एकटीवर पडायचं. मी इतकी आजारी; माझी काळजी घेणं; पुन्हा माझी बहीण, तीही लहान; तिच्याकडे बघणं आणि आता तिसऱ्या गरोदरपणात दिवस भरत आल्यानं पायावर सूज येणं; पण या कशानंच तिला काही फरक पडत नव्हता. माझी आई बिचारी विनातक्रार तिची सगळी ठरलेली कामं पार पाडतच होती.

मला वाटतं, आत्ता मी 'सद्गुणांची पुतळी' असंच तिचं वर्णन करतेय. काही टीकाकार म्हणतील की, हिची आई काय जगावेगळी आहे! माणूसच आहे ना! हो, खरं आहे. सगळ्याच आया माणूसच असतात; पण माणसाच्या रुपातला 'देवदूत' असतात, असं मला वाटतं. त्या आपल्या मुलांसाठी जगात काहीही सहन करू शकतात. काहीही आणि सगळं करू शकतात!

मी तीन महिन्यात ठणठणीत बरी झाले, असं आई सांगते. आजाराचा माझ्या कुठल्याही अवयवावर वाईट परिणाम झाला नव्हता. माझ्या छातीवरचं गळूही आपोआप जिरून गेलं होतं. मी बरी होऊन नंतर सगळं नेहमीसारखं सुरू झालं!

पण माझं म्हणणं वेगळं आहे. माझ्या आईच्या मायेनं, फक्त तिच्या प्रेमानंच मला जीवनदान मिळालं. पुन्हा माझं हृदय धडधडायला लागलं. माझी बोटं पुन्हा कीबोर्डवर फिरायला लागली! मला माहीत आहे की, वेळ पडली, तर माझी आई आजसुद्धा 'त्या' तंबूत शिरून माझ्याबरोबर श्वास घेईल! "हे करशील का?" असं तिला विचारायचीही मला गरज नाही.

– आभा अय्यंगार

पाठ प्रेमाचे!

मला माझ्या आयुष्यातले सर्वांत महत्त्वाचे धडे माझ्या छोट्या मुलानं, वेंकीनं दिले आहेत!

रात्री अकरा वाजताही हा पठ्ठ्या मस्त ताजातवाना आणि खेळायच्या मूडमध्ये असतो. आम्ही मात्र जाम कंटाळलेले, पेंगुळलेले असतो. कदाचित फक्त त्याच वेळेला आम्हाला त्याच्याकडे लक्ष द्यायला वेळ असतो, म्हणून असेल, पण त्याला आमच्याशी खेळायचं असतं आणि आम्हाला तो कधी एकदा झोपेल असं झालेलं असतं. तरीही त्याच्याशी थोडा वेळ खेळून होतं. गोष्टीचं पुस्तक वाचून होतं. दंगामस्ती करून होते आणि शेवटी 'कडक पालक' म्हणून शिस्तीचा बडगा दाखवत मी त्याला झोपवते.

त्या दिवशी असंच झालं. नेहमीप्रमाणे वेंकी आपला खेळायच्या मूडमध्ये होता. माझं रागावणं, ओरडणं मनावर घेत नव्हता. मध्येच तो चिडला. वेंकी एखाद्या शस्त्रासारखा स्वत:च्या डोक्याचा उपयोग करतो. चिडला की, जवळच्या कुठल्याही गोष्टीवर जोरात डोकं आपटतो. आज त्याच्याजवळ होता माझा गाल! माझ्या गालाच्या हाडावर त्याच्या डोक्याचा हंडा जोरात येऊन आपटला.

एक सणसणीत कळ डोक्यातच गेली आणि सहन न होऊन मी उशीत तोंड खुपसलं. मला भानावर यायला थोडा वेळ लागला. ''मम्मीला लागलं!'' वेंकी माझ्याजवळ बसून असं काहीतरी म्हणत होता. आपल्यामुळे आईला लागलंय, हे त्याला कुठेतरी जाणवलं होतं आणि उशीतून माझं डोकं तो बाहेर काढायला बघत होता. मला रागही आला होता आणि भयंकर वेदनाही होत होत्या, त्यामुळे मी वेंकीला दूर ढकलून दिलं. तो मात्र धाय मोकलून रडत होता. माझा नवरा त्याची समजूत काढायचा प्रयत्न करत होता, पण वेंकी त्याच्याजवळ राहतच नव्हता. 'मम्मी-मम्मी' म्हणून रडत तो पुन्हा पुन्हा माझ्याकडेच झेप घेत होता.

''घे गं त्याला जवळ!'' असं म्हणून माझा नवरा आता मला शांत करत होता.

मी चिडले होते; पण वेंकीला तसंच उचललं. बघते तर काय, त्याच्या कपाळावर टेंगूळ आलेलं! वेंकीलाही किती लागलं होतं! आई गं! वेंकी शेवटी माझ्याच मांडीवर झोपला.

नंतर माझ्या नवऱ्याला मी 'वेंकीला टेंगूळ आलंय' म्हणून सांगितलं. आम्ही दोघं तेच बोलत होतो. वेंकीला स्वत:ला लागल्याचं काहीच वाटत नव्हतं. खरंतर आम्हाला दोघांना एकदमच लागलं; पण वेंकीनं स्वत:चं डोकं नुसतं चोळलं आणि मम्मीला नाही ना लागलं, हे बघायला तो माझ्याजवळ येत होता; पण मी त्याला बाजूला सारून दिलं. त्याला वाटलं, मी त्याच्यावर रागावले. वेंकी बिचारा सारखा माझ्या जवळ येत होता. शेवटी मी त्याला कडेवर घेतलं!

माझा वेंकी! फक्त दीड-पावणेदोन वर्षांचा! पण त्याला स्वत:ला किती लागलंय यापेक्षा मला काय झालंय, मी किती रागावलेय याचीच काळजी! माझ्या आयुष्यात असा हा माझा पहिलाच अनुभव होता. आपण मोठे होत जातो, तसं दुसऱ्यावर प्रेम कसं करायचं, हे विसरायला लागतो. आपण स्वार्थी होत जातो, स्वत:पुरताच विचार करायला लागतो. दुसऱ्यावर प्रेम करताना आपला अहंकार मध्ये यायला लागतो. आई-बापाचं प्रेम नि:स्वार्थी असतं असं म्हणतात; पण माझ्या वेंकीसारखं प्रेम मी करू शकले का? माझ्या वेंकीला अजून धड बोलताही येत नाहीये; पण आत्ता त्याच्याजवळ असलेली ही प्रेमाची देणगी तो मोठा झाल्यावरही तशीच राहू दे, असं मला वाटलं; पण ती तशी राहणार नाही, हेही मला माहीत आहे. एक 'आई पालक' म्हणून मला त्याला बऱ्याच गोष्टी शिकवायला हव्यात. त्यातलीच ती एक गोष्ट. हो, पण पहिल्यांदा मला त्याच्याकडून एक शिकायला हवंय.

आत्ता वेंकीवर माझी जेवढी माया आहे, त्याहून जास्त प्रेम तो माझ्यावर करतोय. स्वत:पेक्षा त्याला माझी जास्त काळजी आहे. हे स्वीकारणं, पचवणं अवघड आहे खरं; पण हीच वस्तुस्थिती आहे, हेही तितकंच खरं आहे.

– सुवर्णा सिंग

अन्... हरवले ते गवसले!

मला सांगा, एखाद्याला आधी कधीही न बघितलेली, पण अत्यंत प्रिय गोष्टी थोडा वेळ मिळाली; पण लगेच ती गोष्ट आता गमवावी लागेल की काय अशी परिस्थिती त्याच्यासमोर आली, तर त्याला काय वाटेल? सांगू शकेल कोणी?

मी सांगेन.

का? ते सांगते. एकदा माझ्या यजमानांची बदली झाली. ते तसं छोटं शहरवजा गाव होतं. कँटोन्मेंट एरियापेक्षाही ते शहर जरा लहानच होतं. शहरापेक्षा खूप दूर, जिथे काहीही सोयी-सुविधा नव्हत्या, त्या गावात मी आणि माझ्या नवऱ्यानं एक महाभयंकर आणि दुःखद अनुभव घेतला.

राजस्थानात साधुवली नावाचा छोटा कॅन्टोन्मेंट एरिया आहे. तिथे जवळच माझ्या नवऱ्याची कॅप्टन म्हणून बदली झाली होती. मी पहिल्याच खेपेला गरोदर होते. त्यामुळे या पहिल्यावहिल्या आई-बाबापणानं आम्ही खूप आनंदात होतो. माझं हिमोग्लोबिन खूप कमी झालं होतं. त्यामुळे तिथल्या गायनॉकॉलॉजिस्टनं मला आयर्न आणि फॉलिक ॲसिड सुरू केलं होतं. सगळं काही सुरळीत असावं म्हणून मीही माझ्या खाण्या-पिण्याची नीट काळजी घेत होते.

हळूहळू मला गरोदरपणातले 'आनंदानुभव' यायला लागले. ढोबळी मिरचीच्या वासाशी आपलं जमणार नाही, हे माझ्या लक्षात आलं. सकाळच्या वेळात उमासे घेत अन्न नकोसं वाटे. मळमळायला लागे. कसंतरीच वाटे; पण गरोदरपणात हे असं व्हायचंच, हे मला ठाऊक होतं. त्यामुळे मी ते सगळं सहन केलं; आनंदानं!

पहिल्या तीन महिन्यातल्या आठव्या आठवड्यात मात्र मला काहीतरी वेगळं वाटलं आणि ते चांगलं नाही, असं आतून कुठेतरी जाणवलं. माझ्या अंगावरून जात होतं. घाबरून मी शेजारच्यांना हाक मारली. त्यांनी मिलिटरी हॉस्पिटलला फोन केला, पण तिथल्या स्त्रीरोगतज्ज्ञ डॉक्टर दोन महिन्याच्या रजेवर होत्या. माझा नवरा गावात डॉक्टर शोधायला गेला. गावात खाजगी प्रॅक्टिस करणाऱ्या एक स्त्रीरोगतज्ज्ञ

होत्या असं त्याला कळलं.

कमांडिंग ऑफिसरनं लगेचच आमची तिकडे जाण्याची व्यवस्था केली. आता दुपार टळून गेली होती. मी खूपच घाबरले होते. हतबल झाले होते. खूप उकडतही होतं. प्रचंड धूळ उडत होती. आम्ही दवाखान्यात पोहोचलो आणि भल्या मोठ्या रांगेत उभं राहून फक्त नाव नोंदवलं आणि मग वाट बघत बसलो.

मी आसपास नजर टाकली. दवाखाना तसा सामान्यच होता, पण मला पर्यायच नव्हता. गावातल्या गरोदर बायका आपला नंबर यायची वाटच बघत होत्या. मला माझ्या आईची फारच आठवण येत होती. थोड्याच वेळानं माझी पाळी आली. डॉक्टरांनी मला तपासता तपासता काही प्रश्न विचारले. मला पाठीत खालच्या बाजूला दुखत होतं का? ब्लीडिंगबरोबरच खाली पाठीत दुखत होतं का? पोटातही दुखत होतं का? म्हणून विचारलं; पण मला तसं काहीच होत नव्हतं. आर्मी हॉस्पिटलमधल्या डॉक्टरांचे रिपोर्ट्स माझ्या नवऱ्यानं या डॉक्टरीण बाईंना दाखवले. ''अजून काही तपासण्या आज करून उद्या पुन्हा त्यांचे रिपोर्ट्स मला दाखवायला आणा.'' असं त्यांनी सांगितलं. आम्हा दोघांना रात्रभर झोप नव्हती. दोघंही टक्क जागे!

दुसऱ्या दिवशी रिपोर्ट्स घेऊन आम्ही आदल्या दिवशीच्याच त्या डॉक्टरीणबाईंकडे गेलो. पुन्हा तेच! नंबर लागायची वाट बघा! त्या दिवशी दिवेही नव्हते. त्यामुळे प्रचंड उकडून गुदमरत होतं. दवाखान्यात कुबट वास भरून राहिला होता. श्वास घ्यायला त्रास होत होता. गुदरमत होतं आणि त्यात माझ्या पोटात गुरगुरत होतं. मला त्या सगळ्या वातावरणानं आणखीनच उदास वाटायला लागलं. बहुधा पुढच्या संकटाची ती चाहूल असावी.

शेवटी एकदाचा माझा नंबर आला. डॉक्टरीणबाईंनी माझे रिपोर्ट्स पाहिले आणि त्यांनी आम्हाला जे सांगितलं, ते ऐकून आम्हाला धक्काच बसला. माझा (HCG) रिपोर्ट निगेटिव्ह होता. म्हणजे मी आता गरोदर नव्हते. ''आत्ताचं हे अंगावर जाणं, रक्तस्राव होणं याचाच अर्थ गर्भपात झालाय.'' त्यांनी सांगितलं. आम्ही दोघं एकदम गप्पच झालो; सुन्न झालो. तोंडातून शब्दच फुटेना. आम्ही तसे अगदीच तरुण होतो. त्या काय म्हणत होत्या आणि आता काय करायचं, हे आम्हाला समजेना. आम्ही पार गोंधळून गेलो. 'त्या म्हणाल्या ते अगदी शंभर टक्के खरं असेल का?' मला वाटलं, 'आपण दुसऱ्याही डॉक्टरांना दाखवावं. सेकंड ओपिनियन घ्यावं.' पण कोणाला दाखवणार? दुसरे डॉक्टर कुठं होते? त्या छोट्या गावात याच एकमेव डॉक्टर! 'वासरात लंगडी गाय शहाणी' म्हणावं अशा! ''बरं, आता पुढे काय करावं लागेल?'' माझ्या नवऱ्यानं त्यांना विचारलं.

''मला क्युरेटिन करून आत काही टिश्यूज नाहीत ना, याची खात्री करावी

लागेल. तुम्हाला परत कधी यायला जमेल?'' त्यांनी विचारलं. ''विचार करून सांगतो.'' असं म्हणून आम्ही घरी आलो.

मी माझ्या आई-वडिलांना आणि लुधियानातल्या माझ्या डॉक्टर बहिणीला फोन केला. बहीण तिकडे CMC हॉस्पिटलमध्ये इंटर्नशिप करत होती. ''लुधियानात उत्तम वैद्यकीय सुविधा आहेत, त्यामुळे लगेच इकडेच या.'' असं तिनं सांगितलं. शिवाय ''क्युरेटिन मुळीच करून घ्यायचं नाही आणि उगाच दगदग करायची नाही.'' म्हणून बजावलं. आई-बाबा साहजिकच काळजीत पडले. ''काय काय होतंय ते आम्हाला कळव.'' म्हणाले.

माझ्या नवऱ्यानं रजेचा अर्ज दिला. दरम्यान माझ्या बहिणीनं लुधियानातल्या एकमेव अल्ट्रासाउंड क्लिनिकची अपॉइंटमेंट घेऊन ठेवली. माझं बाळ ठीक आहे का नाही ते सोनोग्राफीतूनच कळलं असतं. आम्ही पहाटेच निघालो. रस्ते फारच वाईट होते. बसमध्ये धक्के बसत होते. मी माझं पोट कसंबसं सांभाळत होते. शेवटी लांबचा प्रवास करून आम्ही लुधियानात पोहोचलो. तिथं जेवून लगेच दवाखान्यात गेलो.

दवाखाना 'ए. सी.' होता. अगदी आधुनिक! मला भरपूर पाणी प्यायला दिलं. अर्धा तास गेला. तो रेडिऑलॉजिस्ट बोलायला छान होता. तो काय करणार होता, हे त्यानं आम्हाला शांतपणे समजावून सांगितलं. मला खूप बरं वाटलं. दिलासा वाटला. त्यानं माझ्या पोटाला जेल लावली. ''पहिल्या तीन महिन्यात गर्भ आपला आपणच हालचाल करायला लागतो.'' जेल लावता लावता तो म्हणाला. माझ्या पोटातल्या बाळाच्या हालचाली सहाव्या आठवड्यापासूनच सोनोग्राफीत दिसल्या असत्या आणि आता मला तर जवळजवळ नऊ आठवडे झाले होते. त्यानं काही बटणं आणि स्वीच जोडून माझ्या पोटाला एक यंत्र लावलं. मला काही त्याचा मॉनिटर दिसत नव्हता, पण माझ्या बहिणीला आणि नवऱ्याला मॉनिटर स्पष्ट दिसत होता.

त्या वेळचे त्या डॉक्टरचे शब्द मी कधीच विसरणार नाही. ''हं, हे बघा. इथे आपल्याला काय दिसतंय! एक जिवंत बाळ! आपल्या आईला ढुशा देणारं बाळ, दिसलं?'' मी मान वळवून ते बघायचा प्रयत्न करत होते. त्यानं मॉनिटर माझ्या दिशेनं वळवला. त्या पडद्यावर मला अद्‌भुत दृश्य दिसलं! एक चिमुकलं, हालतं कुणीतरी! माझं बाळ! माझ्या गालावर अश्रू ओघळले. मी बघितलं, तर नवऱ्याचेही डोळे भरून आले होते!

''आमचं बाळ! आम्हाला वाटलं होतं आम्ही ते गमावलंय....''

– त्रिवेणी धिलाँ

चमत्कार!

पूर्ण दिवस भरायच्या आधीच मला मुलगा झाला. माझी नोकरी चालू असल्यानं दुर्दैवानं मी काही विचित्र गोष्टी केल्या आणि दिवस पूर्ण भरायच्या आधीच मी बाळन्त झाले. सरळ सांगायचं, तर पहिल्या खेपेला मला काहीच त्रास झाला नव्हता, त्यामुळे दुसऱ्या खेपेला मी तसंच गृहीत धरलं आणि फारशी काळजी घेतली नाही.

आठव्या महिन्यात, ३२व्या आठवड्यातच अभीरचा जन्म झाला. ९ एप्रिल २००३, रात्री ८ वाजून १३ मिनिटांनी. वजन फक्त पावणेदोन किलो! मी आयुष्यात पहिल्यांदाच इतकं छोटं बाळ बघत होते. इन्क्युबेटरमध्ये अभीर रात्रभर त्याचे इवलेसे हात-पाय जोरजोरात हलवत होता, झाडत होता. जणू त्याला असं जन्माला येणं आवडलंच नव्हतं. त्याच्या डोळ्याखालची आणि इतरही ठिकाणची त्वचा सुरकुतलेली होती. त्यानं अजून थोडे दिवस घेतले असते, तर त्या सुरकुत्यांमध्ये थोडं मांस भरलं असतं.

''या बाळाला आत्ता बरं आहे म्हणेपर्यंत पुढच्या क्षणी काय होईल हे सांगता येणार नाही.'' अशी धोक्याची सूचना आमच्या डॉक्टरीणबाईंनी दिलीच होती. ''बाळाच्या जन्मानंतर माझी 'ट्युबेक्टोमी' करा'' असं मी त्यांना आधी म्हटलं होतं, पण बाळ असं जन्मल्यानंतर मात्र त्या हे ऑपरेशन करायला रात्री आल्या नाहीत. ''घाई नको. बाळ निदान दोन वर्षांचं तरी होऊ दे.'' त्या म्हणाल्या. त्यांचं गप्प राहणं बरंचकाही सांगून गेलं!

त्याच्या जन्मानंतरचे काही दिवस फार अवघड होते. त्याला अंगावरचं दूध ओढणंसुद्धा शक्य होत नव्हतं. तो भुकेनं कळवळून रडायचा, तेव्हा मला इतकं कसंतरी व्हायचं म्हणून सांगू! त्याची आधीच कावळ्याची झोप! त्यातही जरा कुठं खुट्टं वाजलं की, हा उठलाच! आमच्या इथं केरळात तसं गरमच असतं, पण याच्या अंगावर मांसाचा पत्ता नसल्यानं साधा लंगोट बदलताना पुसून घेतलं, तरी तो काकडायचा! हळूहळू त्याला अंगावर पिता यायला लागलं; पण तो त्यातच इतका

थकून जायचा की, पोट भरायच्या आतच झोपायचा.

तो मोठा व्हायला लागला, तसं माझ्या लक्षात आलं की, हा जरी पुरत्या दिवसांचा नव्हता, तरी त्याच्या मानसिक वाढीवर त्याचा काही परिणाम झालेला नव्हता. तो अतिशय हुशार होता आणि अगदी नेहमीसारखं रांगणं, वस्तू हातात पकडणं, उभं राहणं, चालणं, बोलणं, पळणं सगळं काही त्या त्या वयात त्यानं केलं. मात्र त्याच्या त्या लवकर जन्माचा परिणाम काही गोष्टींवर राहिला.

तो उंच, टंगाळा आणि हाडकुळा होता; पण वयापेक्षा लहान दिसे. तो सात वर्षांचा होता, पण अजून मला त्याच्यासाठी पाच वर्षांच्या मुलाचे कपडे आणावे लागायचे. त्याचं वजन फक्त बारा किलो होतं. तो वाढ खुंटल्यासारखाच दिसायचा.

माणसाचा स्पर्श त्याला मुळीच आवडायचा नाही. कुणी हात लावला की, त्याची नाराजी बघून मला फार वाईट वाटायचं. त्याला जवळ घेतलं, त्याची पापी घेतली की, तो अगदी झिडकारून टाकायचा. थंडीच्या दिवसातही माझ्या कुशीत झोपायला, कुशीत शिरून ऊब घ्यायला त्याला आवडायचं नाही. एरवी मुलं आईला कशी बिलगतात! पण हा पठ्ठ्या - अंहं! त्यामुळे 'आई' म्हणून पराभव झाल्यागत वाटायचं.

मीच त्याला बळंबळं जवळ घ्यायची आणि पाप्या घ्यायला बघायची! 'बाळ' असूनही त्याचं ते 'स्वतंत्र' वागणं, आमच्याकडे दुर्लक्ष करणं यामुळे माझ्या मनाला घरं पडायची! एखादी जवळची मैत्रीण माझी समजूत घालायची, तेव्हा मला त्याची बाजू थोडी थोडी कळायची. "अगं, तो 'अपुऱ्या दिवसांचा' आहे ना, त्यामुळे आजूबाजूच्या परिस्थितीत स्वत:चं अस्तित्व टिकवण्यासाठीची ही धडपड आहे. लक्षात घे." ती सांगायची. त्याचं हे असं तुटक वागणं ही त्याच्या जगण्यातली आंतरिक भावना आहे, असं म्हणायची. बहुधा म्हणूनच तो पांघरुणाच्या 'आत' झोपण्यापेक्षा म्हणजे ते अंगावर घेण्याऐवजी त्या पांघरुणाच्या 'वर' झोपायचा. या भीतीपोटीच की, आपण वरचढच राहिलं पाहिजे. मऊ-मवाळ राहून चालणार नाही, असं त्याला वाटत असेल.

कित्येकदा रात्री तो झोपला की, त्याचा निरागस चेहरा बघून त्याच्या सगळ्या चुकांसाठी मी स्वत:लाच दोष द्यायचे. नकळत का होईना, पण मी त्याच्या वेळी काही फारशी काळजी घेतलीच नव्हती. त्यामुळेच तो असा झाला होता! तो झोपेत असतानाच मी त्याला जवळ घ्यायचे. त्याचे पापे घ्यायचे आणि 'आईपणा'ची भूक शमवायचे. जर त्याला जवळ घेऊन मला चुकून झोप लागली आणि त्याला नेमकी जाग आली, तर तो जणू जगबुडीच झाली आहे, अशा आविर्भावात ताडकन उठायचा. बहुधा त्याच्यासाठी ती जगबुडीच असावी!

मी आणि घरातल्या बाकीच्यांनीही या गोष्टीवर खूप विचार केला; अगदी

शांतपणे, चिकाटीनं, काही दिवस मवाळ राहून! त्याला आपल्या घरात अगदी सुरक्षित वाटेल, अशी काळजी घेतली. कामासाठी बाहेर जाऊन घरी परतल्यानंतर त्याला आवडत नसलं, तरी जाणूनबुजून मी त्याला जवळ घ्यायचे, त्याची पापी घ्यायचे. तो शाळेत जायचा तेव्हाही मी तसंच करायचे. तो पापा पुसून टाकायचा, पण मी लक्ष द्यायचे नाही. त्याचा बाबा तसा फारसा हळवा होऊन भावना व्यक्त करणारा नाही, पण तोसुद्धा त्याच्यासाठी अगदी वेडेवेडे बालिश खेळ, खरंतर चाळेच करायचा. त्याच्याशी खूप खेळायचा. काही दिवसांनंतर अभीरचं आनंदानं ओरडणं, किंचाळणं ऐकायला यायला लागलं. त्याच्या बाबाची मिठी त्याला आवडायला लागली. बाबानं जवळ घेतलं, तर त्याला त्याची हरकत नसायची. त्याच्या ताईनं त्याला चॉकलेट आणि कॅन्डी दिली की, तिलाही त्याच्या एक-दोन मिठ्यांचा 'खाऊ' मिळायचा. अर्थात, हे फारच दुर्मीळ होतं. इतकं की, असं झालं की, ती 'आई, अभीरनं आज मला पापी दिली.' असं अपूर्वाईनं सांगायला यायची.

हळूहळू त्याचं अवघडलेपण कमी कमी व्हायला लागलं आणि आपल्या माणसांच्या स्पर्शातला आनंद, सुख, समाधान तो अनुभवायला लागला; पण तोलूनमापून. एका वेळी एकच पापी! माझ्या जवळ येऊन त्यानं आपणहून माझ्या गालावर पापी देणं, हा माझ्यासाठी डोंगराएवढा चमत्कार होता, आश्चर्य होतं. ते मला पुढे काही महिने पुरलं!

त्यानंतर मात्र तो त्याचं प्रेम मोकळेपणानं व्यक्त करायला लागला आहे, दाखवायला लागला आहे. आता त्याला जवळ घेतलं, पापी घेतली, तर तो आम्हाला ढकलून देत नाही. तो आता केव्हाही आमच्या कुशीत शिरतो. मध्यरात्रीसुद्धा तो आमच्या खोलीत येतो आणि आमच्यापैकी कुणाजवळ तरी येऊन झोपतो. कधीतर माझ्या अंगावरच पडतो. माझ्या पोटावर डोकं ठेवून झोपतो. आता त्याला माणसाच्या स्पर्शाची जादू कळायला लागलीये आणि त्याला ती हवीये. अजून हवीये. जणू त्याला इतक्या वर्षांची 'नुकसान भरपाई' करायचीये.

आता प्रत्येक क्षणी, हर घडी मी त्याच्या जवळकीच्या आणि प्रेमाच्या चमत्काराचा अनुभव घेत असते!

– रितू गोयल हरीश

आईचं धैर्य

सकाळचे सहा वाजण्याचा सुमार असेल. विशाखला ते 'जाणवलं' कारण त्याला भिंतीवरचं घड्याळ दिसू शकत नव्हतं आणि त्याच्या डोळ्याला समोरचं धूसर वाटायचं. त्याला कमी ऐकू यायचं त्यामुळे किती वाजले हे त्याला 'कळायचं'. त्याचं आयुष्य तसं 'अंदाजे'च चाललं होतं. त्याची जगण्याची मनापासून तीव्र इच्छा नसती, तर त्याच्या आयुष्यात सगळा अंधारच झाला असता. जगात त्याच्या आईलाच या गोष्टीची सर्वांत जास्त जाणीव होती. आपल्या मुलानं नव्यानं आयुष्य जगावं, अशीच त्या माऊलीची इच्छा होती.

तिचं रोज ठरलेलं असायचं - हातात वाफाळलेला चहाचा कप घेऊन ती दारात उभी राहून हाक मारायची, "विशाख, ऊठ, चहा तयार आहे! ऊठ राजा!"

ती हाकांचा सपाटा सुरू ठेवायची, पण कधीच चहाचा कप त्याच्या हातात नेऊन द्यायची नाही. विशाखनं चहाचा वास घ्यावा, आपली हाक कानानं ऐकून जागं व्हावं आणि स्वत: चहा घ्यायला यावं, असं आईला वाटायचं. विशाखच्या दृष्टीनं हे मोठं 'कर्तृत्वच' होतं! आव्हान होतं! कारण त्याला उजवा हात नव्हता, त्याचा एक पाय कापावा लागला होता. तो जवळजवळ अंध होता, तोतरा होता आणि त्याला ऐकायलाही कमी येत होतं.

एखाद्या वादळात फडफडणाऱ्या दिव्याच्या ज्योतीसारखा तो जगत होता. आयुष्यात चोहो बाजूंनी प्रतिकूल परिस्थितीच्या झंझावातात सापडूनही त्यानं हार मानली नव्हती. चिकाटीनं तो झुंजतच होता. आयुष्याची ज्योत तेवती ठेवण्यासाठी प्राण पणाला लावत होता.

अखेर जेव्हा आईच्या हाकेनं विशाखनं तिथपर्यंत पोहोचून तिच्या हातातून चहाचा कप घेतला, तेव्हा तिला ते जुने दिवस आठवले, जेव्हा लहान असताना विशाख नुकताच आपल्या पायावर डुगडुगत उभा राह्यला बघत होता!

– सतीशचंद्रन मटाम्प

माझा छकुला!

२० जानेवारी १९९९. संध्याकाळचे सात वाजून गेलेले. मी सगळ्या जगावर चिडले होते.

त्या दिवशी माझं दुसरं बाळ नुकतंच जन्माला आलं होतं. त्या क्षणी मला जगात दुसरं काहीही नको होतं. मला फक्त माझ्या बाळाला डोळे भरून बघायचं होतं. शुद्ध-बेशुद्धीच्या सीमेवर मी घोटाळत होते बहुतेक!

हे सगळं घडत असताना माझा नवरा कुठं गायब झाला होता कोण जाणे! दुपारी तो जेवायला घरी गेला, तेव्हा नेमकी इमर्जन्सी निर्माण होऊन माझं लगेच सिझर करायचा डॉक्टरांनी निर्णय घेतला. त्या वेळी मी स्वत:च सिझेरीयन करून घेण्याच्या कन्सेंट फॉर्मवर सही केली. मला पूर्ण भूल द्यावी लागणार होती आणि त्यानंतर माझ्या अवतीभोवतीचं जग माझ्याशी काहीतरी गूढपणे वागत होतं.

माझी आई एकही शब्द न बोलता मूकपणे सतत माझ्याजवळ बसून होती. तिच्या चेहऱ्यावर काळजी स्पष्टपणे दिसत होती.

"ए, मला खरंच मुलगाच झालाय?" मी तिला सारखी विचारात होते. 'असा कसा मला मुलगा होईल? छे!' मी त्या विचारातून बाहेर येऊ शकत नव्हते. "नाही गं, मुलगा नाही. आम्ही तुझी गंमत करत होतो. तुला हवी होती तशी मुलगीच झालीये तुला." असं कुणीतरी येऊन मला सांगेल, अशी मला वेडी आशा होती. पण नाही!

"असू दे मुलगा, पण त्याला निदान भरपूर जावळ तरी आहे?" मी तडजोड करायला तयार व्हायचे. "मुलाला भरपूर जावळ आहे." मला कुणीतरी खात्रीनं सांगितलं. "पण ते मला माझ्या डोळ्यांनी बघायचंय." पुन्हा शुद्ध हरपण्याअगोदर मी चिडून म्हटलं.

थोड्या वेळानं माझा नवरा खोलीत आला. त्यानं माझ्याकडे बघितलं. मला जवळ घेतलं आणि हुंदके द्यायला लागला.

"अरे, ठीक आहे. होऊ दे आपल्याला मुलगा." तो नसल्याबद्दलची माझी सगळी नाराजी विसरून मीच त्याची समजूत घालायला लागले. त्यानं शून्य नजरेनं माझ्याकडे पाहिलं. मला काय म्हणायचं होतं, हे त्याला थोडं कळत होतं, पण त्याला काय सुचवायचं होतं, हे मला मात्र कळत नव्हतं.

स्वच्छ उजेडामुळे भूल थोडी उतरल्यासारखी झाली आणि माझ्याच दिशेनं एक जण येताना दिसला. ते होते डॉ. विवेक बग्गा. त्यांचे माझ्यावर खूप उपकार होते. डॉक्टर आले. मी कशी आहे म्हणून त्यांनी विचारलं आणि उलट मीच त्यांना "माझी बेबी कशी आहे?" असं विचारलं. डॉ. बग्गा बालरोगतज्ज्ञ होते. माझं बाळ ही त्यांचीच जबाबदारी नव्हती का?

माझ्या उतावीळ होण्याचा त्यांच्यावर काही परिणाम झाला नाही. माझ्याकडे पाहून ते प्रेमानं हसले आणि म्हणाले, "मला तुला काही गोष्टी स्पष्टपणे सांगायच्या आहेत. सांगू?" माझं एवढं मोठं ऑपरेशन झालेलं, मी अशी अर्धवट शुद्धीत आणि त्यांना माझ्याशी बोलायचं होतं. हो, तेवढ्यासाठीच तर ते आले होते. मी स्वत:ला शक्य तितकं जागं केलं आणि मान वर करून म्हटलं, "हो, हो! तुम्हाला जे सांगायचं आहे, ते सांगून टाका." मी आव्हानच दिलं.

"हे बघ, संख्याशास्त्र-आकडेवारी ते जाणणाऱ्यांसाठी असते; सामान्य माणसांसाठी नाही; पण संख्याशास्त्र असं सांगतं की, आजच्या रात्रीपर्यंत, रात्र उलटेपर्यंत तुझं बाळ वाचण्याची शक्यता फारच कमी! जेमतेम पाच टक्के आहे."

"अं? असं का आहे डॉक्टर?" मी विचारलं. "कुठंय माझं बाळ आणि त्याला माझ्या जवळ का आणलं नाही? मला त्याच्या जवळ जाता येईल?"

"ठीक आहे. आता नीट ऐक." ते म्हणाले, "हे बघ, तुझं बाळ खूप आजारी आहे आणि आपल्या शहरातल्याच दुसऱ्या हॉस्पिटलमध्ये त्याला ठेवलंय. जर आजची रात्र त्यानं काढली आणि उद्या त्याची तब्येत स्थिर राहिली, तर... हा 'तर' फारच मोठा आहे. तर... तो वाचण्याची काहीशी आशा आहे."

त्या वेळी मी पहिल्यांदाच जन्मत: असलेल्या हर्नियाबद्दल (Conyenital Diophragmetic Hernia) ऐकलं. त्यांनी मला शास्त्रीय भाषेत आणि तांत्रिक आकृत्या काढून सगळ्या गोष्टी समजावून सांगितल्या.

माझी मोठी बहीण त्या दिवशी रात्री माझ्याजवळ होती. ती खूप स्मार्ट होती. तिनं 'गुगल सर्च'मधून या आजाराची सगळी माहिती घेतली. (ते १९९९ साल होतं आणि त्या वेळी 'गुगल सर्च' इतकं प्रचलित नव्हतं.) जरी बाळानं ती रात्र काढली असती, ऑपरेशनही यशस्वी झालं असतं आणि पुढे जरी सगळं नॉर्मल वाटलं असतं, तरी बाळाचं आयुष्य पुढे खूप अवघड होण्याची शक्यता कशी होती, ते तिनं मला समजावून सांगितलं. पुन्हा पुन्हा करावी लागणारी ऑपरेशन्स, खाण्या-

पिण्यातल्या अडचणी, संथ गतीनं होणारी प्रगती - यादी बरीच लांबलचक आणि खचवून टाकणारी होती.

"ही गंभीर परिस्थिती बघता, तो आणखी काही आठवडे किंवा महिने जगेल की नाही, हे सांगता येत नाही. त्यामुळे जे व्हायचंय, ते लवकरात लवकर झालेलं बरं. अगदी आज जरी बाळानं शांतपणे आपला निरोप घेतला, तरी तुझ्या मनाची तयारी कर. मी तर म्हणेन की, तू त्यातच समाधान मान. काही जास्त त्रास न होता ते गेलं, तर तू वाईट वाटून घेऊ नकोस. त्याच्यात जास्त अडकू नकोस." आपली खूप काळजी वाटणारी बहीणच असं सांगू शकते!

पण का कोण जाणे, मला तिचं म्हणणं पटत नव्हतं. भविष्यात काय होईल, याचा मी विचार करत नव्हते. माझं सगळं लक्ष माझ्या बाळाकडे होतं. माझ्या पिल्लाला मी अजून बघितलंही नव्हतं. कुशीतही घेतलं नव्हतं. ते बिचारं तिकडे लांब, दुसऱ्या दवाखान्यात एकटंच थंडीत कुडकुडत होतं. दिल्लीतली जानेवारीतली थंडी माहात्येय ना? मला खरंतर त्याच्यापाशी जायचं होतं. त्याच्यासाठी जे करता येईल, ते करायचं होतं. केन्सनं म्हटलं आहे - काही काळानंतर आपण सगळेच मरणार आहोत; पण मला मात्र त्या क्षणी या सगळ्या गोष्टी सोडून, माझी संपूर्ण शक्ती आणि प्रेम एकवटून माझ्या त्या एकट्या बाळाकडे जायचं होतं. माझं बाळ तिथं त्या नळ्यांच्या आणि वायर्सनं जोडलेल्या यंत्रांच्या जाळ्यात एकटं होतं. ते माझी वाट पाहत होतं. कधी माझी आई येईल आणि मला जवळ घेईल, असं त्याला वाटतच असणार; पण मला तसं करता येत नव्हतं. मी देवाची करुणा भाकली; माझ्या 'अदृष्ट' बाळासाठी! त्या रात्री आणि त्यानंतरच्या रात्रीही माझं लक्ष फक्त त्याच्याकडेच लागून राहिलं होतं. ते माझी वाट बघत होतं आणि मलाही त्याला जवळ घ्यायचं होतं ना!

या सगळ्या काळात नवल म्हणजे मी शांत, आनंदी आणि ॲक्टिव्ह होते. कारण त्यामुळे लवकर बरी होऊन मला हॉस्पिटलमधून लवकर घरी सोडलं असतं. कधी एकदा माझ्या छकुल्याला भेटेन, असं मला झालं होतं. दवाखान्यात मला भेटायला इतके जण येत होते! सगळे मला मी अजून न बघितलेल्या बाळाबद्दल विचारत होते. "माझ्या बाळाला सगळ्यांनी आशीर्वाद आणि शुभेच्छा द्या." असं मी त्यांना सांगत होते. त्या सगळ्यांची मी आभारी आहे. कारण त्यांच्यापैकी कुणाचीतरी प्रार्थना फळाला आली असावी!

जन्माच्या तिसऱ्याच दिवशी बाळाचं पहिलं ऑपरेशन झालं. त्याचा जीव वाचला. त्याच्या छातीवर या टोकापासून त्या टोकापर्यंत त्या ऑपरेशनची खूण होती. त्याचे टाके म्हणजे जणू काश्मिरी टाक्यांची बेलबुट्टी होती. डॉक्टरांनी बाळाचं 'जागा चुकलेलं' हृदय योग्य बाजूला हलवलं. त्याचं आतडंही ओटीपोटात बसवलं.

फुप्फुसाची कळी उमलण्यासाठी जागा करून दिली. अनेक जीवरक्षक प्रणाली त्याच्याशी जोडल्या. इतकंच नाही, तर या सगळ्या उपचारांमुळे होणाऱ्या वेदना कमी करण्यासाठी त्याला वेदनाशामक औषधंही दिली आणि अखेर निओनेटल ICUमध्ये माझं बाळ माझी वाट पाहायला लागलं.

मी त्या दवाखान्यात पोहोचले. माझ्या पोटावर जसा इंग्रजी C आकाराचा स्कार होता, तसंच त्याचं गोलाकार डोकं होतं; रेशमी, मऊ, काळ्याभोर जावळानं भरून गेलेलं! त्याच्या इवल्याशा शरीरावर इतकी बँडेजं बांधलेली होती की, त्याचं अंगच दिसत नव्हतं. एक भलं मोठं बँडेजस् पवित्र जानव्यासारखं गळ्यात लटकत होतं, त्यामुळे तो 'बेबी ब्राह्मण' वाटत होता.

त्या वायरींच्या जंजाळातून, नळ्यांच्या जाळीतून आणि इतर सगळ्या विचित्र दिसणाऱ्या पसाऱ्यातून मी माझं गोंडस बाळ बघितलं आणि त्याला शाबासकी दिली. त्याच्या पोटाला जोडलेली ड्रेनेज ट्यूब भली मोठी होती. माझ्या लेखी जणू त्या सगळ्यातला 'मास्टर पीसच'!

हा सगळा काळ सर्वांत वाईट होता आणि सर्वांत चांगलाही!

– शंकरी मुरली

देवाची देणगी!

मोबाइलच्या आवाजानं माझी तंद्री मोडली. स्वप्नं आणि वास्तवाच्या सीमारेषेवर मी छान गुंगले होते, एवढ्यात मोबाइल वाजायला लागला. त्या दिवशी म्हणजे गुरुवारी मी पंधरा दिवसांनी घरी चालले होते. गेले दोन आठवडे मी आणि माझी सात वर्षांची छोटी दिया, आम्ही दोघी माझ्या माहेरी होतो. कोलकत्याच्या दक्षिण भागात माझं माहेर आहे. माझं घर उत्तर भागातलं! माझ्या घरापर्यंत यायचं म्हणजे शहराच्या मध्य भागातून वीस किलोमीटर अंतर कापायचं. घरी माझा नवरा आणि अठरा वर्षांचा मुलगा. तो इतिहास विषय घेऊन पदवी-परीक्षा देतोय.

मी दियाला शाळेतून आणायला जाणार होते. शाळा सुटल्यावर तिनं माझी वाट बघत कुठे थांबायचं ते मी तिला दाखवून ठेवलं होतं. चुकून मला उशीर झाला, तरी तिथेच थांबायचं; शाळेच्या आवाराबाहेर मुळीच जायचं नाही, असं मी तिला दहादा बजावून सांगितलं होतं. आई-बाबा गावाला गेले होते, त्यामुळे मला आमचं सामान आवरून दाराला कुलूप घालून यावं लागणार होतं. त्या आवराआवरीतही माझं लक्ष होतं, माझ्या लेकाला जेवायच्या वेळी भेटण्यावर. तो आमच्यासाठी जेवायला थांबणार होता. सव्वाअकरा वाजता मी सगळं सामान गाडीत टाकलं आणि दियाच्या शाळेच्या दिशेनं निघाले. ड्रायव्हरच गाडी चालवत होता त्यामुळे भयंकर रहदारीची चिंता न करता मी मागच्या सीटवर आरामात बसले होते; पण नंतर माझ्या लक्षात आलं. 'बाप रे! ट्रॅफिक जाम आहे. गेल्या वीस मिनिटांत आपली गाडी तसूभरही पुढे सरकलेली नाही.'

दुपारचे सव्वाबारा वाजले. एव्हाना मी लेकीच्या शाळेजवळ असायला हवी होते. आमचं १२.२०ला भेटायचं ठरलं होतं. पाचच मिनिटं हाताशी होती. ट्रॅफिकमुळे गाडीतून उतरून पायी चालत जायचं म्हटलं, तरी किमान पाच किलोमीटरचं अंतर होतं. 'पाच किलोमीटर पाच मिनिटांत?' मला काही सुचेना. सुन्न होऊन गेले. एरवी दिया रोज शाळेच्या बसनंच येते. आमच्या आसपासच्या वीस-एक मुली

असतात त्या बसला; पण सध्या मी माहेरी गेल्यानं पंधरा दिवस बस बंद केली होती.

एक झालं होतं – दियाचं आयकार्ड बसवाल्यांकडे होतं. बसवाले मुलींना वर्गातून घेऊन यायचे आणि गेटमध्ये दियाला माझ्याकडे सोपवायचे. माझा वेळ वाचायचा म्हणून मला ते सोयीचं होतं. शिवाय लांबलचक बसमध्ये उभं राहून लेकीची वाट बघायचा त्रासही टळायचा. मुलींचं आयकार्ड घेऊन येणाऱ्यांकडे मुलींना सोपवण्याची जबाबदारी शाळेतल्या अधिकारी पार पाडत असत. आता? दियाचं आयकार्ड तर बसवाल्यांकडे. मी सारखा त्यांच्याशी संपर्क साधायचा प्रयत्न करत होते, पण त्यांच्यापैकी कुणाचाच फोन लागत नव्हता. चोहोकडून काळजीनं मला घेरून टाकलं होतं.

म्हणतात ना, बुडत्याला काडीचा आधार! माझी दिया शाळेच्या बाहेर पडण्याचं धाडस करणार नाही, या आशेवर मी तग धरून होते. प्रचंड ट्रॅफिकमधून वाट काढत अखेर मी तब्बल वीस मिनिटांनी शाळेपाशी पोहोचले. तेव्हा वाजला होता पाऊण! गाडी थांबायची वाट न पाहता मी पटकन दार उघडून बाहेर उडीच मारली आणि धावत आत गेले. बघते तर काय! आमच्या ठरलेल्या जागेवर कोणीच नव्हतं. दिया कुठेच दिसत नव्हती. एका कोपऱ्यात दोन सिक्युरीटी गार्ड्स गप्पा मारत होते. रिकामी शाळा कशी भकास दिसत होती!

निराश होऊन क्षणभर मी जागीच खिळून उभी राहिले, पण लगेचच भानावर आले आणि त्या दोघा शिपायांना विचारायला धावत त्यांच्याकडे गेले. तर ते म्हणाले "मॅडम, शाळा सुटून अर्धा तास झाला. आम्ही कुठल्याच मुलीला इथं गेटमध्ये उभं असलेलं पाहिलं नाही." वर सल्ला दिला, "इतक्या छोट्या मुलीला घ्यायला यायचं, तर तुम्ही वेळेतच यायला हवं. असो. आता तुम्ही वर्गात, पालकांच्या वेटिंग रूममध्ये, टॉयलेटमध्ये आणि त्या ग्राऊंडवरही शोधा तिला." काही न बोलताच माझ्या डोळ्यातून अश्रुधारा वाहायला लागल्या. मी या वर्गातून त्या वर्गात फिरत होते. मला आशा होती, मुलांसाठीच्या त्या रंगीत, छोट्या बाकांवर कुठेतरी माझी दिया माझी वाट बघत असलेली मला दिसेल! पण दिया कुठेच नव्हती. वर्गातही नव्हती आणि ग्राउंडवरही नव्हती.

मी पुन्हा धावत ग्राऊंडच्या त्या शिपायांपाशी आले आणि त्यांना "अहो, ही अशी एवढीशी गोरी गोरी मुलगी तुम्ही पाहिली नाहीत? दोन पोनीटेल घातलेली अशी मुलगी इथं खरंच नव्हती? आठवून बघा ना, एकदा आठवून बघा तरी!" पण पालथ्या घड्यावर पाणी! ते ढिम्म हलले नाहीत. त्यांचं एकच पालुपद - "आम्ही मुलीला बघितलं नाही." गोंधळलेल्या स्थितीतच मी शाळेच्या बाहेर रस्त्यात येऊन उभी राहिले. त्या वाहत्या रस्त्यात माझी कुणी दखलही घेतली नसती. मी 'ह्यांना' फोन केला. मी भांबावले होते, पण कुठेतरी डोक्यात त्यांचा नंबर होता. त्यांनी

शांतपणे सगळं ऐकून घेतलं. मी लगेच घरी जाऊन पोलिसात तक्रार करावी आणि दियाची सगळी माहिती त्यांना द्यावी, असं त्यांनी मला सांगितलं.

मी घरी जायला निघाले. मनाशीच बोलत होते. 'हे असलं तर फक्त सिनेमात किंवा फारतर इतरांच्या बाबतीत घडतं. माझ्या बाबतीत हे घडूच शकत नाही.' एवढ्या वेळात माझ्या मुलानं त्याला शक्य वाटणाऱ्या सगळ्या ठिकाणी जाऊन दियाला शोधलं होतं. माझ्या मनाचा कॅलिडोस्कोप वेगवेगळी चित्रं बघायला लागला– माझी दिया व्याकूळ होऊन मला शोधतेय, कुणीतरी तिला पळवून नेतंय, तिला मारतंय! गाडी वेगात घराकडे निघाली होती. त्याच वेगात दियाच्या जन्मापासून साडेसहा वर्षांमधल्या सगळ्या आठवणी झरझर डोळ्यासमोर तरळत होत्या. तिचं ते डुगडुगत स्वत:च्या पायावर पहिल्यांदा उभं राहणं, तिच्या तोंडातल्या दातांच्या पहिल्या दोन कण्या, तिनं मला पहिल्यांदा 'ममा' म्हटलं तो क्षण... सगळ्या पहिल्यावहिल्या गोष्टी मला आठवायला लागल्या. 'देवा रे, तुझ्याकडे न मागताही तू मला इतक्या अनमोल भेटी दिल्यास, पण मला मात्र त्यांची किंमत, महत्त्व कळलं नाही. मी त्या गोष्टी गृहीतच धरल्या. देवा, माझी छकुली मला परत दे. आजच्या अनुभवानं मला चांगला धडा मिळालाय.' मी मोठ्यानं देवाचा धावा करायला लागले.

आमची गाडी घराच्या गल्लीत वळली, तेव्हा काळजीनं वाट पाहणारा माझा मुलगा दिसला. त्यानं मला जवळ धरलं आणि रडू दिलं. अचानक एका वाहनाचा आवाज मी ऐकला. ओळखीचा वाटला. 'पिवळ्या रंगाची शाळेची बस तर आली नाही?' आम्ही सगळे दारात स्तब्ध होऊन उभे राहिलो. एवढ्यात बसवाल्या काकूंचा हात घट्ट पकडून बसमधून उतरणारी दिया मला दिसली. शाळा सुटल्यावर अर्धा तास होऊनही मी आणि इतर कोणी दिसलं नाही आणि हळूहळू सगळे जाताना बघितल्यावर तिनं बसमधून जायचा शहाणपणाचा निर्णय घेतला होता.

दियाला दारात सोडून बस निघून गेली. मी माझ्या दोघा मुलांना घट्ट कवटाळलं. माझ्या बाळांइतकं या जगात मौल्यवान दुसरं काही नाही, हे मला कळलं. जगात आनंदी आणि निरोगी मुलं असण्याइतकं सुख दुसऱ्या कशात नाही. माझा मुलगा आणि मुलगी म्हणजे माझ्यासाठी देवाची देणगी होती! माझ्यासाठी पृथ्वीवरचे जणू दोन देवदूतच!

– बिपाशा रॉय

ती आई होती म्हणून

आपल्या नऊ वर्षांच्या मुलाला घेऊन ती आम्हाला भेटायला आली. माझी आधीची मीटिंग जरा लांबल्यानं दोघं माझ्या खोलीबाहेर माझी वाट बघत बसले होते. मी मीटिंग जरा लवकर आटोपायला बघत होते, पण तरीही मला पंधरा मिनिटं लागलीच. तेवढ्या वेळात मला त्या मुलाचं कण्हणं आणि जोरजोरात श्वास घेणं स्पष्ट ऐकू येत होतं. मधूनच बघितल्यावर तो मला लाल हँडलच्या स्ट्रोलरवर बसलेला दिसत होता. त्याच्या नाकात घातलेली पारदर्शक नळीही मला स्पष्ट दिसत होती.

मला हे इतकं अपेक्षित नव्हतं. तिच्या मुलाला 'विशेष' काळजी घेण्याची गरज आहे, असं तिनं मला पत्रातून कळवलं होतं; पण मी तिला भेटायला बोलावलं, तेव्हा 'मुलाला घेऊन येते' असं ती सहज म्हणाली, 'चला, म्हणजे एवढा तरी बरा आहे तो.' म्हणून मला बरं वाटलं; पण या मुलावरून तरी असं काही वाटत नव्हतं. तो अस्वस्थ, बेचैन, आजारी आणि काही वेळा तर घुसमटल्यासारखा वाटत होता.

ती माझ्या खोलीत आली. स्ट्रोलर बाजूला ठेवला. तिचा मुलगा नाजूक आणि अशक्त होता. तो त्याच्याच विश्वात दंग होता, हे चष्म्याआड असलेल्या त्याच्या डोळ्यांतून कळत होतं. तिनं हलकेच त्याच्या छातीवर थोपटलं - 'नमस्ते म्हण.' तिनं त्याला सांगितलं. त्यानं कसंबसं 'नमस्ते' म्हटलं, पण त्याला होणारा त्रास, त्याचा अस्वस्थपणा कळत होता. नुकताच तो व्हायरसच्या दुखण्यातून उठला होता; पण अजून पूर्ण बरा झाला नव्हता. तिचं आयुष्य तिच्या मुलाभोवतीच फिरत होतं आणि तरीही तिला भरभरून जगायचं होतं. तिच्या डोळ्यात चमक होती आणि वृत्ती सकारात्मक होती.

तिचं कुटुंब तिच्या पाठीशी उभं होतं. तिच्या वडलांनी बाजारात मिळणार नाही, असा लोखंडी स्ट्रोलर स्वत: तिच्या मुलासाठी तयार केला होता. तिच्या भाचरांचं या भावावर खूप प्रेम होतं. तिला विश्रांती मिळावी म्हणून तिचा नवरा रात्रभर

मुलापाशी थांबायचा. तिची ही जबाबदारी कध्धीच कमी होणार नव्हती, त्यातून तिची कधीच सुटका होणार नव्हती आणि ही जबाबदारी फारशी आनंददायीही नव्हती, हे मला दिसत होतं.

'तुझ्या मुलाला नेमकं काय झालंय?' असं तिला थेट विचारणं मला शक्य झालं नाही. आमच्या संभाषणातूनच मला ते कळलं. एखाद्या लहान मुलाच्या बाबतीत जितकं काही वाईट घडू शकतं, तितकं सगळं या मुलाच्या बाबतीत घडलं होतं. त्याला श्वास घ्यायला खूप त्रास होत होता, त्याला ऐकू येत नव्हतं आणि तो स्वत: हालचालही करू शकत नव्हता. त्याच्या पाठीच्या कण्याचा शरीराला आधारच नव्हता. सुदैवानं त्याची दृष्टी शाबूत होती. त्याला डोळ्यांनी दिसत होतं.

तिच्यासारखंच तिच्या एका भाच्याला मात्र त्याची भाषा, त्याचे प्रतिसाद खूप छान लक्षात यायचे, असं तिच्या बोलण्यातून कळलं. तो भाचा या मुलाशी व्हिडिओ गेम्स खेळायचा. त्याला हाताच्या हालचाली करायला मदत करायचा. त्या दोघांना अगदी निखळ मैत्रीचा आनंद मिळायचा.

आम्ही दोघी बोलत असताना मुलाचं कण्हणं आणि आवाज काढणं चालूच होतं, पण मला ते ऐकणं भागच होतं. मध्येच तो डोकं थोडंसं वर उचलायचा, तोंडाचा चंबू करायचा आणि मुश्किलीनं श्वास घ्यायचा. त्याची आई लगेच त्याच्याजवळ जायची आणि तो नॉर्मल होईपर्यंत त्याला अलगद धरून ठेवायची.

मग हळूहळू तो शांत व्हायचा. हे सगळं पाहून मी आतून अक्षरश: हलले होते. एखाद्या दृश्याचा माझ्यावर इतका परिणाम कधीच झाला नव्हता. मी या बेचैनीतून सुटका करून घेऊ शकत होते, जबाबदारी झटकू शकत होते; पण ती आई आणि त्यांचं कुटुंब यांचं काय? सर्वस्वी परावलंबी असणाऱ्या मुलाच्या घरातल्यांना, त्याच्या आईला अशी जबाबदारी झटकणं शक्य नव्हतं. त्यांच्या बाबतीत त्यांचा मानसिक ताण कधीच कमी होणार नव्हता. अगदी मानवी स्वभाव म्हणून घटकाभर या ताणातून सुटका व्हावी असं त्यांच्या मनात आलं असतं, तरी दुसऱ्याच क्षणी त्यांना अपराधी वाटलं असतं. घरातली खूप वयस्कर माणसं, आजारी व्यक्ती यांच्याबाबत मी हे बघितलं होतं. लोकांच्या हालचालींतूनही त्यांची ती भावना दिसताना मी अनुभवली होती.

पण या आईचं प्रेम अगदी निरपेक्ष होतं, भक्कम होतं. तिच्या मनात प्रेमाशिवाय दुसरा कुठलाच भाव नव्हता, आग्रह नव्हता.

सामान्य कुटुंबांच्या आनंदाच्या कल्पनेपेक्षा तिच्या आनंदाची कल्पना आणि पातळीही फार वेगळी होती. तिची सकारात्मक वृत्तीच तिची शक्ती होती. तिचं प्रेम सागराइतकं गहिरं होतं, अथांग होतं. ती फक्त 'आई' होती!

– सत्या शरण

सॅन्टा जरा आधीच आला... तेव्हा

त्याचं नाव होतं 'मार्मिक'. त्याच्या बरोबरीच्या मुलांपेक्षा तो जरा वेगळ्याच वातावरणात वाढला होता. वेगवेगळ्या दवाखान्याच्या खोल्या त्याचं ग्राउंड होतं. इंजेक्शनच्या सुया आणि ऑक्सिजनच्या नळ्या त्याची खेळणी होती. रंगीत रंगीत औषधाच्या बाटल्या त्याच्या 'कँडीज' होत्या!

मार्मिक माझ्या मोठ्या चुलतभावाचा मुलगा. तो जेमतेम सहा महिन्यांचा असतानाच त्याला इतर मुलांपेक्षा थंडीचा त्रास खूपच जास्त होत असे. तो अगदी काळानिळा होत असे, त्याला खूप ताप भरत असे आणि श्वास घ्यायला खूपच त्रास होत असे. हे माझ्या भावाच्या आणि वहिनीच्या लक्षात आलं. तो दोन वर्षांचा झाला, तोवर त्याच्या हृदयाच्या झडपेच्या जागेमध्ये गडबड होती, हे तपासणीदरम्यान डॉक्टरांच्या लक्षात आलं. दहा हजारात एखाद्याला होणारा हा आजार होता.

डॉक्टरांचं हे निदान ऐकून वहिनीनं एकच प्रश्न विचारला, "हे माझ्याच मुलाच्या बाबतीत का?" दुर्दैवानं कुणाजवळही या प्रश्नाचं उत्तर नव्हतं.

आणि अशा तऱ्हेनं त्यांचा अज्ञाताचा प्रवास सुरू झाला. खुळ्या आशेची शिदोरी घेऊन! मार्मिकच्या न संपणाऱ्या तपासण्या, अनंत औषधं, गंभीर शस्त्रक्रिया, थोडंसंच खेळणं आणि अगदी ठराविक मोजकंच खाणं! माझा भाऊ या सगळ्यासाठी अपेक्षित आणि अनपेक्षितही खर्चाची हातमिळवणी करण्यासाठी धडपडत होता. तोच नाही, तर त्याचं सगळं कुटुंबच या लढाईत उतरलं होतं. त्यांचे न संपणारे अथक प्रयत्न इतके मनापासून आणि प्रामाणिक होते की, त्यांच्या आशेचा किरण कधीच लयाला जात नसे.

मार्मिकच्या बाबतीत म्हणाल, तर तो त्याच्याएवढ्या मुलांच्या मानानं खूपच समजूतदार होता. तो शाळेत तसा अनियमित असूनही परीक्षेत चांगले मार्क मिळवायचा. शाळेत मित्रांइतकाच तो शिक्षकांचाही लाडका होता. सगळ्यांना त्याचं कौतुक होतं. मला जेव्हा जेव्हा वेळ व्हायचा तेव्हा तेव्हा मी मार्मिकला भेटायला

जायचे. बरेचदा माझ्या आठ आणि दहा वर्षांच्या मुलांनाही बरोबर न्यायचे. आपला हा सहा वर्षांचा छोटा भाऊ खूप आजारी आहे, हे त्यांना चांगलं कळत होतं. त्याला भेटल्यावर ते त्याच्याशी खूप छान वागायचे.

आणि एकदा ती अवघड वेळ येऊन ठेपली. ''आमच्या हातात जे आणि जेवढं होतं, ते सगळं आम्ही केलंय.'' डॉक्टरांनी सांगितलं, ''मार्मिककडे आता जास्त वेळ नाही. काही महिने किंवा काही दिवसही. त्याला आता दवाखान्यात ठेवायला हवं.''

मार्मिकची भेट काळजाला घरं पाडणारी ठरायची. इतक्या छोट्या, गोड मुलाला त्या नळ्यांच्या आणि वायरींच्या जंजाळात बघणं खरंच फार अवघड होतं. त्याच्या तोंडून शब्द निघायचा अवकाश, त्याची आई लगेच त्याला काय हवं ते देत होती, करत होती.

मला आठवतं, नोव्हेंबर महिना होता. एक दिवस मी त्याला भेटायला दवाखान्यात गेले; माझी वहिनी पार कोसळून गेली होती. मला म्हणाली, ''वन्सं, मला माहित्येय त्याला आता जावं लागणार आहे आणि तेच त्याच्यासाठी चांगलं आहे. त्याचं शरीर आता आणखी वेदना नाही सहन करू शकणार! आणि माझ्यातही हे सगळं पाहण्याची, सहन करण्याची ताकद नाहीये. पण तरी मला वाटतंय की, त्यानं ख्रिसमसपर्यंत तग धरावी. त्याला सॅन्टाक्लॉजचं किती वेड आहे! तुम्हाला माहित्येय, मला आता त्याला आयुष्यात एकदाच आणि शेवटचं आनंदी झालेलं पाहायचंय.''

त्या दिवशी घरी गेल्यावर रात्री मी मुलांना झोपवत होते. तेव्हा मला एक कल्पना सुचली! ''मुलांनो, यंदा आपण ख्रिसमस लवकर साजरा करायचा बरं का!'' असं म्हणून मी त्यांना त्याचं कारणही सांगितलं. आम्ही तिघांनी मिळून 'सरप्राईज पार्टी' कशी करायची ते ठरवलं. माझा थोरला मुलगा यश मार्मिकसाठी 'सॅन्टा' होणार होता. तसे कपडे घालणार होता आणि धाकटा त्याच्या तीन मित्रांना घेऊन त्या पार्टीला येणार होता. 'छोट्या आजारी मार्मिकला आपल्या ख्रिसमस पार्टीनं आणि सॅन्टानं आनंद होणार आहे.' या कल्पनेनंच त्यांनाही खूप आनंद झाला होता. मार्मिक आणि त्याच्या ताईसाठीही काय काय भेटवस्तू आणायच्या, ते सगळ्यांनी ठरवलं. खरंतर त्याची ताई फार मोठी नव्हती, पण तिचं सगळं लहानपण आपल्या छोट्या भावाला मदत करण्यात, आजारपणात, त्याची काळजी घेण्यातच गेलं होतं.

ही सगळी मुलं मार्मिकला कशी मजा वाटेल या विचारात दंग होती आणि माझ्या मनात वहिनीचा विचार घोळत होता. मी वहिनीला बोलावून तिला आमच्या या प्लॅनबद्दल सांगितलं. तिला तर भरूनच आलं. हॉस्पिटलच्या अधिकाऱ्यांना ती भेटली आणि तिने आय. सी. यू.मध्ये छोटीशी ख्रिसमस पार्टी करायची त्यांच्याकडून परवानगी घेतली.

आणि त्या संध्याकाळी जादूची कांडी फिरली. एक छान, उमदा, छोटासा सॅन्टा आय. सी. यू.मध्ये आला. त्याच्या एका हातात 'बेल' होती आणि दुसऱ्या हातात कॅन्डीज आणि भेटवस्तूंनी भरलेली थैली होती. सॅन्टाला पाहून मार्मिक फारच खूश झाला. 'आपल्यासाठी सॅन्टा दवाखान्यात आलाय' याच्यावर त्याचा विश्वासच बसत नव्हता. तो सॅन्टाकडे बघत राहिला आणि मग त्यानं बोलक्या नजरेनं आईकडे बघितलं. सॅन्टाच्या थैलीतून एकामागून एक भेटी निघत होत्या. सगळं आय. सी. यू. आनंदानं, हसण्या-खिदळण्यानं भरून गेलं! आपल्या सगळ्या आवडत्या वस्तू सॅन्टानं आपल्याला दिल्या म्हणून मार्मिकला खूपच मजा वाटत होती. त्यानं सॅन्टाला घट्ट मिठी मारली. "सॅन्टा, थँक्यू व्हेरी मच आणि तुला नाताळच्या खूप खूप शुभेच्छा! आय लव्ह यू सॅन्टा!" मार्मिक म्हणाला.

डबडबल्या डोळ्यांनी मी त्याच्या आईकडे पाहिलं. आपल्या मुलाच्या चेहऱ्यावरचा आनंदाचा प्रत्येक क्षण ती माऊली नजरेनं टिपून घेत होती. 'ही पार्टी वहिनीसाठीही आवश्यक होती.' माझ्या मनात आलं. त्या दिवशीच्या आनंदी आठवणी तिला पुढे बरेच दिवस पुरणार होत्या. खरंच, तिच्या मार्मिकइतकाच तिलाही सॅन्टाचा जादूचा परीसस्पर्श बळ देणारा ठरणार होता.

मी मार्मिकला जवळ घेतलं. "सोन्या, आता सॅन्टाला जायला हवं. बाकीचीही मुलं त्याची वाट बघत असतील ना!" मी त्याची समजूत घातली. वहिनीच्या डोळ्यातून टच्कन पाणी आलं. त्या अश्रूचा मला आजही अर्थ कळलेला नाही. तो आनंदाश्रू असेल की तिच्या मनातल्या वेदना?

पण मला एक मात्र नक्की कळलं, प्रत्येकालाच एका सॅन्टाची गरज असते. त्याला वयाचं बंधन नसतं...

– जानकी व्यास वसंत

काळाचे पंख

काळ नेहमीच पंख लावून उडत असतो. खरंच तो भुर्रकन उडतो. अगदी काल-परवाचीच वाटेल अशी गोष्ट! मी ऑपरेशन टेबलवर होते. मला कॅथेटर लावला होता आणि मणक्यात इंजेक्शन दिल्यामुळे माझ्या कमरेखालचा भाग बधीर होऊन गेला होता. इतका की, छातीखाली काही नाहीच आहे, असं मला वाटत होतं. माझ्या आसपास फिरणारे डॉक्टर मजेत गप्पा मारत होते आणि माझी डॉक्टर मला मऊ मुलायम आवाजात म्हणत होती, "हं, थोडं सहन कर. बाळ जवळजवळ बाहेर आलंच आहे!" आणि मी अशी एक भयंकर किंकाळी फोडली की, माझी आजी आपली गुडघेदुखी विसरून पळत पळत जिने चढून वर, ऑपरेशन थिएटरपाशी आली. "मला कुणीतरी माझा चष्मा द्या" असं मी म्हणत होते. माझ्या लाल लाल बाळाला मला डोळे भरून बघायचं होतं. "गणपती बाप्पा आला रे!" मला भूल देणाऱ्या डॉक्टर आनंदानं म्हणाल्या.

"मला बघू दे ना!" मी केविलवाणा प्रयत्न करत होते.

संध्याकाळनंतर माझी भूल उतरली. मी डोळे उघडले आणि त्या क्षणी मला आतून एक प्रकारचं रिकामपण जाणवलं. "अरे! माझं बाळ? कुठंय माझं बाळ?" एवढ्यात नर्स माझ्या बाळाला घेऊन आली. त्याची इवलीशी बोटं मुठीत गुंडाळली होती आणि मूठ 'द थिंकर'च्या पोझमध्ये हनुवटीशी टेकवली होती. ओरखडल्यासारख्या खुणांनी त्याचा चेहरा लाल लाल झाला होता. माझ्यावर नजर रोखून जणू तो म्हणत होता, 'अच्छा, तूच ती ॲसिडिटी आणि ढेकरांचा भयंकर त्रास असणारी आहेस तर!" मोठी विचारी मुद्रा करून तो माझ्याकडे एकटक बघत होता. असं वाटत होतं, त्याला खूपकाही बोलायचं होतं, पण कुठल्या भाषेत बोलायचं, असा त्याला विचार पडला होता आणि त्याचे आर्विभाव... बाप रे! काही दिवसांनी त्याचे हावभाव इतके गमतीशीर झाले! डोकं हलवणं, छाती धाप लागल्यासारखी वरखाली करणं, आईनं दूध

पाजायला अगदी मिनिटभर जरी उशीर केला, तरी रडून-ओरडून घर डोक्यावर घेणं... सगळंच गमतीशीर होतं; पण एकदा पोट भरलं की, स्वारी खुशीत असायची. तसं शहाणं बाळ होतं माझं. खरंच काही त्रास नसायचा त्याचा. मी बाकीच्या आयांची 'छळवादी' बाळं बघायचे ना! मी मात्र नक्कीच नशीबवान होते. माझं बाळ मोठेपणीही असंच शहाणं असणार, याची मला खात्री होती.

पण त्याच्या वाढीमध्ये एक अडचण होती, ती म्हणजे त्याचं मोठ्ठं डोकं. त्यामुळेच त्याची वाढ मंद होती. PDD/NOS टेस्ट (काही वेळा त्याला ऑप्टिकल ऑटीझम असं म्हणतात), फीट येणं, आचके देणं आणि परिणामी दवाखान्याची वारी, हे त्यातलंच! या सगळ्यामुळे फक्त शारीरिक दमणूक व्हायची असं नाही, तर प्रचंड मानसिक थकवाही यायचा. त्या सगळ्या थेरपीच्या चक्रात त्याचं वागणंही बिनसून जायचं. ती नेहमीचीच लढाई झाली होती. कल्पना करा, तुम्ही तुमच्या मुलाला त्याच्यावर जबरदस्ती करून मॉलमध्ये आणि बागेत घेऊन गेलायत आणि तिथं सारखं कुणीतरी "काय झालंय याला?" असे प्रश्न विचारतं. कधीतरी नव्हे, रोजच. तर तुम्ही काय कराल? काय वाटेल तुम्हाला?

पण माझ्याहीपेक्षा माझ्या या मुलानंच या सगळ्या गोष्टींशी कसं जुळवून घेतलं असेल, याचं मला नवल वाटतं. मला त्याची फार काळजी वाटायची. शेजारपाजारची मुलं त्याला रडवायची, त्यांच्यात खेळायला घ्यायची नाहीत आणि माझं बिचारं लेकरू त्यांनी खेळायला घ्यावं म्हणून रडत रडत त्यांच्या मागं मागं पळायचं. बाकीची मुलं त्याची टिंगल करायची, त्याला कसं खेळायचं ते कळत नाही म्हणून चिडवायची. जवळपास तीन वर्षांचा होईपर्यंत त्याला बोलता येत नव्हतं. मात्र आपल्याला सगळे 'बुद्दू-बुद्दू' म्हणत चिडवतात, हे त्याला त्या वयापासूनच कळलं होतं.

ती काही वर्षं फार कठीण होती. सकाळी आठ वाजता तो नर्सरीत जायचा, ते संध्याकाळी चार वाजता घरी परत यायचा. तीन वर्षांच्या मुलाच्या दृष्टीनं हा वेळ खूपच असायचा, कारण शाळा सुटली की, लगेच त्याला थेरपीला न्यावं लागायचं. साडेबाराला दुपारचं जेवण; अर्थातच गाडीत. शाळेतून दमलेल्या माझ्या पिल्लाला उपचाराचा एक भाग म्हणून वेगवेगळे एक्सरसाईज करावे लागायचे. जिना चढायचा, उतरायचा, अडथळे पार करत चालायचं आणि संवादकौशल्य वाढवण्यासाठी त्याच्यासाठी मुद्दाम तयार करण्यात आलेले 'खेळ' खेळायचे; आणि या सगळ्या उपद्व्यापात महत्त्वाचं म्हणजे मुंबईतली लांब लांब अंतरं! त्यामुळे त्याच्या लहानपणातला बराचसा काळ गाडीत, प्रवासातच गेला, असं म्हणायला हवं. थेरपीनंतर घरी आलं की, थोडं इकडे-तिकडे,

टंगळ-मंगळ केली की, त्याला मॉल किंवा बागेत घेऊन जावं लागायचं. त्याला इतरांशी बोलता यायला हवं, संवाद साधता यायला हवा म्हणून मुद्दाम डॉक्टरांनीच असं करायला सांगितलं होतं. त्यानं जास्तीतजास्त मुलांमध्ये मिसळावं, त्यांच्याशी बोलावं, गप्पा माराव्यात, खेळावं, असं मला वाटायचं. भले इतर मुलं त्याच्याकडे पाहून चेष्टेनं हसली, तरी तिकडे त्याने लक्ष देऊ नये. तो बिचारा काही वेळा मॉलच्या एखाद्या काचेपाशीच बसायचा. काचेच्या दारातच फतकल घालायचा. मग तिथले शिपाई आणि काम करणारेही माझ्याकडे बघायला लागायचे. "हा असा मुलगा दारात बसलेला बघायला बरं वाटत नाही ना!" असं म्हणून मला त्याला घेऊन बाजूला व्हायला सांगायचे. त्यांचे ते शब्द अजूनही माझ्या मनावर कोरले गेले आहेत.

ही सगळी काही महिन्यांपूर्वीची गोष्ट. "आता हा एकदम ठीक आहे." असं डॉक्टरांनीच सांगितलंय. त्याला काही त्रास नाही. अगदी कुठल्याही सहा वर्षांच्या मुलासारखा तो 'नॉर्मल' आहे.

'नॉर्मल!' खरंच ऐकायला किती छान वाटतंय!

आणि मला ते प्रत्यक्ष दिसतंयसुद्धा!

आता तो आपल्या टीममध्ये हवा म्हणून मुलं आपसात भांडतात. सुटीच्या दिवशी फोन सारखा खणखणत असतो. याच्याच मित्रांचे "तू येतोस आमच्याकडे की आम्ही येऊ तुझ्याकडे खेळायला?" असं विचारणारे फोन येतात. रोज संध्याकाळी बागेतून फिरून आल्यावरही मुलांना त्याच्याशी आणखी थोडा वेळ खेळायचं असतं आणि त्यावरून त्यांच्यात चक्क भांडणं जुंपतात. माझ्या याच मुलाला इतरांनी 'खेळायला घ्यावं' म्हणून रडत रडत मुलांच्या मागे धावावं लागायचं आणि मुलं त्याच्या तोंडावर दारं लावून घ्यायची. काही वेळा तेही दिवस माझ्या नजरेसमोर तरळून जातात.

आणि शाळेतही आता त्याला छान समजतं. त्याला संगीताची खूप आवड आहे. नाच करताना त्याच्या हालचाली इतक्या तालात आणि सफाईदार असतात की, बघत राहावं. त्याला वेगवेगळ्या प्रकारचे कपडे आवडतात. त्याच्या 'ट्रेंडी' जॅकेट्समध्ये तर तो अगदी हिरोच वाटतो.

माझं पिल्लू आता बदललंय. अजून बाहेरचं जग फारसं न कळण्याच्या छानशा वयात तो आहे. अजूनही त्याला मी जवळ असायला हवी असते; निदान त्याच्या आसपास तरी. वरवर जरी तो बेपर्वा असल्यासारखं दाखवत असला, तरी कुठल्याही क्षणी तो नेहमीसारखाच मला बिलगतो आणि हट्टसुद्धा करतो. अजूनही तो माझं 'पिल्लू'च आहे; पण हळूहळू 'मोठा मुलगा' नावाच्या गमतीशीर प्राण्यात त्याचं रुपांतर होतंच आहे.

माझ्या हाती सापडल्यावर मी अजूनही त्याला जवळ घेते. त्याचे पापे घेते. वाटतं, तो कायम माझं 'बाळंच' राहावं. हो, पण मला माहित्येय, आपल्या मुठीतून निसटून जाणाऱ्या वाळूसारखं त्याचं बालपणही लवकरच संपणार आहे, निसटून जाणार आहे. त्यामुळे तो मोठा होऊन माझ्या नजरेसमोरून दूर जाईपर्यंत मी त्याच्या सहवासाच्या प्रत्येक क्षणाचा आनंद घ्यावा, हेच खरं!

– किरण मनरळ

बिन आडनावाचा

मला तो मुलगा मुळीच आवडायचा नाही. काळा, बुटका, भारी शांत. खरंतर भित्रा आणि बुजराच जास्त आणि ढेरपोट्या. प्रत्येक उन्हाळ्याच्या सुट्टीत तो काही दिवस आमच्याकडे राहायला यायचा. तसा तो त्याच्या आईच्या मागे-मागे स्वयंपाकघरातच असायचा. फारसा कुणाच्या दृष्टीला पडणार नाही अशा बेतानं आणि अगदी शांतपणे राहायचा. त्याची आई स्वयंपाकघरात सतत कामात गुंतलेली असायची. मला तो मुलगा मुळीच आवडायचा नाही, पण त्याची आई मात्र माझी लाडकी होती. तिचं नाव रोनोबाला, पण आम्ही तिला 'रोनो' म्हणायचो.

रोनो आमच्याकडे कामाला होती. मी लहान असताना तीच मला सांभाळायची. मी थोडी मोठी झाल्यानंतर ती आमच्याकडे स्वयंपाकही करायची. मी अगदी लहान असल्यापासून ती माझ्याच बरोबर असायची. खरंतर तिलासुद्धा एक दोन वर्षांचा मुलगा होता, पण तो तिच्या आईजवळ गावी राहायचा आणि ती मला सांभाळायला इथे शहरात!

थोडी थोराड, काळीसावळी रोनो हसतमुख होती. रोनो फक्त माझी होती. माझी खेळणी, माझी पुस्तकं, इतकंच काय, पण माझ्या मित्र-मैत्रिणींपेक्षाही 'रोनो' माझी लाडकी होती. लहान मुलं फार 'पझेसिव्ह' असतात. एखाद्या वस्तू, व्यक्तीवर आपला अधिकार आहे, असं त्यांना वाटतं. माझंही तसंच होतं. 'रोनो'चा मुलगा, दुलाल शहरात येऊन माझ्या 'रोनो'ला माझ्यापासून हिरावून तर नेणार नाही ना, अशी मला सारखी धास्ती वाटायची. म्हणूनच रोनोनं फक्त माझ्यासाठीच वेळ द्यावा, असं मला वाटत असे. घरापुढच्या बागेत माझ्यासाठी झोका बांधलेला होता. त्याच्यावर बसून झोके घ्यायला मला खूप आवडायचं. मला झोके देत देत रोनो मला तिथेच बोर्नव्हिटा पाजायची.

"सुट्टीत दुलाल तरी काय करणार?" ती म्हणायची. "आता माझ्याही आईचं वय झालंय आणि तिला आता सारखं दुलालचं करणं होत नाही." ती समर्थन

करायची आणि शेवटी ''हा सुट्टीत इकडे आला नाही, तर मला मग थोडे दिवस तरी तिकडे जावं लागेल.'' हा रामबाण उपाय काढायची.

मी लगेच माघार घ्यायचे. 'रोनो तिच्या घरी जाणार' ही कल्पनाच मला सहन व्हायची नाही. दर वेळी तिला हे शस्त्र काढावंच लागायचं आणि त्यातून कधी मला न सांगता ती घरी गेलीच, तर ती परत आल्यावर तिची धडगत उरायची नाही, इतकी मी चिडत असे.

दुलाल कधीच मधे मधे करायचा नाही. तो स्वयंपाकघरात त्याच्या आईला मदत तरी करत असायचा, नाहीतर आपला अभ्यास तरी करत बसायचा. त्याच्या आईला मात्र त्यानं कामात मदत केलेली आवडायचं नाही. ''अरे, दुलाल बाळा, अभ्यास कर. खूप शीक, मोठा हो आणि नाव काढ.'' असं ती त्याला सारखं सांगायची.

मी तुच्छतेनं हे ऐकायचे. बाकीचे नोकर दुलालबद्दल वाईट-साईट बोलायचे. त्याची टर उडवायचे. म्हणायचे, ''ए, बिन आडनावाचा! बिना बापाचा!'' मीपण त्यांचं ऐकून एकदा तेच म्हटलं. ''काय नाव तुझं? रोनो, दुलालला आडनावच नाही.'' स्वयंपाकघरात शांतता पसरली. दुलाल हळूच तिथून सटकला. रोनो भांड्यांच्या गराड्यात थिजल्यासारखी उभी राहिली. आपण जे बोललो ते फारच चुकीचं बोललो, हे मला जाणवलं; पण हसरी रोनो मग अगदी गप्प गप्प होऊन गेली. तीच शांतता स्वयंपाकघरात भरून राहिली; पण ती शांतता प्रचंड मोठ्या गडबडगोंधळापेक्षा मोठी भयंकर जीवघेणी होती.

''पण ते खरं आहे ना? सगळे म्हणतात. दुलालला आडनावच नाही म्हणून.'' मी हळूच म्हटलं.

''मला माहीत आहे. सगळे असंच म्हणतात; पण तू असं नको म्हणूस. तू मला जास्त ओळखतेस. आपण काय बोलतोय याचा तरी विचार करायचास. तूसुद्धा मला असं बोलून दुःख द्यावंस?'' ती रागावून म्हणाली. मला कसंतरी वाटलं. 'माझ्या बोलण्यानं रोनोला इतकं वाईट वाटावं?' त्या आधी मी दुलालला बाकी काही वाईट बोलले होते, तरी तिला त्याचं इतकं वाईट वाटलं नव्हतं.

''बाकीचे बोलले म्हणून तूसुद्धा पुन्हा तेच बोलायचंस का? माझ्या दुलालला एकटं टाकून मी तुला इथं माझ्या मुलीसारखं म्हणून सांभाळते. का, तर मला चार पैसे मिळतील आणि मी दुलालला शिकवेन. तू मला अशी नावं ठेवतेस? मोठ्या शाळेत जातेस ना? तिथं काय नुसती पुस्तकं शिकवतात? दुसऱ्यावर प्रेम, दया करायला शिकवायचं विसरतात का?'' ती रडत रडत म्हणाली. ''पहिल्यांदा तुमच्या इथे कामाला लागले, तेव्हा एका ड्रायव्हरशी माझी मैत्री झाली. त्याच्यापासून मला मूल होणार कळल्यावर तो पळून गेला. तुझी आजी मला 'मूल पाडून टाक'

म्हणून सांगत होती. ती मला मदतही करणार होती, पण मी माझ्या या बाळाला जन्म दिला. मला आणि माझ्या म्हाताऱ्या आईला गावकऱ्यांनी वाळीत टाकलं; पण तुला माहीत आहे, माझ्या मुलाला नाव आहे, माझं नाव आहे.'' हुंदक्यांनी तिचं शरीर गदगदत होतं.

एका आईच्या जखमी हृदयावरची खपली निघाली होती. स्वयंपाकघरातल्या त्या भावनिक वादळात मी भांबावून गेले होते.

थोड्या वेळानं अर्थातच पुन्हा सगळं ठीकठाक झालं. रोनोनं माझी माफी मागितली आणि वर पुन्हा चॉकलेटही दिलं. मला मात्र तिच्या त्या गोष्टीतलं 'ओ' की 'ठो' कळलं नव्हतं; पण एकच जाणवलं होतं – माझी रोनो सिनेमातल्या हिरॉईनसारखी होती. कितीतरी लोकांशी तिनं 'फाइट' दिली होती आणि त्यांना हरवलंसुद्धा होतं. जेमतेम पाच वर्षांची होते तेव्हा! मला काय कळणार तिचं लढणं आणि जिंकणं-हरणं? खरंच तिनं हरवलं तरी होतं का?

दुलाल अभ्यासात खूप हुशार होता. त्याच्या गावच्या शाळेत त्यानं छान मार्क मिळवले आणि शहरातल्या शाळेसाठी त्याला स्कॉलरशिप मिळाली. रोनो आता आमच्याकडे नव्हती. मीही आता मोठी झाले होते आणि तिची म्हातारी आई देवाघरी गेल्यानं रोनोला दुलालसाठी गावी जाणं भागच होतं. माझ्यासाठी ती दुलालपासून कायमच लांब राहिली होती; पण तसं केल्यानं दुलालचं भविष्य घडलं होतं आणि मलाही आईच्या मनाचा मोठेपणा, हळवेपणा कळला होता. दुलालनं तिच्या सगळ्या अपेक्षा काकणभर जास्तच पूर्ण केल्या!

आत्ता मी रोनोच्या एक मजली बंगल्यात बसलेय. रोनोचंही आता वय झालंय. दुलालच्या छान सलवार-चुडीदार घातलेल्या सडपातळ बायकोनं माझ्यासमोर कॉफी आणून ठेवली. तिच्या मुलानं दुसऱ्या खोलीतून डोकावून हळूच लाजून माझ्याकडे बघितलं. दुलाल ऑफिसमधून आला. पाठोपाठ त्याचा ड्रायव्हर त्याची ब्रीफकेस घेऊन आला. त्यानं माझ्याकडे हसून बघितलं. मान हळूच झुकवली. लहानपणचं तो काही विसरला नव्हता तर! दुलाल आत गेला. पाठोपाठ त्याची बायकोही.

रोनो माझा हात धरून सांगायला लागली, ''अगं, तुला माहित्येय, माझा दुलाल आता बँकेत मोठ्ठा ऑफिसर झालाय आणि तो आता मला काही काम करू देत नाही.'' हळूच तिची नजर तिच्या सुरकुतलेल्या कष्टकरी हातांकडे गेली.

माझे डोळे भरून आले. 'आपल्या मुलाला आडनाव नाही म्हणणाऱ्यांशी या वाघिणीनं कसा धैर्यानं सामना केला होत' ते मला आठवलं. माझ्याकडून नकळत झालेल्या अपमानानं ही जखमी वाघीण कशी चवताळून उठली होती तेव्हा! मला दुलालच्या बालपणीतले त्यांचे दोघांचे अपमान, त्यांना दिलेली दूषणं, त्याच्या वाढत्या वयात गावकऱ्यांनी टाकलेला बहिष्कार आणि वेळेत औषधोउपचार न

मिळाल्यानं तिच्या म्हाताऱ्या आईचं ओढवलेलं मरण... सगळं सगळं आठवलं आणि आता? रोनोला बहुधा माझ्या मनातले विचार कळले असावेत. "आता माझ्या दुलालला सगळं गाव दुलालबाबू नाही, तर बोरोबाबू म्हणतं." ती मृदूपणे म्हणाली. ती पुन्हा रडायला लागली; पण हे अश्रू आनंदाश्रू होते. निदान असावेत असं मला वाटलं.

आणि त्या गावातल्या दुलालच्या घराला काय नाव दिलं होतं? दारातून येतानाच एका संगमरवरी फरशीवर कोरलं होतं – 'रोनोबाला निवास'. तिच्या मुलानं, 'ज्याला जन्मायच्या आधीच मारून टाक' असा तिच्या 'हितचिंतकां'नी सल्ला दिला होता, त्याच मुलानं रोनोला नावापेक्षाही खूपकाही भरभरून दिलं होतं. तिच्या अनौरस मुलानं तिला समाजात कायमचा मान मिळवून दिला होता.

आणि आपल्या मुलाला आणि आपल्यावर जिवापाड विश्वास ठेवणाऱ्या एका मुलीला फसवून निघून जाणाऱ्या त्या बापाच्या नावाबद्दल पुढेही मला कधी काही कळलं नव्हतं. अर्थात त्यानं काहीच फारसं बिघडलं नाही! काहीच फरक पडला नाही.

– अमृता सेन

४

अदृश्य नाळ

माझ्या आईनं माझ्यासाठी केलेल्या सगळ्या प्रार्थना मला आठवतात. त्या नेहमीच माझ्या पाठीशी असतात. त्या माझ्या जीवनाचा एक अविभाज्य भाग आहेत.

– अब्राहम लिंकन

असहाय्य आई

शाळेत असताना डॉमनिक माझा सगळ्यात जवळचा मित्र होता. तसा दिसायचा एखाद्या पैलवानासारखा, पण उभा राहायचा एखाद्या गावातल्या शाळा-मास्तरसारखा; माफी मागायला उभा राहिल्यासारखा! शाळेत पी. टी.च्या तासाला डॉमनिक शर्ट काढायचा तेव्हा त्याच्या कमावलेल्या शरीराकडे पाहून सगळ्यांचे डोळे विस्फारायचे. शाळेच्या पहिल्या काही दिवसांतच त्याच्या 'सुपरमॅन'सारख्या शक्तीमुळे तो सगळ्यांचा लाडका झाला. तसे आम्ही दोघं या मिशनरी शाळेत एकदमच आलो होतो, पण त्याच्या शरीरयष्टीमुळे सगळ्यांचं त्याच्याकडे लक्ष जायचं. आमचे पी. टी.चे शिक्षक सारखे पान चघळत असायचे. अगदी एखाद्या सिनेमातल्या नटासारखे त्यांचे ओठ लाल असायचे. ते आम्हाला जोर-बैठका काढायला सांगायचे. मी तर दोन बैठकांमध्येच दमून जायचो. आमच्या वर्गातले सगळेच जवळपास एवढ्याच संख्येत ढेपाळायचे. डॉमनिक पुढे यायचा आणि सुरू करायचा. सगळा वर्ग मोजायला लागायचा. सातशे एकवीस, सातशे बावीस... सातशे सत्तर... पण हा पठ्ठ्या थांबायचं नाव घ्यायचा नाही. शेवटी सरच त्याला "अरे बाबा, थांब आता." म्हणून थांबायला लावायचे.

नंतर आम्ही एकदा त्याच्या घरी गेलो. शहराच्या बाहेर एका छोट्या औद्योगिक वसाहतीतल्या काचकारखान्यात त्याचे वडील सुतार म्हणून कामाला होते. तीन भाऊ, वयस्कर आई-वडील आणि त्यातही काहीशी विचित्र वागणारी आई असं त्याचं कुटुंब होतं. त्याची आई माणसांकडे एकटक बघत बसायची. काही वेळा तर आपल्याच नादात इतकी गुंग असायची की, साधं दूध तापवायला ठेवलेलंही विसरून जायची. दूध उकळून त्याची पार बासुंदी व्हायची, तर काही वेळा दुधाचं पातेलं जळून पार कोळसा व्हायचं. अगदी धूर निघायचा. शेजारीपाजारी विचारायला यायचे काय जळलं म्हणून! 'गेल्या दहा-बारा वर्षांपासून आईची मानसिक स्थिती बरी नाही.' असं डॉमनिकनं ओशाळल्या स्वरात मला सांगितलं; पण आमचा हा पैलवान

स्वयंपाकघराचा ताबा घ्यायचा, तेव्हा मात्र 'आई' म्हणून तिला फार अभिमान वाटायचा. त्याच्या सुगरणपणाचा मला फार हेवा वाटायचा आणि घरातल्या इतर पुरुषांना त्याच्या स्वयंपाकघरातल्या सराईत वावराची गंमत वाटायची.

भरपूर नाष्टा करून आम्ही सायकलवरून पुन्हा शाळेत क्रिकेट खेळायला यायचो. एकदा आमच्या शाळेला सुट्टी होती. म्हणजे कोणीतरी मोठी व्यक्ती गेल्यानं शाळा बंद होती. त्या दिवशी सगळ्या लहान मुलांसारखीच मलाही भयंकर भूक लागली होती.

"डॉमनिक, तू का रे स्वयंपाक करतोस?" मी त्याला अगदी सहज विचारलं.

"अरे, आईला बरं नाही ना आणि आम्हा भावंडात बहीण नाही ना, मग दुसरं कोण करणार?" त्यानंही सहज उत्तर दिलं.

"अच्छा, म्हणजे स्वयंपाकातलं सगळं खूप छान बनवतोस असं म्हणतोस?" मी चिडवलं.

"शंका वाटते तुला? मग ये पुढच्या रविवारी आणि माझ्या हातचं खाऊनच बघ." त्यानं आपला प्रस्ताव मांडला.

ठरल्याप्रमाणे मी 'मेजवानी'साठी हजर झालो. डॉमनिक आणि त्याचं कुटुंब गोव्याकडचं असल्यानं पोर्तुगीज भाषेत बोलायचं. डॉमनिकनं मला गिटार वाजवायला शिकवलं. पोर्तुगीज भाषेतली छोटी, साधी-साधी वाक्यं शिकवली. तो प्रेमगीतं छान म्हणायचा. मी इंजिनिअरींगला असताना एकदा घरचे सगळे लग्नाला गेले होते. तेव्हा त्यानं मला कितीतरी सोपे शाकाहारी पदार्थ बनवायला शिकवले होते. स्वयंपाकघर झाडणं, पुसणं, धुणं-भांडी आणि अशी सगळी कामं तो रोजच करायचा; अगदी हसतमुखानं, गाणी गुणगुणत!

जसजशी वर्षं उलटत होती, तसतशी त्याच्या आईची स्मृती आणखीनच कमी होत होती. कित्येकदा ती डॉमनिकला किंवा त्याच्या भावंडांना जवळ घेऊन लहान बाळांसारखी कुरवाळायची; कधीकधी तर मलासुद्धा! नंतर नंतर ती कोणाला ओळखेनाशीच झाली. ती गालातल्या गालात सतत हसत असायची. मात्र तिच्या डोळ्यात एखाद्या तत्त्ववेत्त्यासारखे भाव असायचे. काही वेळा ती इतकी गप्प बसायची की, आता ती आम्हा सगळ्यांपासून बाजूला झालीये, कुठंतरी लांब लांब चाललीये असं मला जाणवायचं. अंथरुणात पडल्या पडल्या ती इकडे-तिकडे लक्ष ठेवून 'आई'ची भूमिका पार पाडण्याचा केविलवाणा प्रयत्न करायची; पण तो फारसा यशस्वी व्हायचा नाही. तिचं मन थाऱ्यावरच नसायचं. कुठल्याही बोलण्यावर ती कुठेही उगाच हसायची, उगाच रडायची, नाहीतर शून्यात नजर लावून बसायची किंवा एकटक कुठेतरी पाहायची; पण कधीकधी मात्र अगदी चपखल मार्मिक कोटीही करायची.

आता आम्ही पदवीधर झालो होतो आणि वेगवेगळ्या कारखान्यांमध्ये कामाला लागलो होतो, पण डॉमनिकनं नोकरी सोडायची ठरवली, तेव्हा त्याची आई ठामपणे त्याच्या पाठीशी उभी राहिली. डॉमनिकला वायरमनच्या तीन वर्षांच्या कामाच्या अनुभवाचं सर्टिफिकेट मिळालं होतं आणि त्यावर त्याला मुंबईत सुपरवायझर म्हणून नोकरीवर घेणार होते. त्याला शनिवारी तिकडे जायला निघायचं होतं. त्याला आधीच्या सहकाऱ्यांना भेटायला जायचं होतं. अकरा किलोमीटर सायकलिंग करून तो जेव्हा जुन्या कारखान्यावर आला तेव्हा त्याला पाहून सगळ्या मित्रमंडळींना खूप आनंद झाला. कारखान्यात वायर गुंडाळणारं एक मोठ्ठं मशीन होतं. एखाद्या पुरुषाच्या मनगटाएवढ्या जाड तांब्याच्या वायरी स्पूलवरून ते सहज गुंडाळत जायचं. जेवणाची सुट्टी असल्यानं मशीन बंद होतं. डॉमनिक त्याच मशीनवर ओणवा उभा राहून मित्रांशी गप्पा मारत होता, मस्करी करत हसत होता आणि अचानक त्याचा पाय निसटून ड्रमवर पडला. ड्रम खाली आला, तो नेमका मशीन सुरू करायच्या फुट स्वीचवर आदळला. मशीन सुरू झालं. डॉमनिकचा उजवा हात ड्रम आणि जाड वायर यांच्यामध्ये वेगानं गुंडाळला गेला. डॉमनिक पूर्ण वर फेकला गेला आणि दुसऱ्या बाजूला धाडकन जमिनीवर आदळला. मशीन थांबवेपर्यंत तीनदा असं झालं. त्याची शुद्ध हरपली. पन्नास ठिकाणी त्याची हाडं मोडली. तीन दिवस मृत्यूशी झुंज देऊन शेवटी तो हरला! कायमचा थांबला!

आम्हा मित्रांचं दुःख तर शब्दांच्या पलीकडचं होतं. त्याच्या दोघा भावांशी आमची फारशी मैत्री नव्हतीच, पण त्यांनाही फारसे मित्र नव्हते. डॉमनिकसारखे ते हरहुन्नरही नव्हते. हळूहळू त्यांनी वेगळी बिऱ्हाडं केली. मी अधूनमधून त्यांच्याकडे जात असे. आईबद्दल त्यांच्याकडून फारसं काही कळत नसे. ती आता अगदीच असहाय्य झाली होती, अगतिक झाली होती; पण या कुटुंबाचा आधारस्तंभ ढासळला होता, एवढं मात्र तिला नक्कीच कुठेतरी जाणवत होतं. डॉमनिक आता नव्हता, ही खूणगाठ तिनं मनाशी बांधली होती. सगळं जग आणि डॉमनिकची आई यांच्यात अदृश्य पडदा होता. त्यांच्यात आता संबंधच उरला नव्हता. आता तिचं मार्मिक बोलणं थांबलं होतं. एवढंच नव्हे, तर ती भेटायला येणाऱ्या प्रत्येकाकडे शून्य नजरेनं बघत राही. तिच्या नजरेत कुठलीच ओळख दिसत नसे. असेच काही आठवडे उलटले असतील. एके दिवशी सकाळी ती या जगातच नसल्याचं मुलांच्या लक्षात आलं. ती गेल्याचं मला कळलं. मला आठवलं, डॉमनिक गेल्यावर ती म्हणालीच होती, ''मला जायला हवं. तिथंही त्याला आई हवीच ना!''

– मॅक्स बाबी

ती काळाच्या थोडी पुढे!

मला ती दुपार अजूनही आठवते. एक निळ्या रंगाचा एरोग्रॅम माझ्या पत्राच्या पेटीत पडला होता. त्या काळात इ-मेल तर माहीतच नव्हता आणि एखादा फोन करणंही परवडण्याजोगं नव्हतं. चांगल्यावाईट सगळ्या बातम्या 'पत्रांतूनच' गोगलगाईच्या पाठीवर बसून सावकाश एकमेकांपर्यंत पोहोचत असत.

त्या दिवशी आलेल्या पत्रावर बाबांच्या हातचा वळणदार धावत्या इंग्रजी लिपीत लिहिलेला पत्ता नव्हता. उलट अगदी मुद्दाम रेखून काढलेली कॅपिटल अक्षरं दिसत होती. 'कोणाचं बरं असेल हे पत्र?' मी घाईघाईनं पत्र फोडलं. आईचं पत्र होतं; शुद्ध मराठीत लिहिलेलं. अगदी थोडक्या शब्दातलं, पण त्या थोडक्या मजकुरानंच आईबद्दलचं माझं मत सपशेल बदलून गेलं! तिनं लिहिलं होतं –

'लाडूबाई,

कशी आहेस तू? बरी आहेस ना? या पत्रातून मला काय म्हणायचंय ते तुला नीट कळेल असं वाटतं. इतर समाजात लोकांची वागायची पद्धत वेगळी असते, पण आपल्या समाजात संस्कारांना फार महत्त्व आहे. तुम्ही कसे वाढलात हे बघितलं जातं. कारण त्या संस्कारांच्या पायावरच तुमचं आयुष्य उभं राहतं. तू तुझ्या आयुष्यात कुठलाही निर्णय घेताना ही गोष्ट लक्षात घ्यावीस, असं मला वाटतं. तू योग्य तेच करशील, अशी माझी खात्री आहे.

आशीर्वाद.

आई'

मोजकी पाच वाक्यं! एवढंच पत्र! अति संक्षिप्त आणि तेवढंच गूढसुद्धा! कदाचित माझा पारा वाढवणारं हे पत्र! तिनं तिच्या गावरान भाषेत मला चिमटे काढले होते! ती सरळ स्पष्ट शब्दांत काहीच बोललेली नव्हती. मलाच तिच्या बोलण्या-लिहिण्यातून अर्थ लावून घ्यावा लागत होता.

म्हणजे आई कशाबद्दल बोलत होती? मी घरापासून इतकी दूर असूनही मी

काय करत होते, हे तिला तिथं बसून कसं कळत होतं? माझ्या हृदयाचा ठोकाच चुकला. वाटलं, तिचे टप्पोरे डोळे माझा पाठलाग करतायत.

पूर्वी मी माझ्याही मुलांना सांगायचे, 'आईच्या पाठीला डोळे असतात' आणि त्यांना ते खरं वाटायचं. तसं बघायला गेलं, तर मी आईपासून साता समुद्रापलीकडे, तिच्यापासून कितीतरी योजनं दूर, दुसऱ्या खंडात! तिथपर्यंत तिची नजर पोहोचणं शक्यच नव्हतं; पण तिला सगळं कसं कोण जाणे, पण कळलं होतं आणि तिच्या 'खास' भाषेत ती मला सावध करत होती. नुकतेच मी जे काही निर्णय घेतले होते, त्याबद्दलची कुणकुण माझ्या मित्रमंडळींनासुद्धा नव्हती. नाहीतर काहीही वावड्या उठल्या असत्या. त्या काळी इकडे जवळजवळ दोनशे भारतीय, विशेषतः इंजिनिअर्स आणि डॉक्टरेट करणारी मुलं आली होती. त्यात फक्त तीन भारतीय मुली होत्या आणि त्यातली एक मी होते! आमचे आई-वडील आम्हाला इकडे पाठवायला कसे तयार झाले, याचं सगळ्यांनाच आश्चर्य वाटत होतं. माझ्या बरोबरच्या दोघी जणी सायन्स साईडच्या होत्या; पण मी मात्र 'साहित्या'ची विद्यार्थिनी होते. त्यामुळे लोक आणखीनच गोंधळात पडत. ''काय सांगतेस? इथे? या अमेरिकेत?'' अरुण अगरवालनं मला विचारलं. त्याच्या चेहऱ्यावरून आश्चर्य नुसतं ओसंडून चाललं होतं. अरुण माझा शाळकरी दोस्त! त्यानं असं म्हणावं? ''पण अमेरिकेतच कशाला? इंग्लंडमध्ये का नाही गेलीस? आणि मला एक सांग, एवढं अगदी पीएच. डी. करून काय करणार? हे शिक्षण... जरा जास्तच नाही होत?'' तो फिरून फिरून त्या मुद्द्यावर येत होता. मी जिथे शिकत होते ते विद्यापीठ आणि हा देश याबद्दल बहुधा त्याच्या मनात कुठेतरी कटुता असावी.

''कशाच्यापेक्षा जास्त शिक्षण?'' माझा प्रतिप्रश्न! आमचा दुसरा मित्र विनोद श्रीवास्तव पदार्थविज्ञानातला गाढा अभ्यासक! तो म्हणाला, ''दिसायला 'सो-सो' असणाऱ्याच मुली एवढं कशाला शिकतात? नाही म्हणजे, त्यांच्याशी लग्न कोण करणार?''

''असं काही नाही. ज्यांना दिसणं फारसं महत्त्वाचं वाटत नाही, अशीही माणसं असतीलच की!'' मी माझा मुद्दा लावून धरला खरा, पण माझ्याही मनात आलं होतं. 'मी अशी टंगाळी, रंगानं काळी आणि अती बोलभांड! लग्नाच्या बाजारात मी 'खपणं' थोडं अवघडंच होतं. खरंच अगदी आगळावेगळा माणूसच झाला, तर आपल्याशी लग्नाला तयार होईल.' माझं मन ठसठसलं!

मी आणि 'आर' जेव्हा एकमेकांना भेटलो, त्याच क्षणी एकमेकांना आवडलो होतो. अर्थात 'खास मध्यमवर्गीय मनोवृत्ती'मुळे एकमेकांशी मोकळेपणानं बोलायला आम्हाला बरेच महिने लागले. 'आम्हाला काय हवं होतं' ते आम्हाला कळत होतं.

त्यामुळे आमचे 'राहते पत्ते' जरी वेगवेगळे होते, तरी आम्ही दोघं एकत्रच असायचो. अगदी पुसटशी तोंडओळख असल्याचाही आम्ही बहाणा करायचो. जेव्हा आमच्या कॉलेजच्या आवारात तो मला आणि माझ्या मैत्रिणीला, जसबीरला भेटला, तेव्हा तिनं आमची ओळख करून दिली आणि मीही 'करून' घेतली! त्यामुळे मला समजत नव्हतं की, माझ्या आईला हे प्रकरण कसंकाय कळलं असेल?

थांबा; आता सगळं अगदी पहिल्यापासून सांगते. चाळीस वर्षांपूर्वीची गोष्ट – ग्रॅज्युएट झाल्यावर पुढं शिकायला म्हणून मी जेव्हा पहिल्यांदा इकडे अमेरिकेत मिडवेस्टर्न विद्यापीठात आले, त्या काळी हे म्हणजे माझ्या पालकांचं 'धाडस'च होतं. मला स्कॉलरशिप मिळाल्याचं पत्र आलं, तेव्हा बाबांना खूप आश्चर्य वाटलं; पण आता ते काहीच करू शकत नव्हते. त्यांना मला इकडे पाठवण्याशिवाय पर्याय नव्हता. कारण या विद्यापीठात अर्ज करायला त्यांनीच आधी परवानगी दिली होती, त्यामुळे आता त्यांना माघार घेता येत नव्हती.

त्या वेळी माझ्या बावीसाव्या वाढदिवशीसुद्धा एका अशाच निळ्या लिफाफ्यानं जादू केली होती. सगळं बदलूनच टाकलं होतं. माझ्या आईच्या चतुरपणानं तेव्हाही नशीबच बदललं!

आपल्या तरुण, लग्न न झालेल्या मुलीला एकटीला परदेशात कसं पाठवावं, असा बाबांना प्रश्न पडला होता. काय करावं? पाठवावं की नाही, अशा द्विधा मन:स्थितीत ते होते; पण माझ्या 'चौथी पास' आईनं मात्र नेमकी नस ओळखली. तिनं त्यांना समजावलं - ''तुमच्या मुलीला आई सरस्वतीनं आपणहून निमंत्रण दिलंय. आता तुम्ही तिच्या प्रगतीचं दार बंद करू शकत नाही. तिला अडवू शकत नाही.''

माझे उच्च शिक्षित डॉक्टर बाबा तिच्या साध्यासरळ तत्त्वज्ञानानं वरमले आणि नातेवाइकांनी आम्हाला नावं ठेवली, नाकं मुरडली, तरी तिकडे पूर्ण दुर्लक्ष करून त्यांनी आपल्याला काय करायचंय ते पक्कं ठरवून टाकलं. माझ्या आईला भले पुस्तकी ज्ञान नसेल, पण आपलं म्हणणं योग्य आहे का नाही, ते केव्हा योग्य ठरेल, हे तिला कळत होतं. जेव्हा बरेचसे पालक आपल्या मुली जास्त शिकल्या, तर त्यांच्यासाठी नवरा शोधणं अवघड होईल या भीतीनं मुलींना जास्त शिक्षण देत नसत, त्या काळात माझ्या आईनं माझी पाठराखण केली. मला भक्कम पाठिंबा दिला. तिच्या पिढीच्या बऱ्याच बायकांसारखी तिनं पडद्यामागून सूत्रं हलवली. तिनं सामाजिक आणि रुढींची बंधनं केव्हाच बाजूला सारली होती. असं असताना आता पुन्हा त्याच गोष्टींची ही आठवण तिनं का द्यावी?

जर आपण नेहमी योग्यच गोष्ट करत असू, तर आपण मोकळेपणानं तसं का वागू-बोलू शकत नाही, ही एक कुठेतरी मनाला लागून राहणारी बाब आहे. तिनं त्या

वेळी माझ्या बाबांना सांगितलं होतं, तसंच मलाही सांगितलं. ''योग्य कृती करावी. कारण, करण्यासारखी तेवढीच एक गोष्ट असते.''

अचानक सगळं धुकं निवळलं. ज्या गोष्टींबद्दल मी उघडपणे बोलायला धजावत नव्हते, त्याबद्दल तिनं एक-दोन वाक्यच लिहिली होती.

काही वर्षांनंतर कॉलेजमध्ये शिकणारी माझी मुलगी मनापासून एका मुलाच्या प्रेमात पडली. त्या तरुणाशी तिला लग्न करायचं होतं. त्या वेळी मी तिला कसं समजवावं या विचारात पडले होते. नेमकं काय सांगावं कळत नव्हतं. तसे आम्ही स्वत:ला फार 'मोकळ्या मनाचे' पालक समजत होतो; पण माझ्या मुलीला जेव्हा मी तिच्या अमेरिकन मैत्रिणीसारखं तिच्याशी वागावं असं वाटत होतं, तेव्हा मात्र मला बिचकायला होत होतं.

माझ्या आईनं बऱ्याच वर्षांपूर्वी मला पाठवलेलं पत्र आणि ती वेळ, तो प्रसंग मला आठवला. इतका काळ लोटला होता, पण एकविसाव्या शतकातल्या या तरुण मुलीला समजावून सांगताना मला त्याचीच 'गाईडलाईन' मिळाली. माझी मुलगीही जेव्हा आई झाली असती, तेव्हा तिलाही त्याचा अर्थ कळला असता.

माझ्या आईच्या त्या पाच वाक्यांतून तिचं शहाणपण सतत जाणवतं. नुकत्याच जन्मलेल्या माझ्या नातीभोवती, रैनाभोवती माझं आयुष्य सध्या पिंगा घालतंय; पण माझ्या आईसारखं मला लिहिता येईल का, याची आजही मला शंका वाटतेय. मी माझ्या आईतलं शहाणपण माझ्यात उतरवू शकेन का? माझं 'आईपण' मी जपू शकेन का? 'आईपण' या शब्दाबाबत माझी मुलं निर्दयपणे मला चिडवत असतात; पण शहाण्या आईपणाच्या चक्राला मी नव्यानं गती देऊ शकेन का? हे सगळं काळच ठरवेल; पण सध्यातरी मी माझ्या लाडक्या आईचे तिच्यातल्या 'आईपणा'साठी मनोमन फक्त आभार मानू शकते!

– लतिका मंगरुळकर

नियुक्ती

हा माझ्यासमोर बसलेला बारीक चणीचा मुलगा थोडासा पुढे झुकून माझ्या प्रश्नांची आत्मविश्वासानं उत्तरं देतोय. त्याची हाडकुळी लांबसडक बोटं एकमेकांत घट्ट गुंतवलेली दिसताहेत. मला त्याचा जांभळा शर्ट आणि काहीतरी वेगळंच प्रिंट असलेला डार्क निळ्या रंगाचा टाय आवडलाय. घाऱ्या डोळ्यासारखी त्याची कफलिंक्स चमकतायत. माझ्या खोलीच्या घड्याळाची टिकटिक स्पष्ट ऐकू येतेय. त्याच्या कोऱ्या चेहऱ्यावर त्याला असलेली नोकरीची गरज मला स्वच्छ वाचता येतेय. याच्या आधी मी एका मुलीचा इंटरव्ह्यू घेतला होता. ती या मुलापेक्षा जास्त तल्लख होती. तिच्यातल्या जमेच्या बाजूही जास्त उजव्या होत्या; पण मला स्वत:ला व्यक्तिगत सहाय्यक (पर्सनल असिस्टंट) म्हणून एखादी स्त्री नको आहे.

या मुलाची आणि माझ्या एकुलत्या एक मुलाची जन्मतारीख एकच आहे. माझा मुलगा दुरावला, त्याला आता पंधरा वर्षं झाली. या मुलाचा 'सी. व्ही.' तसा व्यवस्थित आणि आमच्या अटी पूर्ण करणारा आहे. कॉमर्सची पदवी आहे, शिवाय कॉम्प्युटर ॲप्लिकेशनचा डिप्लोमाही झालेला आहे. त्याच्याकडे मोटार चालवण्याचं लायसन्स आहे. एकूण तो खाऊन-पिऊन सुखवस्तू असलेल्या घरातला असावा. 'नाणी साठवण्याचा छंद' असल्याचं त्यानं त्याच्या माहितीत लिहिलंय. त्याच्यात काहीतरी वेगळेपण आहे. तपकिरी रंगाची, सरळ केसांची कपाळावर येणारी झुलपं, सैलसर शर्ट, रिमलेस चष्म्याआड असलेले त्याचे टपोरे डोळे! बस! मी त्या क्षणी तिथेच त्याला कामावर घेऊन टाकते.

माझ्या ऑफिसमधल्या बाकीच्या लोकांशी मी त्याची ओळख करून देते. ऑफिसमध्ये त्याच्याकडे काय काय कामांच्या जबाबदाऱ्या असणार आहेत, हेही सांगते. तो अंमळ जास्तच नम्र आणि पटकन शिकणारा आहे. ऑफिसमधल्या इतर लोकांसारखा तोही घरून जेवणाचा डबा आणतो.

आठवडाभरातच एकमेकांच्या डब्यातलं खाण्याइतकी आमची मैत्री होते. खरंतर

माझ्याबाबतीत हे असं पहिल्यांदाच घडतंय. त्याच्या कुटुंबाबद्दल आमच्यात जास्त गप्पा होतात. तो मर्चंट नेव्हीत असलेल्या वडलांबद्दल सांगतो. ते नोकरीमुळे जगभर फिरत असतात. त्यामुळेच त्याला वेगवेगळी नाणी जमवण्याचा छंद लागला आहे. दर वर्षी ते पश्चिम किनारपट्टीवर शांत, अनवट समुद्रकिनाऱ्यावर सुट्टीत जातात. त्याच्या वडलांना निसर्गाचे फोटो काढण्याची आवड आहे. कॅमेऱ्यातल्या लेन्सचे वेगळे प्रकार त्यांना माहीत आहेत. हॅसलब्लेड हा कॅमेरा जगातला सर्वोत्तम कॅमेरा का मानतात, याचीही त्यांच्याकडे माहिती आहे.

नोकरीच्या दुसऱ्याच दिवशी तो मला माझ्या बनारसी साडीबद्दल कॉम्प्लिमेंट्स देतो. माझ्या टेबलावरचा फोटो कुणाचा आहे म्हणून विचारतो.

मी माझी कथा सांगते. "हा रोहन. पंधरा वर्षांपूर्वी तो नाहीसा झाला. त्या वेळी तो सहा वर्षांचा होता. मी त्याला शाळेतून आणायला जायचे. त्या दिवशी मला नेमका उशीर झाला. मी शाळेच्या गेटपाशी पोहोचले, पण तो दिसलाच नाही. मी पोलिसात तक्रार दिली, टाइम्स ऑफ इंडियात जाहिरात दिली, स्थानिक टीव्ही चॅनेलवरून त्याला शोधून देण्यासाठी चांगलं बक्षीस जाहीर केलं. तीन वर्षं माझे हे प्रयत्न चालू होते, पण काहीच उपयोग झाला नाही." माझा गळा दाटून येतो. आवंढा गिळून मी टेबलावर डोकं ठेवते. खरंतर माझं भावनाविवश होणं मला मुळीच आवडत नाही. कमकुवत मनाचं लक्षण आहे ते!

कुठल्यातरी कागदांवर सही घ्यायला माझी सेक्रेटरी केबिनमध्ये येते. "थांबा, आत्ता त्यांना जरा बरं वाटत नाहीये. सही नंतर घ्या." असं म्हणत तो तिला थोपवतोच. खूप वेळ मी मान वरच करत नाही. मी रडतेय. "चला, आता निघू या. एवीतेवी पाच वाजायलाच आलेत. घरी चला. उद्या तुम्हाला बरं वाटेल." तो म्हणतो. त्याचा हळुवार आवाज माझ्या मनाच्या विस्मृतीत गेलेल्या कप्प्याला स्पर्श करतो.

दिल्लीतली संध्याकाळची वाहनांची अफाट वर्दळ! त्यातून तो अगदी सफाईनं गाडी चालवतो. नोव्हेंबर महिन्यातल्या सुखद, गार हवेनं मला खूप छान, शांत वाटतं! मनाला पुन्हा उभारी मिळते. दर क्षणाला तो माझ्याकडे बघतो, पण काहीही बोलत नाही. आम्ही माझ्या घरी येतो. मी त्याला घरात यायचा आग्रह करते.

तो खूप अवघडून दिवाणखान्यात बसतो. तिथल्या फायरप्लेसच्या वरच्या भिंतीवर सगळीकडे माझ्या हरवलेल्या मुलाचे फोटो लावलेले आहेत. तीन चाकी सायकलीवर बसलेला माझा सोन्या, अंघोळ घालून मोरीतच टॉवेल गुंडाळलेला माझा छकुला, वाढदिवसाच्या वेळचा माझा मुलगा, पार्कमधला तो आणि मी! माझी ओपेल गाडी चालवण्याचा अभिनय करताना तो स्टिअरिंग व्हील हातात घेतलेला, बालवाडीतल्या छोट्या मित्रांबरोबरचा माझा छोटू!

आमची कामवाली एका ट्रे-मध्ये कॉफीचे मग आणि चॉकलेट, बिस्किटं घेऊन येते. ती तिथून जाईपर्यंत हा तिथल्या टेबलावरचं एक मासिक हातात घेऊन उगाच चाळत बसतो. ती गेल्यावर तो तटस्थपणे पँटच्या खिशातून काळं लेदरचं पाकीट काढतो आणि उघडून माझ्यापुढे धरतो. तो एक मध्यमवयीन, छोट्या कपाळाच्या आणि उसनं हसणाऱ्या चेहऱ्याचा ब्लॅक अँड व्हाईट फोटो असतो. क्षणभरच आमच्या दोघांच्या हातांचा स्पर्श होतो. एक वेगळीच संवेदना चमकून जाते. मी गप्प!

"ही माझी आई. ब्रेस्ट कॅन्सरनं गेली. तेव्हा मी अकरा वर्षांचा होतो."

झटकन तो मान फिरवतो आणि जणू बाहेरच्या पक्ष्यांकडे बघायला लागतो. मीपण नकळत मान हलवते आणि कॉफी कपात ओतायला लागते.

"हं, कॉफी?" त्याच्या नाजूक भावनेला धक्का लागू नये म्हणून मी दिवा न लावताच त्याला विचारते.

– शब्दांकन : महेंद्र वाघेला

अस्सं प्रेम सुरेख बाई!

आजचा दिवस एकदम खास होता. जपानहून, नागोयाहून माझ्या दोन वर्षांच्या मुलीसाठी, इंदिरेसाठी एक पार्सल आलं. त्यात तिच्यासाठी तीन स्वेटर्स, त्यांच्यावर मॅचिंग टोप्या होत्या आणि हे सगळं टॉमीच्या आजीनं स्वत: हातानं विणलं होतं. टॉमी म्हणजे इंदिराचा 'बेस्ट फ्रेंड!'

टॉमी आणि त्याची आई फुजिको यांच्याशी ओळख होणं ही इंदिराच्या आणि माझ्या आयुष्यातली एक फार सुंदर घटना होती. आम्ही तेव्हा एका छोट्या गावात राहत होतो. लहान मुलांसाठी असणाऱ्या एका बागेत सहा महिन्यांपूर्वी आमची ओळख झाली. मुलांची लगेच छान मैत्री झाली. फुजिको आणि मी दोघीही आपापल्या देशांपासून बऱ्याच दूर आलो होतो आणि या नव्या आयुष्याशी जुळवून घेत होतो. एकच अवस्था असल्यानं आम्हालाही हा योगायोग छान वाटला होता. त्यामुळे आमची मुलं मस्त खेळत होती आणि आमच्या गप्पा रंगल्या होत्या. कितीतरी विषयांवर आम्ही बोलत होतो. जपानी समुद्रशेवाळं, भारतीय हळद, आमचं आईपण, आशियाई मूल्यं आणि संस्कृती-परंपरा आणि पाश्चात्त्य संस्कृती यातला फरक, मुलांच्या संगोपनाच्या, त्यांना वाढवण्याच्या पद्धती कशा वेगळ्या आहेत... या आणि अशा अनेक विषयांवर आम्ही गप्पा मारल्या.

आज आमच्याकडे आलेले स्वेटर्स म्हणजे फुजिको परिवारानं कृतज्ञता व्यक्त करण्याचं प्रतीक होतं. काही दिवसांपूर्वी माझा नवरा कामासाठी टोकिओला जाणार होता. तेव्हा फुजिकोनं त्याला टॉमीसाठी तांदळाची बिस्किटं आणि तिच्या जपानी पदार्थांसाठीच्या काही वस्तू आणायला सांगितल्या होत्या. कारण या गोष्टी आमच्या इथे सहजासहजी मिळत नसत. माझ्या नवऱ्यानं तिच्यासाठी हे सगळं आणलं, पण पैसे मात्र घेतले नाहीत. त्यामुळे फुजिकोच्या वतीनं तिच्या आईनं हे स्वेटर पाठवले होते!

मी या भेटीमुळे फारच भारावून गेले आणि दुसऱ्या दिवशी फुजिकोच्या आईला

फोन करायचं ठरवलं. मग मी माझ्या आईला फोन केला. कारण इंदिराच्या या गिफ्टमुळे आमच्याइतकाच तिलाही आनंद होईल, हे मला माहीत होतं.

तिच्याशी बोलून मी फोन खाली ठेवला आणि त्या क्षणी मला जाणवलं, 'अरे! आपण आईशी किती वेळा बोलतो! तेही आपण आई झालोय तरी!' काही वेळा इंदिरानं नवीन काही केलं की, ते सांगायला म्हणून आठवड्यात दोनदासुद्धा फोन व्हायचे. कारण माझ्या लेकीच्या छोट्या छोट्या गोष्टींचं माझ्याइतकंच तिला कौतुक होतं. माझ्याइतकाच आनंद तिलाही व्हायचा.

पण हे असं आधी नव्हतं होत. तेरा-चौदा वर्षांची असल्यापासून अगदी विशी-पंचविशीपर्यंत आई-बाबांना जे मी करावंसं वाटायचं त्याच्या बरोब्बर उलटं मी करत असे. माझ्या डोक्यात एकच होतं – 'माझी आई जशी जगली, त्यापेक्षा मी माझं आयुष्य वेगळ्या पद्धतीनं जगणार!' पुढे पुढे वयानुसार आमच्या दोघीत संवाद वाढला. तिचीही बाजू मला समजून घेता येऊ लागली. तेव्हा तिच्या काही कथा-व्यथा मला समजल्या; तिच्या हुकलेल्या संधी, पाहिजे त्या मार्गानं न जाता येणं, आपल्या कुटुंबासाठी, घरातल्यांसाठी सतत स्वत:ला मुरड घालावी लागणं, इतरांसाठी काही गोष्टी कराव्या लागणं; पण त्या 'बंडखोर' वयात आई-बाबांशी माझा कधी नीट संवाद होऊ शकला नाही. कारण 'मी काय करायचं, हे त्यांनी मला कशाला सांगायचं?' असं मला वाटायचं. आमचं साधं बोलणंही शेवटी वाद-विवादानंच संपायचं.

पण आता मात्र माझं आईशी सारखं बोलणं होत असतं. या आधी मला तिची अशी ओढ कधीच वाटली नव्हती. मी 'आई' झाल्यापासून छोट्या छोट्या गोष्टींमध्ये तिचा सल्ला घ्यावा, आधार घ्यावा असं वाटतं. काही वेळा तर माझी आई मला हसते. माझी चेष्टा करते. कारण मी आजारी पडले, तर तिच्या 'आजीबाईच्या बटव्या'तली औषधं मुळीच घ्यायचे नाही, पण आता मात्र माझ्या इंदिरेसाठी मी त्याच औषधांचा आग्रह धरते. माझ्यात इतका टोकाचा बदल होईल, असं मला मी तरुण असताना कधी कोणी म्हटलं असतं, तर मी मुळीच विश्वास ठेवला नसता!

वयानुसार हळूहळू हे शहाणपण येत जातं, असं मला वाटतं. तिनं त्या वेळी मला जे सांगितलं, शिकवलं ते आत्ता माझ्या लक्षात येतंय. ती नेहमी "तूप खावं, ते मेंदूच्या, बुद्धीच्या वाढीसाठी चांगलं असतं." असं म्हणायची; पण मी मात्र "छे! तुपानं जाडी वाढते. शिवाय ते हृदयालाही चांगलं नसतं." असा युक्तिवाद करून तिचं म्हणणं खोडून काढायचे. मग इंदिरा झाल्यावर मी मुलांसाठीच्या पौष्टिक आहारावरची पुस्तकं वाचायला लागले. त्यात पाश्चिमात्य शास्त्रातही तुपाचं महत्त्व सांगितलं होतं की, कोलेस्टेरॉल मेंदूच्या विकासासाठी आणि एकूणच मज्जासंस्थेच्या योग्य वाढीसाठी आवश्यक असतं. नवीन आहारशास्त्र आणि प्राचीन आयुर्वेदशास्त्र

दोघांनी याबाबत संशोधन केलं होतं आणि शेवटी पारंपरिक औषधांनाच त्यांनी दुजोरा दिला होता. माझी आई माझ्याबद्दल एक गोष्ट सांगते – काही वर्षांपूर्वी ती माझ्याकडे आली होती. तेव्हा तिला थंडीचा खूप त्रास झाला, खूप सर्दी झाली. त्या वेळी मी तिला चक्क पातळ लापशी करून दिली. अशी लापशी ती मला आणि माझ्या भावाला थंडीच्या दिवसात करून द्यायची आणि तिच्या समाधानासाठी आम्ही ती प्यायचो.

अलीकडे बरेचदा कितीतरी गोष्टीत मी माझ्या आईसारखंच करते, असं माझ्या लक्षात आलंय. काही आठवड्यांपूर्वीचीच गोष्ट – मी मॅटवरचे व्यायाम करत होते. व्यायाम झाल्यावर उठायला लागले आणि माझं मलाच 'हरी ओम' असं ऐकू आलं. माझ्या ठणकत्या अंगाची ती प्रतिक्रिया होती. हा मला जबरदस्त धक्काच होता! कारण माझी आईच असं नेहमी म्हणायची असं नाही, तर तिचीही आई कमरेत वाकताना उठताना-बसताना अस्संच म्हणायची.

'बाप रे! म्हणजे आता मी माझी आई होतेय की काय? का हे फक्त माझं 'वाढतं वय' आहे?'

हो! माझा नवरा ऑफिसमधून यायच्या वेळेला भराभरा घरातला पसारा आवरताना मला या 'वाढत्या' सांध्यांची फार जाणीव व्हायला लागलीये. खरंतर माझ्या नवऱ्याला तो घरी यायच्या वेळी घर चकाचक असण्याची अपेक्षा नसते, पण मी मात्र आवराआवर करते. कारण मी माझ्या आईला तसं करताना बघितलंय. त्यामुळे घरातले पुरुष कामावरून येताना घर अस्संच असायला हवं, असं कुठेतरी मनावर बिंबलं आहे! माझा नवरा तसा एकदम आरामात राहणारा आहे, मोकळ्या मनाचा आहे. जर त्याला मी हे सांगितलं, तर तो हसेलच! पण हे असं आहे खरं!

इंदिराच्या जन्माच्या वेळीही असंच झालं. इंदिरेचा जन्म झाला आणि लगेच दोन-चार मिनिटांत नर्सनं तिला माझ्याजवळ दिलं. त्या वेळी मी गायत्री मंत्र म्हणतेय, असं माझं माझ्याच लक्षात आलं. गायत्री मंत्र म्हणणं म्हणजे देवाचा आशीर्वाद आणि देवाचे आभार व्यक्त करणारी प्रार्थना! खरं म्हणजे मी तशी फारशी धार्मिक नव्हते, पण हा गायत्री मंत्र माझी आई नेहमी म्हणायची. ते मी ऐकलं होतं. खूप आनंदात असतानाही आणि कधी दुःखाचा प्रसंग आला तरी आई 'गायत्री' म्हणायची आणि मीसुद्धा पहिल्यांदा माझ्या बाळाला जवळ घेतलं तेव्हा तो मंत्र आपोआप म्हणत होते. तो इतके दिवस माझ्या आत कुठे होता कोण जाणे!

काही महिन्यांपूर्वी मी माझ्या भाचीच्या खोलीतल्या पडद्यांवर भरतकाम करत होते. तेव्हाही मी 'माझी आई' होत चाललेय, असं मला जाणवलं. माझी आई मला असलं भरतकाम-विणकाम शिकवायचा प्रयत्न करायची तेव्हा मी ते कधीच मनावर घेतलं नव्हतं, पण आता मात्र मला त्यात गोडी वाटायला लागली होती. आईनं खूप

पूर्वी माझ्या स्वयंपाकघराच्या दारासाठी सुंदर गुलाबाच्या फुलांच्या गुच्छाचं भरतकाम केलेला पडदा शिवला होता. मी जितके वेळा घरं बदलली, तितके वेळा सगळीकडे तिची आठवण म्हणून मी तो पडदा नेला; घरात लावला. कधीकधी त्या पडद्याकडे बघितलं की, तिचा हात माझ्या पाठीवर असल्याचा भास व्हायचा.

आता अनेक शारीरिक-मानसिक आणि भौतिक बदलांना सामोरं जाताना मी एक 'माणूस' होतेय. मी अशी कधी होईन, असं मला मुळीच वाटलं नव्हतं. आता मला कळायला लागलंय की, माझे आई-बाबा सतत माझ्या पाठीशी आहेत. माझ्या निर्णयांबद्दल त्यांचं मत काहीही असलं, तरी ते माझ्या बरोबर आहेत. प्रत्येक छोट्या-मोठ्या गोष्टीत मला त्यांचं निरपेक्ष प्रेम आणि पाठिंबा आहे. या प्रेमाच्याच बळावर आज मी उभी आहे; पण जेव्हा मी त्यांना विरोध करत बसायचे तेव्हा मला हे कळलंच नव्हतं.

फुजिको म्हणाली तसं – टॉमीच्या आईचं इंदिराला स्वेटर पाठवण्यामागे हे प्रेमच आहे. ती म्हणाली, ''काही नाही गं, आपण दोघी छान मैत्रिणी आहोत. आपली दोन्ही कुटुंबही इतकी छान जवळ आली आहेत, याचाच माझ्या आईला खूप आनंद झालाय.''

फक्त आईलाच मुलांच्या आनंदात आनंद वाटतो आणि तीच तो अशा प्रकारे व्यक्त करू शकते.

– चंदना सेठी

मीरा

मीराइतकं सुखी-समाधानी कोणी नसेल. जगातली सगळी सुखं तिच्यापुढे हात जोडून उभी होती. प्रेमळ नवरा, एक वर्षाची सुंदर, खट्याळ मुलगी आणि या पृथ्वीतलावरच्या सर्वांत सुंदर, निसर्गरम्य ठिकाणी स्वत:चं घर! चंदेरी-सोनेरी वाळू असलेल्या स्वच्छ समुद्रकिनाऱ्यालगत तिचं घर होतं. अगदी सत्यात उतरलेल्या परीकथेतल्यासारखं होतं सगळं!

पण या शांत आयुष्यात एक वादळ आलं; तेही थरथरणाऱ्या चहाच्या कपातून! आदल्या दिवशी रात्री मीराकडे जेवायला बरीच मित्रमंडळी आली होती, त्यामुळे दमूनभागून ती झोपली. शेजारी तिचा नवरा, सोमा होता आणि त्यांची मुलगी दृष्टी शेजारच्या खोलीत झोपली होती. मीराच्या कॉटजवळच्या टेबलावरच्या कपाच्या हिंदकळून थरथरण्याच्या आवाजानं मीराला जाग आली. आपली कॉटही हलतेय, असं तिला जाणवलं. सोमानं हळूच डोळे उघडले.

"मीरा, भूकंप होतोय?" त्यानं मीराला विचारलं आणि तो बिछान्यातून उठला.

मीरा लेकीच्या खोलीकडे धावली. तिला उचललं आणि थेट घराबाहेर पळाली. सोमाही तिच्यापाठोपाठ बाहेर आला. घराबाहेर उभं राहून डोळे विस्फारून ते बघतच राहिले. तेवढ्यात शेजारपाजारचेही तसेच रात्रीच्या कपड्यांत बाहेर गोळा झाले.

भूकंपाचा जोरदार धक्का बसूनही घरं, इमारती तशा शाबूत होत्या. लोकांनी सुटकेचे नि:श्वास सोडले आणि आपापल्या घरात जायला निघाले. सोमा एक उत्तम वैमानिक होता. त्यामुळे त्यांच्या घराजवळच्या रन-वेची काय परिस्थिती झाली होती, हे बघण्यासाठी गाडी काढून तो निघाला. कारण ते राहत होते ते छोटं बेट आणि मुख्य बेट यांच्यातला एकमेव दुवा म्हणजे हा रन-वे होता.

मीराचं समुद्राकडे लक्ष गेलं. समुद्राचं पाणी वाढत होतं. "बाप रे! अशी भरती कधीच बघितली नव्हती." ती स्वत:शीच पुटपुटली. तोवर समुद्राचं पाणी तिच्या घरापर्यंत येऊन ठेपलं. 'नशीब, प्लिंथची भिंत उंच आहे! पाणी अजून वर आलं नाही

म्हणजे मिळवलं. भूकंपानं अशी भरती येते, असं कधी ऐकिवात नव्हतं. सोमा आला की, त्याला हे विचारायला हवं!' ती मनाशी म्हणाली.

पाणी वाढायला लागलेलं दिसलं, तशी ती उठली. पहिल्या मजल्यावरच्या आपल्या मैत्रिणीकडे, सुरभीकडे दृष्टीला ठेवायचं आणि आपण पुन्हा खाली येऊन सोमाची वाट बघायची, असं तिनं ठरवलं.

सुरभीच्या घराच्या गॅलरीत सगळे उभे होते. मीराच्या घरात पाणी घुसत असलेलं हताशपणे बघत होते. सोमा वेगात जिप्सी गाडी घेऊन आला. ''घरात समुद्राचं पाणी शिरतंय. मी घरातून थोडंसं तरी सामान बाहेर काढून आणतो.'' त्यानं फोनवरून सांगितलं.

मीराला सामानापेक्षा आपल्या कुटुंबाची काळजी जास्त होती. ''सोमा, सगळं तिथं तसंच राहू दे. तू आधी वर ये. पाणी ओसरलं की, आपण बघू काय करायचं ते.'' ती म्हणाली. काही मिनिटांतच पाणी झरझर सहा-सात फुट वर चढलं. त्यामुळे सोमाला काही करणं शक्यच नव्हतं. तो पहिल्या मजल्यावर आला.

पुराचं पाणी निर्दयपणे वर चढतच होतं. परिस्थिती आणखीनच गंभीर होत चालली होती. आता पाणी पहिल्या मजल्यापर्यंत येऊन पोहोचलं होतं. ते घर तसं दोनच मजली होतं. त्यामुळे सगळे जण घराच्या छतावर आले होते. सगळे एकमेकांचे हात घट्ट धरून बसले होते. आपलं घर-दार सगळं काही पुरात वाहून जाताना बघत होते. किती नुकसान झालं होतं, याचा अंदाज करत होते. कसनुसं हसून बघत होते.

''अरे, कसला आवाज येतोय?'' कुणीतरी विचारलं आणि सगळे जण एकदम स्तब्ध झाले. प्रचंड गडगडाटासारखा आवाज झाला! कानठळ्या बसवणारा!

''ते बघा, काय येतंय!'' आणखी कुणीतरी जोरात ओरडलं. सगळे समुद्राकडे बघायला लागले. पाण्याची प्रचंड मोठी भिंत उभी होती. भयंकर वेगानं त्यांच्याच दिशेनं झेपावून येत होती. 'त्सुनामी' हा शब्द मीराला माहीत नव्हता. तिनं हा शब्द आजवर ऐकलाही नव्हता.

''ही पाण्याची भिंत आता आपल्यावर येऊन आदळणार आहे. दृष्टी, बेटा, माझा हात घट्ट पकडून ठेव.'' मीरा म्हणाली. तिच्यातली 'आई' जागी झाली होती. एका हातानं दृष्टीचा हात, तर दुसऱ्या हातानं तिनं सोमाचा हात घट्ट धरून ठेवला होता. हळूहळू त्या सगळ्यांनी हाताची साखळी करून एक ओळ केली आणि ती लाट येऊन आदळण्याची वाट पाहायला लागले. तसंही आता त्यांच्या हातात काय उरलं होतं!

ती लाट जसजशी जवळ यायला लागली, तसतशी त्यांच्या पायाखालची इमारत ढासळायला लागल्याचं त्यांना जाणवलं आणि अक्षरशः काही सेकंदात

मीराला आपण पाण्यात बुडतोय असं वाटलं. 'आपण पाण्याच्या आत आहोत आणि दृष्टी आपल्या छातीवर तरंगतेय' असं तिच्या लक्षात आलं. एव्हाना समुद्राचं खारट पाणी मीराच्या पोटात गेलं होतं आणि ती पाण्यात हळूहळू खेचली जात होती, असं तिला वाटत होतं; पण दृष्टीचं डोकं मात्र पाण्याच्या वर राहील अशी काळजी ती सतत घेत होती. पाण्याचा दाब प्रचंड होता आणि त्यापुढे ती जास्त वेळ तग धरू शकणार नाही, अशी तिला भीती वाटली; पण त्याही परिस्थितीत ती आपल्या लेकीला छातीवर घेऊन पाण्याबाहेर ठेवायचा प्रयत्न करत होती. कुठल्याही क्षणी पाण्याबरोबर वाहून जाण्यासारखी स्थिती असूनही ती तग धरून होती. तिच्यातल्या आईनं लहानखोऱ्या मीरेला बळ दिलं. त्या बळावरच तिनं त्या अफाट समुद्राला थोपवून आपल्या लेकीसाठी त्याच्याशी झुंज दिली. एवढीशी मीरा खवळलेल्या समुद्राच्या महाकाय लाटांशी लढली. एवढंच नव्हे, तर जिंकली! हळूहळू समुद्र शांत झाला. पाण्याचा वेग कमी झाला आणि मीराची शुद्ध हरपली.

ती शुद्धीवर आली. सोमा आणि दृष्टी तिच्याजवळच उभे होते; बधीर, गोंधळलेले; पण 'जिवंत!' सोमानं त्या दोघींना जवळच्या रन-वेपाशी नेऊन सोडलं आणि तो इतरांना मदत करायला गेला. सकाळपासून रात्रीपर्यंत तो सगळ्यांना विमानानं इकडून तिकडे पोहोचवण्याचं काम करत होता. इतक्या महाभयंकर जीवघेण्या संकटातून सहीसलामत सुटल्याचा आनंद व्यक्त करण्यातही त्यानं मुळीच वेळ घालवला नाही. खरंच, त्यांचा जीव वाचणं हा चमत्कारच होता! कारण त्या त्सुनामी तांडवानं ३ लाखांपेक्षा जास्त लोकांचा बळी घेतला होता. घराच्या छतावर बसलेल्या १२ कुटुंबांपैकी फक्त मीरेचंच कुटुंब वाचलं होतं.

मीरासुद्धा जवळजवळ अर्धा तास दिसतच नव्हती. सगळं बघणाऱ्यांनी असं सांगितलं होतं– अर्धा तास समुद्राचं खारं पाणी तिच्या नाकातोंडात जात होतं. ती अर्धमेली झाली होती; पण आपल्या लेकीला मात्र नेटानं पाण्याच्या वर ठेवायला बघत होती आणि शेवटी ती जिंकली! ते काय तिनं कुठलं शौर्यपदकं मिळवण्यासाठी थोडंच केलं होतं? या भयानक प्रसंगातून वाचलेली तिची लेक म्हणजेच तिचं पदक होतं, बक्षीस होतं! या घटनेला आता सहा वर्षं होऊन गेलीत, तरी हे सगळं सांगायला ती मोठ्या मुश्किलीनं राजी झाली!

आज दृष्टी 'टीन एजर' झालीये आणि माझी आई अजिबात शांत नाही, असं तिला सगळ्या टीन एजर्ससारखं वाटत असतं; पण 'तिचीच आई जगातली सर्वांत शांत आई आहे.' असं तिला आज ना उद्या कळेल, अशी मला आशा वाटते.

– स्मिता महेश्वर (शब्दांकन : प्रणव आगरवाल)

'ते' पत्र

माझ्या गालावरून अश्रू ओघळत होते. हात थरथरत होते. मी गोंधळून गेले होते. मला काही समजतच नव्हतं. "मला शाळा आवडत नाही. तिथले शिक्षक आवडत नाहीत." माझ्या शांत, विधवा आईशी मी हुज्जत घालत होते. शाळेच्या आवारात फटाके उडवल्याबद्दल काही दिवसांसाठी मला शाळेतून काढून टाकलं होतं.

माझी आई मध्यमवर्गीय पारंपरिक मूल्यांच्या चौकटीत राहणारी होती आणि मी मात्र तशी नव्हते. हे आमचे दोन ध्रुव कसे जुळणार होते, कोण जाणे? माझ्याबद्दलची आपली नाराजी ती वेळोवेळी बोलून दाखवायची. "हे असले तुझे विचार, वागायची पद्धत! तुला चांगली गती आहे, बुद्धी आहे; पण नेमकं काय करायचं हे तुला ठरवता येत नाही. तुझ्यासमोर स्पष्ट ध्येय नाही. अशानं तू आयुष्यात पुढे कशी जाणार?" ती म्हणायची.

पण मला मात्र अभ्यासाची गोडीच नव्हती. मला साहसी गोष्टी करायला आवडायच्या. मी वर्गाबाहेरच्याच जगात रमायचे. तेच जग मला आवडायचं. मी मोठी व्हायला लागले आणि जास्त हटवादीही! जी माणसं माझ्या आयुष्यात ढवळाढवळ करत नसत, त्यांच्याशी माझी जवळीक होत होती, असं माझ्या लक्षात यायला लागलं.

पण एका रात्रीत माझ्या आयुष्याला कलाटणी मिळाली. माझं आयुष्य एकदम बदलूनच गेलं. त्या रात्री मी माझ्या मित्रमंडळींशी ऑनलाईन बोलत होते आणि अचानक कुणीतरी मला मेसेज पाठवला – 'नैना, तुला जाणून घ्यायला मला आवडेल.'

'तुला माझा ID कसा मिळाला?' – मी विचारलं.

'गेल्या आठवड्यात तुझ्या शाळेत विज्ञान-प्रदर्शन झालं होतं ना, तेव्हा मी तुला पाहिलं. तुझं प्रेझेंटेशन मला फारच आवडलं.'

माझ्या अंगावर मूठभर मांस चढलं. मला पुसटसं आठवलं. ‘हो, लाल टी शर्ट घातलेला चष्मेवाला एक मुलगा माझं बोलणं अगदी लक्ष देऊन ऐकत होता. हाच का तो?’

‘नैना, माझं नाव किरण. एका मल्टिनॅशनल कंपनीत काम करतो. मला तुला जाणून घ्यायचंय.’ – तो.

‘पण तुझी-माझी काहीच ओळख नाही.’ – मी.

‘म्हणून काय झालं? प्रत्येक मैत्रीची सुरुवात अशीच तर होते.’ – तो.

‘हं! माणूस तर इंटरेस्टिंग वाटतोय!’ माझ्या मनात आलं. मात्र मी लगेच ते सगळं मनातून काढून टाकलं; पण दुसऱ्या दिवशी संध्याकाळी हा पुन्हा ऑनलाईन ‘दत्त’ म्हणून हजर!

‘हाय! कसा गेला कालचा दिवस?’ – तो.

‘मला तुझ्याबद्दल सांग.’ – मी.

‘मी कॅटच्या परीक्षेची तयारी करतोय. काही करून मला त्यात पास व्हायचंच आहे.’ – तो.

पण पुढेही आमच्या गप्पा, बोलणं सुरू राहिलं! मी त्याच्याशी आपलेपणानं बोलत होते, याचं माझं मलाच खूप आश्चर्य वाटलं. माझ्या बोलण्यात त्याला खरंच रस होता, असं मला जाणवलं.

किरणशी ऑनलाईन चॅट करण्यातून आणि आमच्या इ-मेल्सच्या देवाणघेवाणीतून हळूहळू आयुष्य उलगडायला लागलं. प्रत्येक वेळी मला उत्साह देणारं सत्य कळायचं. त्यामुळे माझ्या हटवादी धारणा, मतं यांचं विश्लेषण करून त्यांचा पुन्हा एकदा आढावा घ्यायला आणि एकूणच माझी विचार करण्याची पद्धत पारदर्शी करायला मला खूप मदत झाली. आयुष्याकडे बघण्याच्या माझ्या दृष्टिकोनात नक्कीच फरक पडला, असं मला वाटायला लागलं. कुठल्यातरी अवघड गोष्टींमागे धावण्याच्या अबोध वयातला धटिंगपणा आता कुठल्या कुठे पळाला होता!

ती चिडचिड, राग कुठे गेला होता? तो अस्वस्थपणा, बेचैनी, तो अगोचर आक्रस्ताळेपणा आता कुठे गायब झाला होता? हे सगळं आता फारच झपाट्यानं ओसरत चाललं होतं. माझ्या आईशी असलेलं माझं नातंही बदलत चाललं होतं.

आणि अशात अचानक माझं जगच कोलमडून पडलं. रविवार होता. माझी मैत्रीण लाली सकाळीच आली होती. मस्तपैकी गरम कॉफी घेत आम्ही आरामात गप्पा मारत होतो. “काय मग? काय म्हणतोय तुझा चष्मिस्ट ‘पंखा’?” तिनं खट्याळपणे विचारलं.

“इश्श्य! म्हणजे किरण?” ‘लाली माझी खेचत होती’ हे मला माहीत होतं. मी हसले आणि तिला काहीतरी उत्तर देणार, एवढ्यात माझा फोन वाजला. आमच्या शेजारचे डॉ. विशाल फोनवर होते.

“नैना, तू आत्ता लग्गेच हॉस्पिटलमध्ये येऊ शकतेस?” त्यांच्या आवाजातूनच ‘इमर्जन्सी’ जाणवत होती.

“हो, लगेच येते.” मी म्हटलं.

पार्किंगमध्ये डॉ. विशाल वाटच बघत होते. मी न बोलता त्यांच्या मागोमाग त्यांच्या केबिनमध्ये गेले.

“नैना...” कापऱ्या आवाजात ते सांगायला लागले, “ही गोष्ट तुला मुळीच सांगायची नाही, असं तुझ्या आईनं मला बजावलं होतं; पण आता हे सांगितलं नाही, तर माझं मन मला दोष देत राहील. नैना, तुझ्या आईला फुफ्फुसाचा कॅन्सर झालाय आणि तो आता शेवटच्या स्टेजला आहे.”

काळजात कुणीतरी धारदार सुरी खुपसावी असे ते शब्द होते. काळीज विदीर्ण करणारे! मला काही सुचेना. अचानक झालेल्या त्या आघातानं मी खचले. टेबलाची कड घट्ट पकडून ठेवली. श्वास कोंडल्यासारखं झालं.

“नैना, माझा नाइलाज होता.” डॉक्टर म्हणाले.

माझ्या आईची तब्येत खालावत होती. मी तिच्या खोलीत गेले. मला रात्रभर तिच्या कुशीत झोपावं असं वाटलं. हे माझ्या बाबतीत काहीतरी वेगळंच होत होतं! माझी ‘आई माझ्यासाठी नेहमी वेळ काढायची; पण मला त्याचं काहीच वाटत नाही. त्या भेटीचा आनंदही मी तिला मिळू दिला नाही. अशी कशी मी वागले?’ माझी मलाच लाज वाटली.

त्यानंतरचा प्रत्येक दिवस उद्ध्वस्त करणाराच होता. त्या काळात मला एकमेव आधार होता - किरणचा! रोज रात्री मी त्याला इ-मेल करायचे. तोही लगेच उत्तर द्यायचा. ‘नैना, मला तुझं दुःख समजतं, पण दुःखाचं ओझं कमी करायचं असेल, तर ते इतरांमध्ये वाटायला हवं. आपल्या दुःखात इतरांना सहभागी करून घ्यायला हवं.”

या माणसाच्या समजूतदारपणानं माझ्या मनात घर केलं होतं. माझ्या आयुष्यात काहीतरी वेगळंच घडत होतं; पण नेमकं काय ते कळत नव्हतं. माझ्या आईला लवकरच दवाखान्यात ठेवावं लागलं. ज्या रात्री ती गेली, त्याआधी तिनं मला जवळ बोलावलं. मला घट्ट मिठीत घेतलं आणि एक बंद लिफाफा माझ्या खिशात ठेवला.

“मी गेल्यानंतरच उघड.” ती म्हणाली.

तिनं असलं काही पुन्हा बोलू नये, म्हणून मी तिच्या तोंडावर हात

ठेवला. त्याच रात्री ती देवाघरी गेली.

आयुष्यात पहिल्यांदाच मला एकटेपण जाणवलं. अगदी अगदी एकाकी वाटलं! मला त्या दु:खाच्या अंधाऱ्या गर्तेतून बाहेर यायचं होतं. त्यासाठी मला उजेडाकडे घेऊन जाणाऱ्या भक्कम विश्वासू हाताच्या आधाराची गरज होती!

किरणचे शब्द माझ्या कानात घुमत होते. त्याच्या आठवणीनं माझे डोळे पाझरायला लागले. त्याच्या रूपानं मला माझा जिवाचा सखा मिळाला होता! माझं प्रेरणास्थान! हो, त्याच्यामुळेच जीवनाकडे बघण्याचा माझा दृष्टिकोन आमूलाग्र बदलला होता, असं मला मनोमन जाणवलं.

'अरे! आईनं दिलेला बंद लिफाफा उघडायचाच राहिला आहे.' मला एकदम आठवलं. मी लिफाफा फोडला आणि आतला कागद बाहेर काढला. मला इतकं धडधडत होतं म्हणून सांगू! मी कागदाची घडी उलगडली आणि वाचायला लागले –

'नैना, मला तुझं दु:ख समजतं; पण दु:ख कमी करण्यासाठी इतरांना त्यात सहभागी करून घ्यायला हवं.' हे शब्द माझ्या ओळखीचे होते. या आधी मी ते वाचले होते. आता माझ्या डोक्यात लख्ख प्रकाश पडला. किरणचे इ-मेल्स येणं अचानक का थांबलं होतं, ते आत्ता मला कळलं. माझं अंग कापायला लागलं, पण तरी मी नेटानं पुढं वाचत गेले -

'आता मी थोड्याच दिवसांची सोबती उरलेय, हे कळल्यापासून मी कुठल्या यातनांतून गेले, हे शब्दांत नाही सांगता येणार. म्हणजे मला मरणाची भीती वाटत होती असं नाही; पण माझ्या माघारी माझ्याइतकी तुझी कोण काळजी घेणार, हीच एक काळजी होती. या जगात तू एकटी पडणार, ही कल्पनाही सहन होत नव्हती. तसं खरंतर इतक्या वर्षांत आपण एकमेकींच्या फारशा जवळ आलोच नाही. अर्थात त्यालाही बरीच कारणं होती म्हणा! पण आता 'किरण'च्या रुपानं मी तुझ्या आयुष्यात आले. तुझ्या नव्या आयुष्यासाठी! मी असं केलं म्हणून कदाचित तुला माझा तिरस्कार वाटेल; पण तसं करावं लागलं. आता मी शांतपणे, समाधानानं हे जग सोडून जातेय. तू स्वत:ची नीट काळजी घेऊ शकशील, याची आता मला खात्री आहे.'

– सदैव तुझीच, अम्मा

मी एकदम बधीरच झाले. एक वेगळंच, कल्पनाही न केलेलं सत्य माझ्या पुढ्यात होतं. माझं रडं मलाच आवरेना. माझ्या अश्रूंचा बांध फुटला.

मी माझ्या आईसाठी रडत होते. प्रत्येक वेळी नाकारलं जाण्याच्या भीतीनं प्रत्यक्ष जन्मदात्या आईला 'अनोळखी' होऊन माझ्याशी बोलण्याची वेळ आली होती! मी रडत होते. माझ्या अस्तित्वातच नसलेल्या प्रेमासाठी! सगळ्यात महत्त्वाचं म्हणजे आता किरण माझ्या आयुष्यात नसणार म्हणून मी रडत होते. किरण! अशी व्यक्ती, जिनं किती थोड्या काळात माझं सगळं आयुष्यच बदलून टाकलं! जिनं मला या बाईवर, माझ्या आईवर प्रेम करायला शिकवलं!

– शब्दांकन : संगीता रेड्डी

आई

गीतांजली एक्सप्रेस एका स्टेशनवर थांबली. त्या हिसक्यानं मला एकदम जाग आली. माझ्या थ्री टायर डब्याच्या खिडकीतून मी बाहेर डोकावून पाहिलं. सगळ्या स्टेशन्सवर दिसणारा तसाच तो गोंधळ, ते आवाज, गडबड! या देशातल्या कुठल्याही स्टेशनवरच्या त्या सगळ्या गोष्टींनी माझं स्वागत केलं.

स्टेशनवर दाणे विकणाऱ्या मुलाला "कुठलं स्टेशन आलंय?" म्हणून विचारलं. "रूरकेला" त्यानं सांगितलं.

या वेळी मला माझा आवडता बर्थ मिळाला होता; बाजूचा आणि तोसुद्धा खालचा. मी नागपूरहून हावड्याला जाण्यासाठी निघालो, त्याला बारा तास झाले होते आणि अजून आठ-नऊ तासांनी मी हावड्याला पोहोचणार होतो. नुकतीच माझी ९वीची परीक्षा झाली होती. त्यामुळे सुट्टीत पंधरा दिवसांसाठी मी कोलकात्याला माझ्या काका-काकूंकडे चाललो होतो.

"तुझा बर्थ नंबर काय आहे?" कुणीतरी विचारलं. त्या कर्कश आवाजानं माझी तंद्री मोडली. मी आवाजाच्या दिशेने पाहिलं. एक बुटका, टकलू, साधारण पन्नाशीचा माणूस उभा होता.

"सव्वीस." मी म्हटलं.

तो माणूस मागे वळला. त्याच्या मागे एक बाई उभी होती. "हे बघ, तुझा बर्थ वरचा आहे, पण तू या मुलाला वरच्या बर्थवर जायला सांगून बघ." त्यानं हळूच तिला सांगितलं. ती बाई माझ्या समोरच्या सीटवर बसली. तो माणूस तिला अगदी निघता निघता काही सूचना करत होता.

"तुला कुठं जायचंय रे बाळा?" त्या बाईनं विचारलं.

"कोलकात्याला." मी उत्तरलो.

"मी निघालेय खरमपूरला. माझ्या मधल्या लेकीकडे. दोन वर्षं झाली तिच्या लग्नाला, पण मी आज पहिल्यांदाच जातेय तिच्या घरी. आम्ही रूरकेल्याला राहतो.

आत्ता जे माझ्याशी बोलत होते ना, ते माझे मिस्टर. त्यांचं किराणा मालाचं दुकान आहे; पंकज स्टोअर.'' तिचं बोलणं सुरू झालं. हाय! मी नशिबाला दोष दिला. गेले बारा तास कसे शांततेचे होते! वरचा बर्थ दुसऱ्या कोणाचातरी होता आणि खालचा मला मिळाला होता, पण आता मात्र माझ्या स्वातंत्र्यावर 'गदा' आली होती. या समोर बसलेल्या बाई जबरदस्तीनं गप्पा मारणारच, आपल्याला एकटं सोडणार नाहीत, हे माझ्या लक्षात आलं; पण मला जागा बदलायची नव्हती, कारण त्यात आणखी उकडण्याचा धोका होता.

''हं, हा घे चहा.'' त्या बाई म्हणाल्या.

''नाही, नको... असू दे.'' मी लाजून म्हटलं.

''का रे राजा? चहा पीत नाहीस तू?'' त्यांनी प्रेमानं विचारलं.

''तसं नाही. घेतो मी चहा, पण अजून मी दात नाही घासलेले.''

''बरं, बरं. अरे माझ्याजवळ थर्मास आहे ना! मी हा चहा परत त्यात ठेवते. जा, पटकन तोंड धुऊन ये. मग आपण एकत्र बसून चहा घेऊ या.'' त्यांचा आग्रह.

मी जरासा अनिच्छेनंच उठलो. बॅगमधून ब्रश आणि पेस्ट काढून घेऊन बेसिनच्या दिशेनं गेलो.

सगळं आवरून यायला दहा मिनिटं लागली. परत येऊन बघतो तर काय, बटाट्याचे दोन पराठे आणि लिंबाचं लोणचं वाढलेली ताटली त्यांनी माझ्यासमोर धरली.

''हे काय काकू?'' मी म्हटलं.

''काही जास्त नाही रे, सरलाकडे मी जेवायच्या वेळेपर्यंत पोहोचतेच आहे, म्हणून मला गाडीत खायला डबा देऊ नकोस, असं मी सुधाला म्हणत होते; पण ती कुठली ऐकायला? तिनं डबा दिलाच. तूपण घे माझ्याबरोबर.'' त्या म्हणाल्या.

''पण... मी...'' माझा संकोच.

''हे बघ बेटा, मी तुझ्या आईसारखी आहे आणि आईला कधी नाही म्हणायचं नसतं.'' – त्यांचा आग्रह. खरंतर पहाटेपासून भूक लागली होतीच. त्यामुळे मी ताटली घेतली.

''वा, काकू, पराठे फारच छान आहेत.'' पहिल्याच घासाला मी दाद दिली.

''छान असणारच, माझी सुधा आहेच सुगरण. बघ, विसरलेच मी! माझ्या मुलाबाळांबद्दल तुला अजून सांगितलंच नाही की! 'ही सुधा कोण?' असं तुला वाटलं असेल. मला तीन मुली. थोरली सरला, मधली सुधा आणि धाकटी सरिता. या तिघींच्या पाठीवर सगळ्यात शेंडेफळ होता माझा लेक. दोन वर्षांपूर्वी तो गेला.'' त्या म्हणाल्या.

''सॉरी, पण कशानं गेला तो? आजारी होता?'' मी विचारलं.

"नाही रे राजा, आजारी नव्हता. उलट चौदा वर्षाचा छान निरोगी मुलगा होता तो. एकदा तो सायकलवरून शिकवणीवरून परत येत होता. तो फार उत्तम विद्यार्थी होता. तो मोठा डॉक्टर किंवा इंजिनिअर, नाहीतर मोठा शास्त्रज्ञ होईल, असं त्याचे सगळे शिक्षक म्हणायचे. त्याच्या वडिलांनी त्याला कॉन्व्हेंट शाळेत घातलं होतं. आमच्या अख्ख्या घराण्यात इंग्रजी शाळेत जाणारा तो एकटाच होता. असं फर्डं इंग्लिश बोलायचा!" बोलताना मध्येच त्या थांबल्या. चुरगाळलेल्या रुमालानं त्यांनी डोळे टिपले आणि पुढे सांगायला लागल्या, "त्या वेळी आम्ही भोपाळला होतो. देशभर आरक्षणविरोधी चळवळ पेटून उठली होती. त्या मानानं भोपाळ तोवर शांत होतं, पण नेमका त्या दिवशी कॉलेजच्या मुलांनी मोर्चा काढला होता. मोर्चा खरंतर शांततामोर्चा होता, पण अचानक काय झालं कोण जाणे, परिस्थिती एकदमच हाताबाहेर गेली. दुकानांची तोडफोड झाली. आंदोलकांनी बसेस जाळल्या. पोलिसांनी आधी लाठीचार्ज आणि नंतर गोळीबार सुरू केला. माझा बिचारा पंकज नेहमीसारखा सायकलनं येत होता. इकडे ही एवढी गडबड झाली होती, याचा त्याला पत्ताच नव्हता. तो त्या गदारोळात अडकला आणि गोळीबारात सापडला. जागीच गेला बघ तो!" त्यांच्या गालावरून अश्रू ओघळतच होते आणि ते पुसायचंही भान त्यांना राहिलं नाही.

त्यांच्याबद्दल मला मनापासून खूप वाईट वाटलं. त्यांची समजूत घालावी असं वाटलं, पण काय आणि कसं बोलावं तेच कळत नव्हतं. मी नुसताच बसून राहिलो. असाच थोडा वेळ गेला. "तुझं नाव काय बेटा?" त्यांनी विचारलं. "रामेंद्र... रामेंद्र कुमार.. पण माझे मित्र मला रामेन म्हणतात." मी सांगितलं.

"माझ्या मुलाचं नाव पंकज होतं. तुला माहीत आहे, पंकज म्हणजे कमळ. माझा पंकजसुद्धा अगदी कमळासारखा सुंदर होता; तुझ्यासारखा! तूसुद्धा देखणा आहेस. फक्त तो तुझ्याहून थोडा उंच होता, रंगानं जास्त उजळ आणि अंगानं भरलेला होता. सिनेमातल्या हिरोसारखा दिसायचा. त्याच्या चेहऱ्यावर बुद्धीचं तेज होतं. स्वामी विवेकानंदांसारख्या महात्म्यासारखं!"

मी थक्क होऊन त्यांच्याकडे बघतच राहिलो. कारण मी त्यांच्या नवऱ्याला बघितलं होतं आणि कल्पनाशक्तीला कितीही ताण दिला, तरी त्याला देखणा म्हणणं शक्य नव्हतं. या बाईसुद्धा दिसायला तशा सामान्यच होत्या. बारीकसे डोळे, बसकं आणि बऱ्यापैकी मोठं नाक आणि पुढे आलेले दात. अशा आई-वडलांच्या पोटी देखणा मुलगा जन्माला येणं तसं जरा अवघडच होतं आणि वर मला पाहून त्यांना त्यांच्या मुलाची आठवण आली, असं त्या म्हणत होत्या! मी तसा बऱ्यापैकी व्यवस्थित उंच आणि खूपच उजळ होतो. नाक तरतरीत होतं, केस दाट आणि डोळे चमकदार! माझ्या बहुतेक सर्व मित्रांमध्ये मी 'देखणा' मानला जायचो आणि

मुलींमध्ये 'क्यूट' म्हणून प्रसिद्ध होतो!

"तुमच्याकडे त्याचा एखादा फोटो आहे?" माझी उत्सुकता मला स्वस्थ बसू देत नव्हती.

"हो तर! त्याचा फोटो माझ्याजवळ नेहमीच असतो." त्या म्हणाल्या. पर्समध्ये हात घालून त्यांनी मुलाचा पोस्टकार्ड साईजचा फोटो काढून मला दिला.

चकित होऊन मी फोटो बघितला. पंकज चौदा वर्षांचा होता, तरीही जरा निबर वाटत होता. रंगानं काळा आणि उंचीनं पाच फुटापेक्षा जास्त नसावा. आईसारखेच त्याचेही दात पुढे होते, नाक बसकं होतं आणि त्यानं वडलांचा रंग घेतला होता. अशा मुलाला या बाई देखणा, सिनेमातल्या हिरोसारखा कशा म्हणू शकत होत्या?

त्या वेळी मला एक तेलगू म्हण आठवली. 'कावळ्याचं पिलूसुद्धा आपल्या आईला गोंडसच वाटतं.' अशा अर्थाची ती म्हण होती.

या बाईंच्या बाबतीतही त्यांचा गेलेला मुलगा दिसायला सुंदर आहे की नाही हा प्रश्न नव्हता. सौंदर्य होतं, ते त्या आईच्या प्रेमाचं, ममतेचं! तिच्या नजरेतून दिसणारा तो मुलगा सुंदरच होता. त्या नजरेमुळेच तिला तिचं कुरूप बदक चक्क राजबिंडा राजहंस वाटत होतं!

खरमपूर आलं. "मला तुझा एखादा फोटो देशील?" त्यांनी उतरण्यापूर्वी मला विचारलं.

माझ्या पाकिटात माझे पासपोर्टसाईज दोन फोटो होते. त्यातला एक मी त्यांना दिला.

"रमण बेटा, हा फोटो मी नेहमी माझ्याजवळ ठेवीन आणि कधी रुरकेल्याला आलास, तर आमच्याकडे नक्की भेटायला यायचं. काय? आमचं घर मेन रोडवरच आहे. पंकज स्टोअर्सच्या अगदी समोर, नक्की ये हं बेटा." असं म्हणून त्यांनी माझ्या कपाळावर प्रेमानं ओठ ठेवले आणि त्या उतरून गेल्या.

माझी आई मला सोडून गेली, तेव्हा मी तसा मोठा होतो. माझ्या मनातल्या तिच्या सगळ्या आठवणी मी पुसून टाकल्या होत्या; पण आता 'आई' हा शब्द जेव्हा जेव्हा माझ्यापुढे येईल तेव्हा तेव्हा बसक्या नाकाच्या, दात पुढे आलेल्या मध्यमवयातल्या बाईंची मूर्ती माझ्या डोळ्यासमोर येईल!

– रामेंद्र कुमार

उसनं मातृत्व!

मी गाढ झोपले होते. मला जागं करण्यासाठी कुणीतरी मला गुदगुल्या करत होतं. मला हलवत होतं. मी डोळे उघडले. बघितलं, तर आकाश माझ्याजवळ येऊन कुशीत शिरायला बघत होता. मी जागी झालेली पाहून आरामात माझ्या कुशीत येऊन माझं लक्ष वेधून घेऊ पाहत होता. पेंगुळलेल्या अवस्थेतच मी त्याला ''काय झालं रे?'' म्हणून विचारलं.

''विनिता, तू मला खूप आवडतेस.'' तो म्हणाला. हा माझा तीन वर्षांचा चिमुरडा! माझ्या गळ्याभोवती हात टाकून टप्पोऱ्या डोळ्यांनी माझ्याकडे बघत होता. मी ताडकन जागी झाले. त्या गोंडस पिल्लाकडे बघून मला हसायला आलं. आकाश म्हणजे माझ्या मैत्रिणीचा धाकटा मुलगा!

'आय लव्ह यू' हे त्याचे शब्द आठवून मला पुन्हा हसू आलं. त्याच्या गोंडस हातांची मिठी पुन्हा माझ्याभोवती पडली. मी थोडी डिस्टर्ब होते, हे त्याला कळत होतं. म्हणून तर मी त्या दिवशी रात्री त्यांच्याकडेच राहिले होते. त्यांच्याकडचा मुक्काम म्हणजे मनावरचा ताण घालवण्याचा माझा रामबाण उपाय होता! आकाश आणि त्याच्या ताईबरोबर वेळ घालवला की, किती आनंद वाटायचा! यात तिहेरी फायदा असायचा. मुलांनाही आनंद मिळायचा, त्यामुळे त्यांच्या आई-बाबांनाही बरं वाटायचं आणि माझ्या संथ, थंड 'प्रौढ' जीवनात मुलांमुळे 'जान' यायची! एवढ्यावरच थांबला, तर तो आकाश कसला? ''मला सोडून नाही ना जाणार? मी तुझ्याशिवाय जगू शकणार नाही.'' त्याचं तुणतुणं सुरू होतं. ''हो बाबा, नाही जाणार कुठे. बस?'' असं म्हणून मी त्याला थोपवलं.

मी त्याला जवळ घेतलं. खरंच, असं जर एखाद्या पंचविशीतल्या तरुणानं म्हटलं असतं तर? 'असा एखादा भेटला असता, तर मला नक्कीच आवडलं असतं.' असा एक खट्याळ विचार चमकून गेला. मी आणि आकाश एकमेकांच्या मिठीत झोपून गेलो; एकमेकांच्या स्पर्शातली जादू अनुभवत!

काही दिवसांनी असाच एक प्रसंग आकाशच्या मोठ्या बहिणीबाबत घडला. आकाशची 'चार वर्षांची ताई' अनया! त्या दिवशी माझ्या ॲक्टिव्हावरून आम्ही एक लांब चक्कर मारायला निघालो होतो. मस्त राईड घेऊन आम्ही तिच्या घराजवळ येत होतो. एवढ्यात वळणावर अचानक माझा गाडीवरचा ताबा सुटला. मी उंच असल्यानं पाय टेकवले. त्यामुळे मी पडले नाही, पण अनया माझ्यापुढे उभी असल्यानं ती खाली पडली. जवळ उभ्या असलेल्या काही रिक्षावाल्यांनी पटकन येऊन माझी गाडी उचलून बाजूला धरायला मदत केली. मी आधी अनयाला उचललं. तिच्या गुडघ्यांना खरचटलं होतं. 'आपल्यामुळेच तिला लागलं. आपण उगाच तिला गाडीवरून नेलं' या विचारानं मला एकदम रडूच यायला लागलं. 'नशीब! एवढ्यावरच निभावलं. नाहीतर....' ही 'नाहीतर'ची मालिका डोळ्यासमोर नाचायला लागली. नाही नाही ते विचार मनात यायला लागले. अनया मात्र माझी हनुवटी उचलून माझे डोळे पुसत होती. "जाऊ दे विनिता, मला काही नाही झालं. हे बघ अगं, आता मी मोठ्ठी मुलगी आहे ना! मला नाही लागलं, रडू नकोस!" तीच माझी समजूत घालत होती. तिच्या त्या बोलण्यानं मला मनातून कुठेतरी बरं वाटलं, पण 'आता तिच्या आईला कसं तोंड दाखवायचं? तिनं केवढ्या विश्वासानं अनयाला माझ्याबरोबर पाठवलं होतं आणि मी मात्र...' असे अनेक विचार येत राहिले. छोट्या अनयानं मात्र आपण 'मोठ्ठी' झाल्याचं सहजपणे दाखवून दिलं होतं.

घरी आल्यावर अनयाच्या आईनं तिच्या गुडघ्यांना औषध लावून दिलं आणि ती माझ्याजवळ बसली. "अगं, हा अपघात होता. तू काय मुद्दाम केलंस थोडीच? कशाला इतकं मनाला लावून घेतेयस?" तिनं माझी समजूत काढली.

"अगं, पण मागून-पुढून वाहनांची वर्दळ असती, तर काय झालं असतं?" माझं स्वत:ला दोष देणं चालूच होतं.

"अगं, पण नाही ना असं काही झालं? आणि हे बघ, तूसुद्धा माझ्याइतकीच मुलांची काळजी घेतेस, हे मला माहीत नाही का?" असं म्हणत तिनं माझ्या खांद्यावर हात ठेवला. त्या क्षणी मला 'आईच्या खांद्यावर मुलांची केवढी जबाबदारी असते.' हे जाणवलं.

'खरंच, अनया जर माझी मुलगी असती, तर मीसुद्धा माझ्या या मैत्रिणीसारखीच समजूतदार आई झाले असते का?' असं माझ्या मनात आल्याशिवाय राहिलं नाही. या प्रसंगाच्या आधी याचं उत्तर कदाचित 'नाही' असं मिळालं असतं; पण या दोन गोंडस मुलांची आई असलेल्या माझ्या मैत्रिणीनं मला दोन गोष्टी शिकवल्या – एक म्हणजे आईला प्रसंगानुरूप वागता यायला हवं आणि दुसरी म्हणजे आपल्या मित्रांवर, अनोळखी माणसांवरही विश्वास टाकायला हवा. अपघाताच्या त्या प्रसंगाच्या धक्क्यातून काही दिवसांनी मी सावरल्यावर या माझ्या गुणी मैत्रिणीनं मुलांना

ॲक्टिव्हावरून बालवाडीत सोडण्याची आणि घरी आणण्याची जबाबदारी माझ्यावर सोपवली. माझं कुठलंच कारण तिनं ऐकून घेतलं नाही. ती आपल्या मतावर ठाम होती. तिच्याच हट्टामुळे मीही तयार झाले आणि हळूहळू माझा आत्मविश्वास परत आला.

जगातल्या असंख्य आया मुलांना बाहेरच्या जगात, शाळेत, खेळायला, जवळपासच्या दुकानात पाठवत असतात. अशा वेळी त्यांना जी माणसं भेटतात, ज्यांच्याशी ते बोलतात त्या सगळ्यांवर त्या आया विश्वास टाकत असतात. ही बाहेरची माणसंही मुलांची काळजी घेतील, अशी त्यांना खात्री असते. बऱ्याच आया आपली मुलं आपल्या घरातल्या इतरांवर आणि मित्रमंडळींवरही सोपवत असतात. मुलं म्हणजे देवाची देणगी! आपल्या या देवाच्या देणगीनं इतरांचीही आयुष्य उजळून निघतात, याची त्यांना काही वेळा जाणीवही नसते.

मी स्वत: आई नाही, हे खरं, पण मैत्रिणींच्या मुलांकडून मी 'आईपण' अनुभवते. माझ्या कितीतरी जवळच्या मैत्रिणींना आईची भूमिका अतिशय ताकदीनं आणि तितक्याच सहजपणे पार पडताना मी बघते. माझ्या बरोबरीच्या त्या वेळच्या 'मुली' आता परिपूर्ण बायका झाल्यात. एकाच वेळी आपलं वैयक्तिक आणि व्यावसायिक जीवन उत्तम रीतीनं साकार करण्याची तारेवरची कसरत करताहेत. या कामात त्या कधीतरी माझ्यासारख्या मैत्रिणींची मदत घेतात. ज्या आया कधीतरी माझ्यावर त्यांची मुलं सोपवतात, त्यांच्याप्रती मी खरंच कृतज्ञ आहे. कारण तेवढ्या काळापुरता उसनवारीचा का होईना, मला 'आई' झाल्याचा अलौकिक आनंदानुभव घेता येतो ना!

– विनुथा मल्ल्या

जगावेगळी सासू

कुसुम आणि मी खरंच खूप छान मैत्रिणी होतो. ढीगभर खरेदीच्या पिशव्या घेऊन आम्ही एखाद्या हॉटेलच्या सोफ्यात धपकन बसायचो, तेव्हा नक्कीच बावळट शाळकरी मुलींसारख्या दिसत असू. असो! आम्ही तशाच होतो. कुसुम ६२ वर्षांची यशस्वी सर्जन आहे आणि मी कल्पना ३० वर्षांची इन्व्हेस्टमेंट बँकर आहे. ती दिल्लीत राहते आणि मी मुंबईत. सध्या आम्ही दोघी भेटतोय बंगळुरुमध्ये!

खरं सांगायचं, तर आम्ही जेव्हा पहिल्यांदा भेटलो, तेव्हा आम्हाला एकमेकींचा अंदाज आला नव्हता. मात्र आम्हाला एकत्र राहावं लागणारच आहे, हे आम्हाला ठाऊक होतं. कारण आमचं दोघींचं एकाच माणसावर प्रेम होतं – संकल्पवर! तिचं मुलगा म्हणून आणि माझं भावी नवरा म्हणून. 'सासू' या व्यक्तीबद्दल माझ्या भीतीदायक कल्पना होत्या. कुसुमच्याही मनात माझ्याबद्दल काही ग्रह होते. कारण मी दुसऱ्या शहरातली होते, देशाच्या दुसऱ्या भागातली होते आणि सर्वांत महत्त्वाचं म्हणजे मी तिच्या मुलाच्या प्रेमात भागीदार होणार होते!

लग्नानंतर आम्ही दोघींनी प्रयत्नपूर्वक एक गोष्ट पाळली. संकल्पला कुणा एकीची बाजू घ्यायला लागणार नाही, हे आम्ही कटाक्षानं बघायचो. कुसुम कधीच माझ्याविरुद्ध माझ्या नवऱ्याचे कान भरायची नाही, ही मोठी जमेची बाजू होती. मी मात्र स्वत:च्या बाबतीत हे ठामपणे म्हणू शकत नाही. कारण 'कुसुमला मी आवडत नाही.' अशी मी नवऱ्याच्या मागे अधूनमधून भुणभुण करायचे. एकदा ती दिल्लीत आमच्याकडेच होती. त्या वेळी संकल्पला अचानक परदेशात जावं लागलं. त्यामुळे आठवडाभर आम्ही दोघीच होतो. त्या काळात आम्ही जास्त जवळ आलो. आमची पुस्तकांची आणि सिनेमांची आवड एकच होती. गाणी म्हणणं हा दोघींचा छंद होता. मी तिला काही पंजाबी पदार्थ शिकवले. ती माझ्यासाठी सुंदर हॅन्डलूमच्या साड्या घेऊन आली. नवऱ्याला कसं मुठीत ठेवावं, याच्या काही युक्त्या तिनं मला

सांगितल्या, तर सुरक्षित गुंतवणुकीबद्दल मी तिला सल्ला दिला.

पुढे पुढे तर आम्ही तिघं एकत्र असताना 'तुम्ही दोघी मला वाळीत टाकता' अशी संकल्पची तक्रार असायची. एकदा माझं ॲबॉर्शन झालं, तेव्हा आईकडे न जाता मी कुसुमकडेच राहायला गेले. तिला लग्नाआधी आवडलेल्या माणसाविषयी तिनं मला सांगितलं. एवढंच नाही, तर हे गुपित माझ्या नवऱ्यालाही सांगायचं नाही, असं बजावलं.

आम्ही वरचेवर गप्पा मारायचो, खूप गोष्टी बोलायचो; पण जसजशा माझ्यावरच्या जबाबदाऱ्या वाढायला लागल्या तसतसा मला वेळ कमी मिळायला लागला. 'सवड' हा मोठा अडसर झाला. संकल्पही त्याच्या कामाच्या व्यापात गुरफटलेला होता. आम्ही एकमेकांनाही क्वचितच भेटायचो. शेवटी एकदा आम्ही मुद्दाम वेळ काढून कुसुमकडे जायचं ठरवलं, तर उलट तिनं ''माझ्याकडे कशाला? दोघं मस्तपैकी गोव्याला जाऊन जरा एकमेकांबरोबर राहून या.'' असं सांगितलं.

जेव्हा मला संकल्पच्या प्रेमप्रकरणाचं कळालं, तेव्हा मी सगळ्यात पहिल्यांदा ते कुसुमलाच विश्वासात घेऊन सांगितलं. तो काळ माझ्या आयुष्यातला सर्वांत वाईट काळ होता. माझ्या नवऱ्यानं घर सोडून जाऊ नये म्हणून चार महिने मी त्याची मनधरणी करत होते, त्याची मिनतवारी करत होते. शेवटी कुसुमनंच ''जाऊ दे त्याला, तू तुझा अजून अपमान करून घ्यायची गरज नाही.'' असं खंबीरपणे सांगितलं.

मी सैरभैर झाले होते. तीही बेचैन होती. तिनंही तिच्या मुलाला शहाणपणाच्या चार गोष्टी सांगून पाहिल्या, पण त्यानं काहीएक ऐकलं नाही. उलट 'माझ्या आईला माझ्याविरुद्ध फितवलंस' म्हणून त्यानं मलाच दोष दिला आणि घर सोडलं. मला वाईट वाटलं; पण हातात काम असल्यानं फार बरं झालं. माझ्या घरच्यांना लांब ठेवल्याबद्दल त्याने माझ्याच माथी खापर फोडलं. अशा वेळी फक्त कुसुमच माझ्या पाठीशी ठामपणे उभी होती.

आम्ही भेटलो की, कधीच संकल्पबद्दल किंवा त्याच्या नव्या प्रेमप्रकरणाबद्दल बोलायचो नाही. आमच्या दोघींमधल्या 'नात्या'च्या बळावरच संसारातल्या या वादळातून मी बाहेर पडू शकले होते.

या सगळ्या गोष्टींना आता दोन वर्षं झालीत. अर्थात, ती आणि संकल्प एकमेकांशी बोलतात. दोघांमधले संबंध बरे आहेत, पण ती त्याच्या प्रेयसीबद्दल बोलत नाही. कधीतरी उडत उडत उल्लेख करते. मीसुद्धा प्रेमाचा नव्यानं शोध घ्यावा म्हणून ती पाठीमागे लागते; पण तिच्यासारखीच मीही आहे तशी सुखात आहे, असं तिला सांगते.

आत्ता या हॉटेलात पुन्हा एकदा जोरदार गडगडाटी हसल्यानंतर 'बाप रे, आपण

जरा जास्तच मोठ्यांदा हसतोय.' असं जाणवलं आणि लाजल्यासारखं झालं. एक बाई आम्हा दोघींकडे बघत होती. ती उठून आमच्याजवळ आली. ''मलाही अशीच मुलगी हवी होती!'' ती माझ्याकडे बघत म्हणाली. कुसुमनं माझा हात हातात घेतला आणि म्हणाली, ''सगळेच असे भाग्यवान नसतात.''

– शब्दांकन : शिफा मित्रा

तिचं माझ्यावर खरंच प्रेम होतं

'मी आणि माझी आई' अशी माझी लहानपणाची ठळक आठवण म्हणजे आमचं एकत्र खीर खाणं! मी तिच्या पोटाला हात लावायची आणि "तुझ्या पोटात काय आहे?" असं विचारायची. "तुझा भाऊ" ती सांगायची.

मला चांगलं आठवतंय, त्या वेळी मला माझ्या त्या भावाचा फार हेवा वाटायचा. माझ्यापेक्षा आई त्याच्याशीच मस्त खेळायची. आजूबाजूचं कुणीच बघत नाही असं पाहून मी त्याला चिमटे काढायचे.

पण लहानपणीची एक गोष्ट मी कधीच विसरू शकणार नाही, ती म्हणजे माझ्या आत्याचं बोलणं. त्यानं माझं आयुष्यच बदलून गेलं.

मी तेव्हा साधारण सात-एक वर्षांची असेन. एके दिवशी माझ्या आत्यानं मला सांगितलं, "जिला तू आई म्हणतेस, ती तुझी खरंतर सावत्र आई आहे."

"सावत्र म्हणजे काय?" मी तिला विचारलं. त्यावर तिनं दुष्ट सावत्र आयांच्या गोष्टी सांगितल्या. सावत्र आई ही सख्ख्या आईसारखं प्रेम कधीच करत नाही, एवढंच मला त्यातून कळलं.

मला भयंकर धक्का बसला. मी कोलमडून गेले. त्या दिवसानंतर आईकडे बघण्याची माझी दृष्टीच बदलून गेली. मी तिच्याशी फार उद्धटपणे, तुटकपणे वागायला लागले. अगदी क्वचितच मी तिच्याशी बोलायचे.

मला आणखी चार भाऊ होते. आम्ही एकूण सहा भावंडं. घरात टिपिकल वातावरण. म्हणजे मुलगी म्हणून मीच घरकामात आणि स्वयंपाकात मदत करायला हवी, ही सगळ्यांची अपेक्षा! मी नेहमी दुःखी असायचे. 'मला सख्खी आई का नाही?' हाच एक प्रश्न मी देवाला सारखी विचारायचे. 'मी जर या आईची सख्खी मुलगी असते, तर तिनं मला इतकं काम करायला लावलं असतं का?' असं माझ्या मनात यायचं.

प्रामाणिकपणे सांगायचं, तर अभ्यासात माझी गती यथातथाच होती. माझ्या

आईचीही शाळा पूर्ण झाली नव्हती. त्यामुळे तिनं कधीच माझ्यामागे अभ्यासाचा सपाटा लावला नाही. माझे वडील तापट होते. स्वत:च्याच विश्वात असायचे. त्यामुळे 'वडील' म्हणून त्यांच्याशी माझी कधीच जवळीक निर्माण झाली नाही. एवढ्या मोठ्या घराचा बारदाना सांभाळताना आईला नक्कीच तारेवरची कसरत करावी लागत असणार; पण मी कधी तिचा विचारच करायचे नाही. मी फक्त माझ्या नशिबाला दोष देत राहायचे.

मी सोळा वर्षांची झाल्यावर लगेचच आई-बाबांनी माझ्यासाठी 'स्थळं' बघायला सुरुवात केली. तशीही मला अभ्यासाची आवड नव्हतीच. मी सारखी खात राहायचे. मी अंगानं जाड होते. शिवाय चेहराही 'आंबट' असायचा.

माझे वडील 'वडील' म्हणून माझ्यापासून नेहमीच दूर वाटायचे. शिवाय मी ती माझी 'सख्खी' आई नव्हती म्हणून तिचाही राग राग करायचे. त्यामुळे 'लग्न' हा यातून सुटकेचा एकमेव मार्ग असल्यानं लग्न करायला मी आनंदानं तयार होते. माझ्या लग्नात आईनं किती कष्ट उपसले, घरातलं हे कार्य चांगलं पार पाडण्यासाठी तिनं किती धावपळ केली याकडे मी बघितलंच नाही. उलटपक्षी 'आत्ता केलं त्याहून जरा आणखी चांगलं करायला हवं होतं.' असंच एका क्षणी मला वाटलं होतं.

माझा नवरा खूपच चांगला होता, प्रेमळ होता. माझं त्याच्यावर मनापासून प्रेम होतं. तो माझा सर्वांत चांगला, जवळचा मित्र होता. त्याचा आत्मविश्वासही जबरदस्त होता! 'माझी सावत्र आई मला किती छळायची.' याचे किस्से मी त्याला रंगवून रंगवून सांगायचे, पण तिचा नेमका दुष्टपणा काय होता, हे मला कधी सांगता आलं नाही. तो मात्र मला 'आईचं माझ्यावर किती प्रेम होतं आणि माझ्या फटकून वागण्यानं ती किती दुखावली जात असणार' हे मला दाखवून द्यायचा. त्यानं असं कितीही समजावलं, तरी पालथ्या घड्यावर पाणी!

लग्नानंतर मला दिवस राहत नव्हते. काहीतरी अडचणी यायच्या. मला दिवस राहावेत म्हणून माझी आई म्हणे कुणीतरी सांगितलं म्हणून गावातल्या शंकराला अनवाणी जात होती, असं मला कळलं. 'बघ, तुझ्या आईचं तुझ्यावर किती प्रेम आहे!' माझ्या नवऱ्यानं लगेच सुनावलं. मलापण खूप आदर वाटला; पण मी माझ्या भावना तिच्यासमोर दाखवू शकले नाही. उलट तिला पाहिलं की, राग आणि प्रेम अशा काहीशा विचित्र संमिश्र भावना मनात यायच्या.

आयुष्यात चढ-उतार येत होते. माझे वडील गेले. मी अस्वस्थ झाले. वाटलं, मी त्यांच्याशी चांगलं वागायला हवं होतं.

आणि नंतर अकस्मात मोठं संकट उभं राहिलं. माझा नवरा गेला! माझं जगच उन्मळून पडलं.

जाण्यापूर्वी काही दिवस माझ्या नवऱ्यानं नवीन व्यवसाय सुरू केला होता. त्यासाठी त्यानं आमचं राहतं घर गहाण ठेवलं होतं. आता हातात रोख रक्कम अशी काहीच उरली नव्हती. काय करावं काही कळत नव्हतं. अशा वेळी आईनं सगळी सूत्रं हातात घेतली. आई आणि माझे भाऊ आमच्याच गावात राहत होते. एका मोठ्या घरात सगळ्यांचे स्वतंत्र फ्लॅट्स होते. आई मला त्यांच्या घरी घेऊन गेली. तिथे तिने मला एक फ्लॅट दिला आणि त्याच्या मालकी हक्काची रीतसर कागदपत्रंही तिनं माझ्या हवाली केली. माझ्या नावानं बँकेत खातं उघडलं, जेणेकरून मला व्याज मिळायला लागेल आणि पैशाच्या बाजूनं थोडं स्थैर्य येईल. तिनं माझी आणि माझ्या मुलांचीही काळजी घेतली. नवरा गेल्याच्या दुःखानं मी पार बधिर होऊन गेले होते; पण मला त्यातून बाहेर काढण्यासाठी तिनं जिवापाड प्रयत्न केले.

अखेर मी हळूहळू आयुष्याचा गुंता सोडवायला लागले; पण दुःखाचा आणखी एक मर्माघात झाला. आई गेली! जोराचा हार्ट अ‍ॅटॅक येऊन त्यातच माझी आई आम्हाला सोडून गेली. जणू माझ्या विस्कटलेल्या आयुष्याची घडी बसवून देण्याचं तिचं काम पूर्ण झालं होतं अन् आता ती जायला मोकळी झाली होती! ती गेली; पण तिचे आभार मानायची किंवा 'आई, तू मला आवडतेस, माझं तुझ्यावर प्रेम आहे.' हे सांगायची संधी मात्र मला मिळालीच नाही. माझ्या या भावना व्यक्त करायचा मला संकोच वाटायचा आणि तिच्याशी बोलावं म्हटलं, तरी शब्द ओठातच अडकून राहायचे.

या सगळ्याचा आता मला किती पश्चात्ताप होतोय! माझ्या खोलीत मी तिचा फोटो ठेवलाय. मी तिच्याशी रोज बोलते. लहानपणी आणि वाढत्या वयात तिच्याशी धरलेला अबोला भरून काढायचा प्रयत्न करते आणि माझं खरंच तिच्यावर प्रेम आहे, हे तिला रोज सांगण्याचा प्रयत्न करते.

आईचा फोटो पाहून बरेच जण मी अगदी आईसारखी दिसते असं म्हणतात. हो! मी तिच्यासारखीच दिसते आणि माझ्यातलं सगळं मी तिच्याकडूनच घेतलंय, याचा मला खूप अभिमान आहे!

– सुधा (शब्दांकन : अनु चोप्रा)

माझा आधार

गेली चौदा वर्षं मी हा जॉब करतेय. सलग इतकी वर्षं एखादा जॉब करण्याची ही बहुधा पहिलीच वेळ असावी. सुरुवातीला माझ्या 'बॉस'च्या फार मागण्या असायच्या. कामाची ठरावीक वेळ नसायची. मी सतत कामात गढलेले असायचे. थोडासा जरी उशीर झाला की, सगळं डोक्यावर घेतलं जायचं. सुट्टी नाही, रजा नाही, भत्ता नाही की पगारही नाही! आणि गंमत म्हणजे या जॉबसाठी मी बाकीच्या चांगल्या पगाराच्या नोकऱ्यांवर पाणी सोडलं होतं. दिवसाचे २४ तास, आठवड्याचे सातही दिवस, वर्षाचे ३६५ दिवस मी आपली सतत कामाला हजर! माझ्या बॉसनं परवानगी दिली की, मी जेवणार आणि झोपणार. माझ्या शरीरावर आणि मनावरही त्याचाच ताबा! जणू त्याची गुलामच! त्याला काय हवं, नको याच्या पलीकडे माझं मन विचारच करायचं नाही. एखादा निवांत क्षण मिळाला की, मी आभाळातल्या देवाला हात जोडायचे आणि त्याची सेवा करण्याची संधी दिल्याबद्दल देवाचे आभार मानायचे.

बोळकं पसरून तो माझ्याकडे बघून हसला की, मला भरून पावायचं. खरंच त्याच्या त्या निरागस हसण्यानं एखादा अतिरेकीही आपली शस्त्रं खाली ठेवेल! त्याच्या त्या निष्पाप हसण्यासाठी त्याचे सगळे अनाठायी हट्ट माफ करावेत, त्याच्या सगळ्या खोड्या विसरून जाव्यात आणि त्यानं घातलेला सगळा पसारा मी आनंदानं आवरावा! त्याला कुशीत घेतलं की, जणू त्याच्या रुपानं हिमालयालाच जवळ घेतल्यासारखं शांत वाटायचं. कधीकधी मी माझ्याच विचारात बुडून गेलेली असायचे. अशा वेळी त्याच्या तोंडून काही आवाज झाला की, माझी तंद्री मोडायची आणि मी धावतपळत त्याच्या पलंगाजवळ जायचे. तो मोठ्यानं मनमोकळं हसला की, मला नोबेल पुरस्कार मिळाल्यासारखं वाटायचं.

सुरुवातीची काही वर्षं तो एखाद्या सावलीसारखा माझ्या मागेमागे असायचा. क्षणभरही माझ्यावर विसंबायचा नाही. माझ्या प्रत्येक हालचालीवर बारीक लक्ष ठेवून असायचा. मी जसं करायचे, तस्सं तो करायचा. ते पाहिलं की, मी काय कसं वागतेय, ते माझं मलाच शिकायला मिळायचं. सरणाऱ्या प्रत्येक वर्षासरशी तो माझ्यापासून थोडा थोडा दूर जात होता. आधी काही तासांसाठी, मग थोडा जास्त आणि मग आणखी जास्त काळ! त्याच्या मागण्या कमी झाल्या खऱ्या, पण त्यांची जागा काळजीनं घेतली. 'तो स्वत:च्या पायावर उभा राहू शकेल का? त्याच्यासाठी हे जग फार क्रूर आणि कठोर असणार.' आता तो माझा फार कमी वेळ घ्यायचा. काही अपवादात्मक प्रसंग सोडले, तर मला नेहमीसारखी पुरेशी झोप मिळायची. मी वेळेवर जेवू-खाऊ शकायचे. इतकंच नव्हे, तर मी एक कोर्सही पूर्ण करू शकले. त्यामुळे मला नोकरी मिळाली. तो जेव्हा जवळ नसायचा, तेव्हा माझा या नोकरीमुळे वेळ तरी जायचा; पण त्याची सेवा, त्याच्यासाठी काहीतरी करणं, हेच माझ्या दृष्टीनं सर्वांत महत्त्वाचं होतं. बाकीच्या सगळ्या गोष्टी माझ्यालेखी गौण होत्या.

माझ्या नोकरीला दहा वर्षं झाली आणि 'आपलं क्षेत्र विस्तारायला हवं.' असं माझ्या बॉसला वाटायला लागलं. त्यामुळे त्याचा वेळ विभागला गेला. आता त्याला इतरही कमिटमेंट्स होत्या आणि प्रेम-आदर करायला त्याला आणखी काही माणसं मिळाली. जो चिमुकला हात मी धरला होता, तो आता माझ्या हाताइतका मोठा झाला होता. हळूहळू आम्ही फक्त बोटांच्या स्पर्शापर्यंत आलो आणि नंतर तेही पूर्णपणे थांबलं.

तो आता माझ्यापासून जास्त काळ लांब राहायला लागलाय. रात्रीसुद्धा तो एकटाच असतो. आता खुट्ट वाजलं की, मला त्याच्या खोलीत धावत जावं लागत नाही. त्याच्या सगळ्या गोष्टी माझ्यासाठी अनोळखी झाल्यात. त्याचं हसणं माझ्या येण्यानं एकदम थांबतं. कधीकधी तो एकटाच रडत असतो. एकट्यानंच दु:ख सहन करण्यात त्याला काय भूषण वाटतं कोण जाणे! माझ्या काळजाला घरं पडतात. वाटतं, हा मुलगा पुन्हा लहान व्हावा. माझ्या कुशीत येऊन त्याला शांत वाटावं. हल्ली रात्रभर माझ्या डोळ्यातून पाणी वाहत असतं; पण त्याने स्वत: उभं राहायला हवं. आपण कसे आहोत आणि आपल्याला काय व्हायचंय, काय शिकायचंय हे त्याला कळायला हवंच, हेही मला समजतं. आपल्यात कोणत्या क्षमता आहेत, जगरहाटी काय आहे आणि जगात कसं वागावं, राहावं लागतं, हेही त्याला माहीत हवं. मी त्याला हे माहीत करून द्यायलाच हवं.

अजून आम्हाला खूप लांबचा पल्ला गाठायचा आहे. त्याच्यात आत्मविश्वास

येण्यासाठी त्याला त्याच्या चुकांमधून शिकायला हवं. त्यासाठी मला माझ्या प्रयत्नांवर विश्वास ठेवायला शिकलं पाहिजे. त्याच्या चुकांमधूनच योग्य काय ते त्याला कळेल. मी जरी त्याच्या जवळ नसले, तरी त्याला या गोष्टींचं भान येईल, यावर मला भरवसा ठेवायला हवा. त्याला प्रत्येक वळणावर सुख आणि दुःख भेटणार आहे. निराशेची अंधारलेली रात्र असली, तरी अत्यानंदाच्या क्षणांची सोनेरी पहाटही येतेच. आयुष्यात प्रेम आणि आशा असेल, तसाच अपेक्षाभंग आणि दुःखही असेल. यश आणि अपयश पाठीला पाठ लावून येईल. कधी खूप कौतुकाचा वर्षाव होईल, तर कधी टीका वाट्याला येईल. अशा सगळ्या प्रसंगांना तो माझ्यासारखाच सामोरा जाईल. कधीतरी त्याला पराकोटीच्या निरपेक्ष, सहज, शांत आधाराची गरज वाटेल, तेव्हा तो माझ्याकडे येईल, अशी मला आशा आहे.

– तुलिका मुखर्जी शहा

पृथ्वीवरचा स्वर्ग

"दिवाळीत यंदा माझ्याकडे यायचं हं!'' असं काकांचं खास आग्रहाचं आमंत्रण होतं. काका नागपूरला राहायचे. त्या दिवाळीत माझी सगळी चुलत भावंडंही तिकडेच यायची होती. वा! सगळे जमणार म्हणजे नुसती धम्माल असणार होती. त्यामुळे ही संधी हातची घालवायची नाही, असं मी ठरवलं. महिनाभर आधीच रेल्वेचं रिझर्वेशन करून टाकलं. कारण मला पुण्याहून नागपूरला जायचं होतं.

जायचा दिवस उजाडला. मी अगदी वेळेवर स्टेशनवर पोहोचलो. बाप रे! केवढी गर्दी होती! असणारच म्हणा. दिवाळीसारखा मोठा सण आपापल्या घरच्यांबरोबर साजरा करायला बरेच जण गावी निघाले असणार! पण हा एवढा गडबड-गोंधळ सहन करणं अवघडच होतं. रिझर्वेशनशिवायही गाडीत घुसलेले माणसांचे लोंढे जिथं कुठं जागा मिळेल तिथं बसून घेत होते; अगदी बाथरुममध्येसुद्धा! छताजवळ सामान ठेवायच्या जागेतही माणसं बसत होती.

इतक्या साऱ्या माणसांमुळे कर्कश आवाज घुमत होते. वेगवेगळ्या भाषेतले, आवाजातले, ढंगातले संवाद हवेत विरत होते. सगळ्यात जास्त मोठा आवाज आयांचा होता. त्या मुलांनी गप्प राहावं म्हणून ओरडत होत्या, धपाटे घालत होत्या. एवढ्यात तिकिट चेकर आला. डब्यातली ही अशक्य गर्दी पाहून आपण यातून पलीकडे जाऊच शकणार नाही, हे त्यानं ओळखलं आणि तो दारातूनच माघारी वळला.

या गदारोळात मला आईच्या कडेवर असलेला एक मुलगा दिसला. तो चारेक वर्षांचा असावा; गोबऱ्या गोबऱ्या गालांचा आणि टपोऱ्या डोळ्यांचा! खरंच फार गोड दिसत होता. गर्दीत तो पार चेंगरून जात होता. 'या गाडीत आता क्षणभरही थांबायची इच्छा नाही.' असा त्याच्या चेहऱ्यावरचा भाव मला स्पष्ट दिसत होता; पण त्याच्या आईला बिचारीला तसूभरही हलायला, इकडचं तिकडं करायला जागा नव्हती.

मी त्या मुलाच्या दिशेनं हात उंचावले आणि "ये, माझ्या मांडीवर बसतोस?" असं म्हटलं. हे ऐकून आईच्या चेहऱ्यावर आनंद पसरला.

पण छे! तो मुलगा आपल्या आईला आणखीनच घट्ट चिकटला. आईच्या लाडीगोडीलाही बेटा बधला नाही! थोड्या वेळानं बघितलं, तर पठ्ठा आईच्या खांद्यावर पेंगायला लागला होता. एवढ्या धक्काबुक्कीत, गडबडगोंधळातही आपल्या आईच्या कडेवर तो अगदी गाढ झोपलासुद्धा! मी उठलो आणि त्याच्या आईला बसायला जागा दिली. तिला खूप बरं वाटलं. आपल्या कुशीतल्या बाळाकडे ती डोळे भरून प्रेमानं बघत होती! तिच्याकडे पाहून मला एकदम माझ्या आईची आठवण झाली.

१९९३ साली आम्ही लातूरला राहत होतो. मी तेव्हा वर्षाचा होतो. एकदा आमच्या इथे मोठा भूकंप झाला. आईनं पटकन मला उचललं आणि घराबाहेर पळ काढला. भूकंपात हादरणारं आमचं घर, आसपासची झाडं मला अजूनही आठवतात. फार भयंकर प्रसंग होता तो! मी तर इतका भेदरून गेलो होतो म्हणून सांगू! मला आजही आठवतंय. आईनं मला इतकं घट्ट धरून ठेवलं होतं! तिच्या त्या मायेच्या मिठीत माझी भीती पार पळून गेली. जोवर आईच्या मायेचं कवच माझ्याभोवती आहे, तोवर माझ्या केसालाही धक्का लागणार नाही, असं मला वाटत होतं.

आज या मुलाला पाहून मला पुन्हा ते सगळं आठवलं. खरंच, आईच्या कुशीत स्वर्गीय संरक्षणाचा आशीर्वाद आणि केवढा मोठा आधार असतो नाही!

– निखिल कुलकर्णी

राजन, वाट तुझी पाहता....

बॅगा भरून झाल्या होत्या. ब्लेझर्स आणि युनिफॉर्मही पॅक केले होते. एका वेगळ्याच उत्सुकतेचं वारं वाहत होतं; पण सगळ्या गोष्टींना दुःखाची किनार मात्र होती. कारण आज शाळेचा शेवटचा दिवस होता. काही जणांच्या लेखी 'टर्म-एन्ड' होता. पालक, घर, सुट्टी यांच्यात आणि आमच्यात आता काही मिनिटांचं अंतर होतं. उटकमंडच्या नझारेथ कॉन्व्हेंट शाळेतल्या विद्यार्थ्यांचं आज 'लास्ट सपर' - समारोपाचं जेवण झालं होतं. सगळेजण आपापल्या खोल्यांमध्ये रेंगाळत होते. एवढ्यात सिस्टर गुड कौन्सिलनं सगळ्यांना बोलावलं. त्या वसतीगृहाच्या मुख्य होत्या. आमच्यापैकी वरच्या वर्गातल्या एका मुलीला त्यांनी पुढे यायला सांगितलं. त्यांच्या पाठोपाठ ती त्यांच्या ऑफिसमध्ये गेली.

ते १९६६ साल होतं. महिना होता ऑक्टोबर आणि तारीख होती आठ. हा दिवस सरला बनच्या मनावर कायमचा कोरला गेला असणार. तिला एकटीलाच असं बाहेर काढून ऑफिसमध्ये का नेलं होतं, हे कुणालाच कळत नव्हतं; पण आमच्या टीचरचा चेहरा काळवंडला होता. त्यांच्या चेहऱ्यावर काळजी आणि तणाव दिसत होता. ''सरला, तुझा लाडका राजनभैया आता या जगात नाही.'' त्यांनी हळुवारपणे सांगितलं.

राजन – वय वर्ष फक्त तेवीस. फ्लाईंग ऑफिसर राजन ओंकार बन भारतीय हवाई दलातल्या १०८ नंबरच्या स्क्वाड्रनचा पायलट होता. खडकवासल्याच्या राष्ट्रीय संरक्षण प्रबोधिनीतून १९६२मध्ये पासआऊट झाला होता. लगेच पुढच्याच वर्षी तो हवाई दलात रुजू झाला होता. सुंदर चमकदार घारे डोळे, तपकिरी रंगाचे दाट केस असलेला राजन अतिशय देखणा, सभ्य, मिळूनमिसळून वागणारा तरुण ऑफिसर होता.

अजमेरच्या मेयो कॉलेजचा तो हुशार माजी विद्यार्थी होता. नामांकित जमीनदार कुटुंबात त्याचा जन्म झाला होता. त्याचे वडील ओंकार बन उत्तर

भारतातल्या माहीमपूरचे राजे होते, तर आई कुंबरानी जयश्री देवी या हैद्राबादचे राजा प्रतापगिरजी नरसिंहगिरजी यांची थोरली मुलगी होती. एवढ्या मोठ्या तालेवार घराण्याचा तो वारस होता. त्यामुळे खरंतर त्याला स्वत:ला वेगळं काही करून दाखवण्याची गरज नव्हती; पण त्याला मातृभूमीच्या रक्षणासाठी सैन्यदलाच्या हाकेला 'ओ' द्यावीशी वाटली. त्याच्या आईच्या इच्छेनुसार त्यानं सैन्य किंवा नाविक दलात नव्हे, तर हवाई दलात भरती व्हायचं ठरवलं.

तीन वर्षांच्या प्रशिक्षणानंतर तो उत्तर-पश्चिम भारतात बागडोग्रा इथं रुजू झाला. दार्जिलिंगमधल्या टायगर हिलजवळ त्याच्या विमानाला हा जीवघेणा अपघात झाला, त्या वेळी तो एका सह-वैमानिकाबरोबर त्या विमानात होता. दुर्दैवानं या अपघातात कुणीच वाचलं नाही.

या घटनेबद्दल सविस्तर माहिती मिळवण्यासाठी त्याचे वडील हवाई दलाच्या मुख्यालयात जाऊन आले. त्यांच्या हातात राजनच्या अस्थींचा कलश आणि त्याचं हातातलं कडं दिलं. "पण तो कधीच कडं घालायचा नाही. कडं घालायला तो काही शीख नव्हता." वडील म्हणाले; पण त्यांना काहीच प्रतिसाद मिळाला नाही. म्हणजे हवाई दलाच्या अधिकाऱ्यांनादेखील या अपघातात नक्की कोण कोण बळी पडलं हे ठाऊक नसावं? "आम्हाला न कळवताच आमच्या मुलाच्या देहावर अंत्यसंस्कार का केले गेले?" त्यांनी विचारलं. "एवढी काय घाई होती तुम्हाला?" त्यांच्या या प्रश्नालाही तिकडून उत्तर मिळालं नाही.

त्यांचं नुकसान आता कधीच भरून येणार नव्हतं. त्याची आई तर दु:खात पार बुडून गेली होती. आपल्या मुलाच्या विमानाचा जिथे अपघात झाला तिथे जायचा त्या हट्ट धरून बसल्या. त्यांना स्वत:च्या मुलाला अखेरचा निरोप देता आला नव्हता, म्हणून त्यांना ते ठिकाण बघायचं होतं. हवाई दलानं ती सगळी व्यवस्था केली. महिन्यानंतरही तिथल्या झुडपांमध्ये त्याचं नाव असलेलं हेल्मेट पडलेलं होतं. आदल्या रजेच्या वेळी त्याच्यासाठी आणलेलं जाकीटही त्यांना दिसलं. त्याचा नवेपणा अजून तसाच होता. खरंतर त्या लोकांनी राजनच्या अस्थींबरोबर याही वस्तू त्याच्या घरच्यांकडे द्यायला नको होत्या का? अतिशय दु:खी आणि विदीर्ण मनानं त्यांनी सगळे तुकडे गोळा केलं. आपलं दु:ख बाजूला ठेवून त्यांनी आपल्या लेकीला हृदयाशी धरलं. ती नुकतीच शाळेतून घरी आली होती. तीही दु:खानं बधिर झाली होती.

आणि नंतर ते पत्र आलं होतं. अगदी साध्यासुध्या दिसणाऱ्या त्या पत्रानं या कुटुंबाला कलाटणीच मिळाली. दु:खाच्या अंधारात हरवून गेलेल्या या माणसांना एक आशेचा किरण दिसला. त्या पत्रात लिहिलेलं खरं असणं शक्य होतं का? तो जिवंत होता का? हे पत्र खरं होतं की बनाव होता? एक गोष्ट मात्र

नक्की होती की, पोस्टमार्टमचा रिपोर्ट अजून आला नव्हता. त्याचा तपशील अगदी जवळच्यांनाच कळला असता ना! तो तर निर्विवाद असणार होता! हे पत्र कुणी लिहिलं असेल?

आलंकारिक इंग्रजी भाषेतल्या त्या पत्रात 'राजन जिवंत आहे' असं लिहिलं होतं. ऑफिसमध्ये राजनचा जो फ्लाइट नंबर होता, त्यापेक्षा वेगळाच नंबर पत्रात होता. हवाई दलानं सांगितल्याहून फ्लाइटची वेळही वेगळी होती. त्याचे कमांडिंग ऑफिसर बदलले होते. त्याचा को-पायलट आधी वैद्यकीयदृष्ट्या फिट नव्हता; पण मग त्याला उड्डाण करायला परवानगी दिली होती आणि तो शीख होता, असं त्या पत्रात लिहिलेलं होतं. खरं काय ते उजेडात आणावं आणि या अपघाताची आणि पोस्टमार्टम रिपोर्टची न्यायालयीन चौकशी केली जावी, अशी मागणी करायला हवी, असं त्यात होतं.

त्याच्या दुःखी आईला सुतावरून स्वर्ग गाठायला हे पत्र पुरेसं होतं. त्यांनी पत्रावरचा शिक्का नीट बघितला. ''या पत्रात जे म्हटलंय, तशी खरंच परत नीट शहानिशा करून घ्यायला हवी'' असं त्यांचं म्हणणं पडलं; पण ऑफिस मात्र आपल्या मतावर ठाम होतं. निनावी पत्रांना त्यांच्या लेखी काही किंमत नव्हती.

न्यायालयीन चौकशी केली जावी. पोस्टमार्टमचे रिपोर्ट काय आहेत ते कळावं, अशी तिनं मागणी केली. त्यावर घाईघाईनं चौकशी केली गेली आणि अपघात पायलटच्या चुकीमुळे झाला, असं मत त्यांनी नोंदवलं गेलं. पोस्टमार्टम रिपोर्ट म्हणून कुठल्या एका डॉक्टरनं हातानं लिहिलेलं पत्र दाखवलं गेलं. तिचा या कशावरच विश्वास बसला नाही. ''मग हे सगळं आधी का नाही केलं गेलं? या चौकशीसाठी तिनं मागणी करण्याची वाट कशाला पाहिली?'' ज्योतिषांनी आणि इतर माध्यमांनी 'तुमचा मुलगा जिवंत आहे.' असं सांगितल्यानं तर त्यांची खात्रीच पटली. अगदी थेट इंदिराजी गांधींपासून, राज्यपालांपासून अगदी शिपायांपर्यंत त्यांनी सगळ्यांकडे त्याचा शोध घेतला. कुणालाही वगळलं नाही.

'त्याचं विमान शत्रूच्या हद्दीत तर गेलं नसेल? तो युद्धकैदी तर झाला नसेल? दुसऱ्या देशाच्या सरकारनं त्याला डांबून तर ठेवलं नसेल? तो कदाचित चीनमध्ये असेल. त्याला सोडलं असेल का?' या माऊलीनं पाकिस्तानातले तुरुंग पालथे घातले, मनोरुग्णालयं धुंडाळली, ज्याची मदत होऊ शकेल असं तिला वाटलं, त्या प्रत्येकाला ती भेटली. त्याच्याशी बोलली. 'तो कुठंतरी अडकला असेल आणि त्याला घरी येता येत नसेल का? कामावर असताना तो बेपत्ता झाला असेल आणि हवाई दल तसं जाहीर करू शकत नसेल का?' एक ना हजार शंकांची चवड उभी राहत होती. 'त्याचं जाकीट तिथं मुद्दाम टाकलं असेल का? हेल्मेटही? त्याच्या ओमेगा घड्याळाचं काय? ते कुठं गेलं?

त्याच्या खाजगी वस्तू का दिल्या नाहीत?' विचारांचा भुंगा पोखरतच होता.

त्याचे वडील १९७५मध्ये गेले. तोवर तपासात काहीच प्रगती झाली नव्हती. सगळ्या अधिकृत चौकश्या तशाच होत्या. त्या तीच तीच उत्तरं देत होत्या– 'फ्लाइंग ऑफिसर नं. ७७३५, R. O. बन दार्जिलिंगजवळ विमान अपघातात मरण पावले.' सगळे प्रयत्न करूनही दुसऱ्याही बाजूनं कसलाही पुरावा मिळत नव्हता. एकच अपवाद होता – 'ते' पत्र!

ते खरं नसेल, तर एखाद्यानं ते कशाला लिहिलं असेल? त्यातून कुणाचा काय फायदा होणार होता? त्याच्या आईचा त्या पत्रावर विश्वास होता आणि ती ते सोडून द्यायला तयार नव्हती. 'आपला मुलगा जिवंतच असणार. ते पत्र बनावट नसणार.' अशी त्या आईच्या मनाची पक्की खात्री होती. 'माझा राजन कुठंतरी जखमी होऊन तसाच बेशुद्ध पडला असेल, कुणी त्याला पाहिलं नसेल.' असा जीवघेणा विचार त्यांच्या मनात येई. त्यांनी देशभरातल्या सगळ्या वर्तमानपत्रात जाहिरात दिली – 'त्या पत्रलेखकानं कृपया संपर्क साधावा.' त्यांनी आपल्या मुलाचा शोध जारी ठेवला. त्याला शोधून काढायचा त्यांनी ध्यासच घेतला होता. त्या त्याच्या ऑफिसात खेटे घालायच्या. शोधपथकाशी संपर्क ठेवून असायच्या. त्याच्या मित्रमैत्रिणींकडे सतत चौकशी करायच्या. काय काय झालं त्याची वारंवार उजळणी करायच्या. न जाणो एखादी गोष्ट नव्यानं लक्षात येईल, असं त्यांना वाटायचं. त्यांच्या आयुष्याचं तेच एक ध्येय होतं.

पण सगळं व्यर्थ! तो परत येईल, पत्र खरं ठरेल, तो कुठेतरी अडकला असेल किंवा कदाचित त्याची स्मृती गेली असेल, त्याला आधीचं काही आठवत नसेल असं त्यांना अजूनही वाटतंय. पण तो जिवंत आहे, याबद्दल त्यांच्या मनात मुळीच शंका नाही. तो जिवंत असता, तर आज ६५ वर्षांचा असता. तो कधीतरी येईल, दारावरची बेल वाजवेल या वेड्या आशेनं त्या आपल्या सगळ्या घरांमध्ये सारख्या येऊनजाऊन असतात. त्याचा वाढदिवस त्या आजही साजरा करतात. त्या दिवशी मुद्दाम सगळ्या वर्तमानपत्रांमधून त्याला शुभेच्छा देतात. तो जिथे कुठे असेल, तिथं त्याला ते वाचायला मिळावं, एवढीच त्यांना आशा असते.

या सगळ्याला ४४ वर्षं झाली. आता त्या ८५ वर्षांच्या आहेत. पुरावे कितीही विरोधातले असले, तरी अजूनही त्यांचं तेच एक ध्येय टिकून आहे. सगळं खूप नाजूक होतं. तो जिवंत आहे, याची त्यांना खात्री वाटते. म्हणूनच त्या अजून त्याची वाट पाहतायत आणि म्हणून त्यांची मुलगीही! त्यांना राजनला घरी आलेलं बघायचंय!

– श्रीलता मेनन

कठीण समय येता....

सगळं जग माझ्यावर कोसळतंय असं वाटलं, तेव्हा सगळ्यात पहिल्यांदा मला ज्या व्यक्तीशी बोलवावसं वाटलं, ती होती माझी आई! माझं करिअर उत्तम होतं, पण माझा रसच संपला होता. मी लग्न केलं. खूप छान होतं आमचं; पण आज मला कळलं होतं की, माझा नवरा गेल्या दोन वर्षांपासून मला फसवत आला होता. मी हे कुणाला सांगू शकणार होते? कुणाशी बोलू शकणार होते? श्रीमती अलका श्रीवास्तवशी? अलका म्हणजे मी मोठेपणी जिचा सर्वांत जास्त तिरस्कार केला आणि जिच्याशी मी गेली दोन वर्षं बोलणंही टाकलं होतं, अशी बाई! त्याला काही अर्थ नव्हता. तिला दोष द्यावा अशी परिस्थिती नव्हती आणि खरंच मी तिला दोष देऊ शकले असते का? ते बरोबर होतं का?

वाढत्या वयात इतर मैत्रिणींसारखं मलाही पालकांनी सारखं लक्ष ठेवणं मुळीच आवडायचं नाही. त्यांचे शिस्तीचे नियम मी कायमच धाब्यावर बसवायचे; पण शाळेत मला उत्तम मार्क मिळायचे, त्यामुळे वडील मला काही बोलायचे नाहीत. मात्र आईला माझी प्रत्येक गोष्ट खटकायची. माझ्यासारखी चूक जर भावानं केली, तर ती मला शिक्षा करायची, पण त्याला मात्र सोडून द्यायची. तिच्या असल्या दुटप्पी वागण्याने माझ्या डोक्यात तिडीक जायची. याच्या उलट माझ्या अगदी जवळच्या मैत्रिणीची आई एकदम शांत होती आणि आमच्याशी बरोबरीनं वागायची, खेळकरपणे राहायची. माझी आई सतत दुःखी, रडवेली आणि भेदरलेली असायची.

ती कधीकधी उगाच इंग्रजी बोलायचा प्रयत्न करायची किंवा चायनीज पदार्थ करू बघायची, त्या वेळी तर मला धरणी 'दुभंगेल तर बरं' असं वाटायचं. मी तिच्याबरोबर किंवा तिला घेऊन कुठेही बाहेर जायचे नाही आणि मित्र-मैत्रिणींनाही घरी घेऊन यायचे नाही. मात्र त्यांना तिच्या हातचं खायला आवडायचं, त्यामुळे ती घरून काहीबाही करून मित्रमैत्रिणींकडे घेऊन जायची.

पुढे मला नोकरी लागली आणि मग 'आपण आईशी किती विचित्र वागलो' असं कुठेतरी जाणवायला लागलं. आमच्या नात्यातला दुरावा कमी करण्याचा मी प्रयत्न करायला लागले. एक पत्रकार म्हणून मी जे नाव मिळवत होते, त्याचा तिला खूप अभिमान वाटायचा, हे तेव्हाच मला कळलं. माझ्या लेखनाचं प्रत्येक कात्रण ती जपून ठेवायची. मी तिच्यासाठी आणलेल्या साड्या ती सगळ्यांना कौतुकानं दाखवायची. सकाळी वर्तमानपत्र उघडलं आणि त्यात मी दिलेली बातमी आलेली दिसली की, तिच्या चेहऱ्यावर हसू दिसायचं; बहुधा फक्त तेव्हाच! आम्ही फारच क्वचित बरोबर असायचो. अशाच दुर्मीळ क्षणी तिनं 'मलाही पत्रकार व्हायचं होतं' असं सांगितलं होतं. पत्रकार व्हायचं तिचं स्वप्न होतं; पण म्हणून तिनं मला ते क्षेत्र निवडण्यासाठी, लेखन करण्यासाठी सक्ती केली नाही. मी जे काही केलं, ते माझी आवड म्हणून. मला ते करायचं होतं, म्हणून!

पुढे माझी कामं वाढली आणि पुन्हा आमच्या नात्यात तणाव आला. तिला माझ्या कामाच्या वेळा, माझी मित्रमंडळी, माझा हेअरकट, माझे कपडे काही आवडत नव्हतं. विशेषत: माझं खुलेआम सिगारेट ओढणं तर तिला बिलकूल पसंत नव्हतं. पुन्हा तिचे पहिले पाढे पंचावन्न! 'बायकांनी आपल्या मर्यादा ओळखून राहायला हवं. जुळवून घेत राहायला हवं! असं अन् तसं!' पुन्हा तिचं तेच 'प्रवचन' सुरू व्हायचं. त्यानं माझं रक्त उसळायचं. शेवटी एके दिवशी 'इतकं जमवून घेत राहून तू तरी काय मिळवलंस?' असा प्रश्न मी तिला विचारलाच. माझे वडील तिच्याशी प्रामाणिक नव्हते, हे मला माहीत होतं. आम्हा मुलांनाही तिच्याबाबत फारसं काही वाटत नसे. तिला स्वत:च्या आवडीचं काही करायला वेळही मिळत नव्हता आणि तशी साधनंही मिळणं शक्य नव्हतं. एवढंच काय, पण तिच्या मनात आलं असतं, तरी तिला स्वत:च्या बहिणीलाही भेटायला जाता येत नव्हतं.

खरंतर माझ्या मनातल्या आईच्या दुहेरी व्यक्तिमत्त्वामुळे गोष्टी जास्तच बिघडत चालल्या होत्या. माझ्यातही तिचे ते गुण उतरले होते. तिनं माझ्यासाठी एखादी चांगली गोष्ट सांगितली, तरी मी ती करतच नसे. आजही मी फळं खात नाही. कारण एकच – ती मला फळं खायचा आग्रह करत असे. ती मला लग्नासाठी मुलांचे फोटो दाखवायची आणि मी ते न बघताच फाडूनही टाकायचे. इतरांशी जुळवून घेण्याच्या बाबतीतही माझी तीच तऱ्हा! माझं वाचन जसजसं वाढत होतं, तसतशी 'ही माझा द्वेष करते.' अशी माझी खात्री पटत चालली होती.

पुढे मला रौनक भेटला. आम्ही दोघं प्रेमात पडलो. मी बाबांना आणि

भावाला त्याच्याबद्दल सांगितलं, पण आईला मात्र काहीच बोलले नाही. आम्ही दोघांनी लग्न करायचं ठरवलं तेव्हा ती उत्साहानं तयारीला लागली. 'अगदी बघत राहतील असं लग्न करून द्यावं' असं तिला वाटत होतं. भाड्याच्या घरात राहण्यापेक्षा मी समजुतीनं सासू-सासऱ्यांबरोबर राहावं, असं ती वरचेवर सुचवत राहायची. त्यावर मी तिचा खूप अपमान करून तिला नाही नाही ते बोलले. पुन्हा एकदा मी तिच्याशी बोलणं टाकलं. नंतर तर आम्ही मुंबईलाच गेलो. त्यामुळे तिच्याशी संबंध ठेवण्याची, भेटण्याची गरजच उरली नाही.

इतकं असूनही आज माझ्या वाईट काळात मला फक्त माझ्या आईची आठवण आली. तिच्या मांडीवर डोकं ठेवून रडावंसं वाटलं आणि थोडंसं बिचकत मी तिला फोन केला. मी काही बोलण्याच्या आधीच तिला 'काहीतरी घडलंय' एवढं कळलं. मला रडू कोसळलं. रौनकनं काय केलं होतं, ते मी तिला सांगितलं. ती शांत राहिली. मला सगळं बोलू दिलं आणि मग मात्र आश्चर्य वाटेल असं ती म्हणाली, "सुनयना, आता या वेळी मात्र जुळवून घेऊन नकोस. मी केलेली चूक तू करू नकोस."

– शब्दांकन : शिफा मैत्र

५

अदृश्य अस्तित्व

माझी आई म्हणजे माझ्या मनातलं अखंड गाणं आरामाचं, आनंदाचं आणि अस्तित्वाचं – त्या गाण्याच्या शब्दांचा मला विसर पडेलही कधीतरी, पण ती धून मात्र मी कधीच विसरणार नाही मी विसरणार नाही – कधीच!

– ग्रेसी हार्मन

माझ्या आईची भेट!

माझी आई गेली, त्याला आता वर्ष होऊन गेलं. बरेच दिवस तशी ती आजारीच होती. नुकतेच आम्ही म्हणजे मी, माझे बाबा आणि माझी बहीण एक दिवस ट्रीपला गेलो होतो. दहा वर्षांपूर्वी आम्ही ज्या गावात राहत होतो, ते गाव आत्ता ट्रीपच्या परतीच्या वाटेवर होतं. त्या वेळच्या आमच्या शेजाऱ्यांना भेटायला म्हणून वाटेत थांबून जायचं आम्ही ठरवलं. थोडा वेळ गप्पा झाल्या आणि आम्ही निघालो.

एवढ्यात शेजारच्यांच्या मुलीला काहीतरी आठवलं. आम्हाला थांबायला सांगून ती झटकन आत गेली आणि एक पुडकं हातात घेऊन बाहेर आली. त्यात घड्याळ्यासारखं हातात घालता येईल असं एक ब्रेसलेट होतं. त्याच्यावर माझ्या बहिणीचं नाव कोरलेलं होतं – अनुष्का. ते पाहून माझ्या बहिणीला खूप आश्चर्य वाटलं. तिचं मन भरून आलं. आमच्या सगळ्यांची तीच अवस्था होती. आमच्या शेजाऱ्यांचाही किती मोठेपणा! इतकी वर्षं त्यांनी आमच्यासाठी ते जपून ठेवलं! माझ्या बाबांनी हसून त्यांना धन्यवाद दिले. "अनुष्कासाठी हे तुम्ही किती आठवणीनं दिलंत!" ते म्हणाले.

"अहो, हे त्यांनी अनुष्कासाठी आणून ठेवायला सांगितलं होतं. तुम्ही इकडे आला होतात ना, तेव्हा..." त्यांनी सांगितलं.

"होऽ? माझ्यासाठी? आईनं कित्ती मस्त गिफ्ट दिलंय मला!" अनुष्का आनंदानं उड्या मारत म्हणाली. तिचे चमकणारे डोळेच सांगत होते सगळं! आम्हाला हे सगळं अनपेक्षित होतं. म्हणजे आपल्याला जी व्यक्ती सगळ्यात आवडती असते आणि ती आपल्या जवळ नसते, तेव्हा तिनं पेरलेलं काहीतरी उगवलेलं असतं आणि देव ते आपल्याला देतो.

– मुद्रा रावळ

आईची अंगाई

मी आता आजी झालेय. चेहऱ्यावर सुरकुत्यांचं जाळं दिसायला लागलंय, पण मला त्याचं काही वाईट वाटत नाही. हं... तर त्या दिवशी सकाळी मी नेहमीप्रमाणे तोंड धूत होते. बेसिनपाशी जाऊन दात घासले आणि मागे वळले तर काय, अगदी पायाशी माझा नातू. नुकताच रांगायला लागलाय; पण तो इतका पायात आला होता की, त्याला अडखळून मी पडलेच. नशीब! त्याच्या अंगावर नाही पडले. तशी माझीही आता पन्नाशी उलटलीये! नाही म्हटलं तरी तोल जरा इकडेतिकडे होतोच. बरं तर बरं, त्याच्या अंगावर पडता पडता वाचले. ''नशिबानं पाठीच्या मणक्याला थोडंच फ्रॅक्चर झालंय.'' डॉक्टरांनी सांगितलं.

कडाक्याच्या थंडीमुळे मी विश्रांतीसाठी बहिणीकडे गेले.

मी भाग्यवान खरीच! इथे मी माझ्या आईच्याच पुढ्यात होते. तसं तिचं वय झालं होतं. ८५ वर्षांची होती ती. माझ्या बहिणीकडेच राहत होती. माझ्या वयाला ती पुन्हा 'आईपण' अनुभवत होती. तिला ऐकायला कमी येत होतं, दिसणंही कमी, पण आपलं आपलं करते आणि हिंडतीफिरती आहे हे विशेष! तेव्हा आज तिच्या 'अध्यक्षतेखाली' राहताना मधली सगळी वर्षं तिनं पुसून टाकली. जवळजवळ ५० वर्षांतल्या सगळ्या आठवणींना त्या महिन्याभरात आम्ही उजाळा दिला. आपली दुखणी-खुपणी आणि 'आजची युवा पिढी' यावरही आमच्या गप्पा झाल्या.

मी शास्त्रज्ञ म्हणून सतत प्रयोगशाळेत कामात गढलेली असायचे. याचाच परिणाम म्हणजे मला निद्रानाशाचा विकार जडला. नोबेल पुरस्कार मिळवण्याच्या विचारानं मी पार झपाटून गेल्यानं माझ्या पांढऱ्या पेशींचा वापर प्रमाणापेक्षा जास्तच केला गेला असावा. मी झोपेचं सोंग घेऊन पडून राहायचे, म्हणजे तरी निदान आई न बोलता गप्प राहून थोडा आराम करेल, असं मला वाटायचं. कारण तिला विश्रांतीची खूप गरज होती. पहिल्या-पहिल्यांदा आई फसली, पण नंतर मात्र तिनं माझी लबाडी पकडली.

मला झोप यावी म्हणून तिनं तिच्या परीनं उपाय सुरू केले. म्हणजे देवाचं नामस्मरण करावं, जप करावा, ध्यान करावं, शांत बसावं वगैरे वगैरे सल्ले तिनं दिले, पण कशाचाच उपयोग झाला नाही; पण ती मात्र 'अनुभवाचे बोल आहेत. उगाच उन्हानं नाही झाले हे केस पांढरे! कळलं?' अशी साक्ष काढायची.

असंच आमच्या दोघींचं एकदा रात्रभर जागरण झालं. दोघींचा डोळ्याला डोळा लागला नाही. आम्ही उगाचच इकडचं-तिकडचं अवांतर बोलत बसलो. खिडकीतून धुक्याआडून हळूच डोकावणारा सूर्य दिसला, तेव्हा मला एकदम जाग आली. निद्रानाश का होतो याचा मी अभ्यास केला होता. त्याच्यावर काही उपाय आहे का, हे शोधायचा प्रयत्न केला होता, पण माझ्या हाती काही लागलं नव्हतं आणि आज ही अशी आधी कधीच न लागलेली शांत झोप! मला वाटतं, आई माझ्याजवळ होती ना, म्हणून मला इतकी शांत झोप लागली असावी. इतके दिवस आईपासून दूर, दुसऱ्याच खंडात मी राहत होते. कामात पार बुडून गेले होते; आणि आता मी परत आईच्या कुशीत आले होते. डोळ्यात तेल घालून ती माझी जिवापाड काळजी घेत होती. तिच्या जवळ असण्यानं मला खूप शांत, सुरक्षित, समाधानी वाटत होतं.

माझी बहीणही आमच्या गप्पाष्टकात सामील व्हायची. कुठेही जायला तिचा पाय निघत नसे. अगदी रात्र झाली की, मगच ती निघायची आणि मी झोपेच्या 'चमत्काराचा' (!) अनुभव घ्यायचे.

'माझ्या नातवामुळे किती छान झालं' असं माझी बहीण म्हणायची. कारण त्याच्यामुळे आम्ही कधी नव्हे ते सगळे एकत्र आलो. माझी काळजी घेण्याच्या नादात माझी आई तिची सगळी दुखणीबाणी विसरून गेली. नंतर ती लवकरच देवाघरी गेली. खरंच, देव आपल्या माणसांची आपल्या पद्धतीनं काळजी घेत असतो. आपल्याला ते कळत नाही, इतकंच!

पुढच्या काळात माझ्या बहिणीच्या रुपानं देवानं माझ्यावर काय कृपा केलीये, ते पाहून मी चकित झाले. खरंच, माझी नाजूक आई रात्रीची ती भीतीदायक स्वप्नं कशी पळवून लावायची? मी पेंगतेय किंवा मला बहुतेक झोप येतेय असं पाहिलं की, आई तिच्या पोतडीतून त्या सगळ्या जुन्या गोष्टी बाहेर काढायची – अल्लादीन, पऱ्या, सिंदबाद, सिंड्रेला, देव-देवता, हिमगौरी आणि सात बुटके! तिच्या तोंडून या गोष्टी ऐकत ऐकतच तर आम्ही शांत झोपी जायचो! माझ्या बहिणीनं आईच्या नकळत तिच्या गोष्टी टेप करून ठेवल्या होत्या.

आता पुन्हा जर कधी मला भयानक राक्षसांची स्वप्नं पडायला लागली, तर मी आईच्या आवाजातल्या गोष्टींची कॅसेट लावते. 'आई, ये ना! मला जवळ घे. म्हणजे मला झोप येईल गं!'

– परवीन फारुकी

भिऊ नकोस, आई तुझ्या पाठीशी आहे

सुमनची साठी झाली तेव्हा तिचे यजमान वारले. कॅन्सरनं ते बरीच वर्षं आजारी होते.

त्यांच्या जाण्याचा तिला फारच धक्का बसला होता. खरंतर ती, लग्न झालेली दोन मुलं आणि सुना एकत्र राहत होते. सगळे तिची खूप काळजीही घेणारे होते; पण तिच्या दु:खाची पोकळी भरून निघणं शक्य नव्हतं.

असेच दिवस सरत होते. सुमन हळूहळू आपल्या दु:खातून बाहेर पडत होती. ती बऱ्यापैकी सावरली असल्याचं पाहिल्यावर तिच्या मुलानं यजमानांचं इच्छापत्र तिला दाखवलं. यजमानांनी तिच्यासाठी रोख रक्कम ठेवली होती आणि इतर काही मालमत्ता तिच्या आणि मुलांच्या नावावर ठेवली होती. या एकत्रित घरांमध्ये भाडेकरू ठेवलेले होते. त्यांच्याकडून भाडं यायचं, पण ते पैसे मुलांकडून मागून घेणं सुमनला शक्य व्हायचं नाही. 'असे कसे आपण ते पैसे मागायचे? शेवटी मुलांना आपलाही खर्च करावाच लागतोय ना.' तिला वाटायचं. खरंतर तिच्या गरजा फारशा नव्हत्याच. ज्या काही थोड्याफार गरजा होत्या, त्यासाठी तिला थोडे पैसेही पुरायचे; पण कधी कधी 'आपल्या हाताशी थोडा पैसा असावा' असं तिच्या मनात यायचं. 'काही वेळ-प्रसंग आलाच, तर आपला स्वत:चा असा पैसा हवा. न जाणो उद्या काही मोठं आजारपण आलं तर?' आपली मुलं चांगली आहेत, ती आपली सगळी काळजी घेतील याची तिला खात्री होती, पण तरीही मनात कुठेतरी काळजी वाटत होती.

आपल्या नातवंडांना छान, किमती भेटवस्तू आणाव्यात, असं तिला कधीकधी वाटायचं. मैत्रिणी कधी 'परदेशी ट्रीपला येणार का' म्हणून विचारायच्या. या सगळ्यासाठी तिच्या हाताशी पैसे असणं आवश्यक होतं. या गोष्टी तिला स्वत:ला सहज परवडू शकणार होत्या आणि मुलांनीसुद्धा आनंदानं हा खर्च

केला असता, हेही तिला माहीत होतं; पण तरीही ती 'बघते, विचार करते' असं सांगून एक पाऊल मागं घ्यायची.

यजमान गेल्यापासून तिची झोप तशी कमीच झाली होती. ते प्रमाण आता वाढून निद्रानाशाकडे झुकायला लागलं होतं. त्यामुळे झोप येण्यासाठी तिला हल्ली गोळ्या घ्याव्या लागत आणि त्या घेऊन झोप लागली की, तिला तिच्या आईची स्वप्नं पडायची.

सुमनवर तिच्या आईचा खूप पगडा होता. तिची आई म्हणजे 'जोरकस व्यक्तिमत्त्व' होतं. त्या फार फटकळ होत्या. मनात येईल ते तोंडावर बोलून मोकळ्या व्हायच्या. सुमन मात्र भिडस्त होती. तिची आई फटकळ असली, तरी तितकीच प्रेमळ होती. आई तिच्यासाठी आदर्श होती. स्वप्नात आई म्हणायची, 'तुला हाताशी रोख पैसा हवा. मी तुला वीस लाख रुपये देणार आहे.' आई असं म्हणतेय, तोवर तिला जाग यायची; पण तिला ते सगळं खरं घडल्यासारखं वाटायचं. दुपारी जरी तिला डुलकी लागली, तरी तिला आसपास आईचं अस्तित्व जाणवायचं.

आपण दुःखानं वेड्या तर नाही ना होणार, असं तिला वाटायचं. त्या काळात सुमनच्या सासऱ्यांच्या मालकीची एक जागा होती. ती थोडी वादातली होती. सुमनच्या यजमानांनी त्याच्यावरचा हक्क सोडला होता. आता परिस्थिती जास्तच चिघळली होती आणि अनेक जणांचा त्या जागेवर डोळा होता; पण एके दिवशी अगदी देवानं पाठवल्यासारखे काही ब्रोकर तिच्याकडे आले. त्यांच्याकडे त्या जमिनीसाठी गिऱ्हाईक होतं आणि तेच कागदपत्रांचा सर्व खर्चही करायला तयार होते.

ती जागा २० लाखाला विकली गेली आणि सुमनला ते पैसे मिळाले. त्यातली अगदी पै अन् पै फक्त तिच्या मालकीची होती. तिला तिच्या आईची आठवण झाली. २० लाख रुपये द्यायचं तिच्या आईनं तिला कबूल केलं होतं! 'काय योगायोग आहे!' तिला वाटलं.

त्या रात्री ती आपल्या खोलीत आळसावून पडली होती. कुणीतरी तिला भेटायला आलं. तिची आईच होती ती! तिनं तिच्या गालावरून हात फिरवला. म्हणाली, 'अगं, तुला पैशांची काळजी पडली होती, हे मला कळत होतं आणि तुला जे हवं होतं, ते द्यायचं मी कबूल केलं होतं. हे बघ, तू एकटी आहेस, असं अजिबात वाटून घेऊ नकोस. मी नेहमी तुझ्याबरोबर आहे.'

सुमन जागी झाली. अजून उजाडलं नव्हतं. तिच्या खोलीत कुणीच नव्हतं. तिनं गालाला हात लावला. खरंच आईनं तिच्या गालाला हात लावला होता? तिला तिच्या आईचे शब्द आठवले – सुमनला जागेच्या व्यवहारातून २० लाख

रुपये मिळाले होते. बरोब्बर नेमकी तेवढीच रक्कम द्यायचं आईनं तिला वचन दिलं होतं.

त्यानंतर मात्र सुमनला तिची आई स्वप्नात परत कधीच भेटली नाही. आता सुमनला दुसरी कसलीच काळजी उरली नव्हती. आपण एवढी मोठी रक्कम स्वत:वर उधळणार नाही, स्वत:साठी खर्च करणार नाही. उलट त्यातला बराचसा पैसा ती नातवंडांसाठीच खर्च करणार, हे ती जाणून होती. पण 'आता आपल्या जवळ पैसा आहे.' ही भावनाच खूप छान, आनंददायी आणि सुरक्षित वाटावं अशी होती.

'यापुढेही आपल्याला कधीही, कसलीही अडचण आली, गरज पडली, तर पुन्हा आईच मदतीला येणार आहे.' अशी तिला पूर्ण खात्री होती.

आणि मला ही एवढी खात्री कशी आहे? अहो, सुमन माझी आई आहे!

– अनु चोप्रा

जेथे जाते तेथे ती माझी सांगाती

आई आणि मुलांमधलं नातं खरंच दैवी, अलौकिक असतं. त्याला काळाचं, अंतराचं बंधन नसतं. इतकंच काय, पण मृत्युसुद्धा या नात्याच्या अस्तित्वाला धक्का लावू शकत नाही.

माझ्या आईच्या आठवणी फार सुखद आहेत. तिच्याबरोबरचे तिच्या मायेचे क्षण, तिच्या प्रेमाची ऊब, तिच्या कुशीतला निश्चिंतपणा आणि विलक्षण समाधान! कारण ती नेहमीच माझी काळजी घेत आली आणि अजूनही या सगळ्या भावना माझ्या मनात तशाच आहेत.

तिला जाऊनही आता बरीच वर्षं झालीयेत, पण तरीही माझ्याभोवती तिचं दिलासा देणारं अस्तित्व मला अजूनही जाणवतं. आयुष्यात काही वेळा मी अडचणींच्या कात्रीत सापडले होते, तेव्हा प्रत्येक वेळी मला आईचा आधार असे. अडचणीतून बाहेर कसं पडायचं, ते तीच सांगे. अजूनही मला असं वाटतं की, माझ्या आईचा आत्मा माझ्यापासून लांब जायला तयारच नाहीये. कारण ती नसेल, तर माझ्या आयुष्याचं तारू कुठंही भरकटत जाईल, हे तिला माहीत आहे.

अगदी लक्षात राहील असा प्रसंग सांगते.

ते साधारण ९० साल असावं. सुरुवातीच्या काळात अतिरेक्यांचं ठाणं असलेल्या जम्मू-काश्मीरमध्ये माझ्या नवऱ्याचं पोस्टिंग झालं होतं. षठीसामाशी येणारी पत्रं आणि महिन्यातून येणारे एक-दोन फोन एवढाच काय तो त्याच्याशी संपर्क! त्यामुळे काळजीचं सावट सततच असायचं.

काही दिवसांनी आम्हाला अचानक एक बातमी समजली. माझ्या नवऱ्याच्या ठाण्याजवळ लष्करी वाहनांवर हल्ला झाला आणि त्यात आपले जवान वाचले नाहीत. त्या दिवसानंतर चार दिवस पुढे काहीच कळलं नाही. फोन बंद पडले होते आणि आसपासच्या खोऱ्यात भयंकर बर्फ पडला होता. मानसिक ताणानं

मी थकून गेले होते. काही सुचत नव्हतं. माझ्या पाच वर्षांच्या मुलाला हृदयाशी घट्ट धरून मी अंथरुणात पडले होते. त्या क्षणी मला माझी आई खोलीत असल्याचं जाणवलं. तिनं हाताच्या ओंजळीत माझा चेहरा घेतला – 'काळजी करू नकोस. मी तुझ्या यजमानांना बघितलंय. सफरचंदाच्या बागेत माझ्याकडे बघून हसले.' ती म्हणाली.

मी एकदम स्तब्धच झाले. काय करावं काही कळेना; पण दुसऱ्या दिवशी सकाळी लवकर माझ्या नवऱ्याच्या पलटणीतल्या सेवेतल्या जवानानं दार ठोठावलं. ''साहेब सुखरुप आहेत आणि त्यांनी आपल्या सगळ्यांसाठी सफरचंदाच्या दोन पेट्या पाठवल्या आहेत.'' त्यानं सांगितलं. माझा आनंद गगनात मावेना!

हा योगायोग की विश्वास बसणार नाही अशी घटना? तुम्ही त्याला काहीही म्हणा, पण मी मात्र त्याला मातृत्वाचं चिरंतन बंधन म्हणेन!

एखाद्या व्यक्तीच्या मृत्यूमुळे नातं संपत नसतं, यावर या प्रसंगानं माझा विश्वास बसला. बाळ जन्माला आलं की, आईशी त्याची जोडलेली नाळ कापतात; पण त्या दोघांमधल्या भावनिक आणि आत्मिक नात्याचा बंध तसाच राहतो. पुढच्या जन्मातही ते बंध तसेच कायम राहतात. माझा स्वत:चा हा अनुभव आहे. मायेच्या या बंधनाची ओढ मला आजही जाणवते आणि आई कायमच माझ्यासोबत आहे, याची खात्री पटते; पटत राहते.

– अनिता जैस्वाल

ऋषभ अय्यर नावाचा देवदूत

देवदूतांवर तुमचा विश्वास आहे की नाही मला माहीत नाही, पण माझा मात्र विश्वास आहे.

२००३ साली माझा मुलगा जोशू १०वीत होता. त्या वेळी शाळेतर्फे तो दोन वक्तृत्व स्पर्धांसाठी जाणार होता. त्यासाठी दोन भाषणांची त्याची जोरदार तयारी चालली होती. दोन-दोन भाषणं त्याला लक्षात ठेवायची असल्यानं त्याचा त्यासाठी गृहपाठ चालू होता. त्यानं त्या विषयांवरची पुस्तकं वाचली होती. उत्तम मुद्दे काढले होते. सगळं लिहूनही काढलं होतं. घरात स्पर्धेचा सरावही केला. त्या दिवशी त्याला स्पर्धेला जायचं होतं. आम्ही घरात छोटी प्रार्थना म्हटली. नेहमीप्रमाणे निघताना 'आई, माझ्यासाठी प्रार्थना कर हं.' असं म्हणून तो बाहेर पडला. त्याला निरोप देऊन मी पुन्हा घरकामात गुंतून गेले. साधारण तासाभरानंतर स्वयंपाक करताना मला एकदम त्याची आठवण झाली. 'कसा असेल तो? नर्व्हस झाला नसेल ना? बेचैन नसेल ना?' आणि एकदम त्या क्षणी मी झटकन देवघरापाशी गेले आणि देवाजवळ दिवा लावला. "देवा, तूच त्याचा पाठीराखा! तुझ्या कृपेनं त्याचं भाषण उत्तम होऊ दे रे बाबा!" मी हात जोडून प्रार्थना केली. मग पुन्हा शांतपणे कामं उरकायला लागले. देव नक्की त्याच्या जवळ आहे, अशा खात्रीनं मी निश्चिंत झाले.

काही वेळानं जोशू घरी आला. चेहऱ्यावर खूप आनंद होता आणि हातात ट्रॉफी होती! त्यानं वक्तृत्व स्पर्धा जिंकली होती!

आल्या-आल्या उत्साहानं भडाभडा सगळं बोलून, सांगून झालं. जरा बहर ओसरल्यावर तो म्हणाला, "आई, काय गंमत झाली माहीत्येय? मी वेगळ्याच भाषणाचा कागद घेऊन गेलो होतो. तिथं पोहोचल्यानंतर ते लक्षात आलं आणि मी अस्वस्थ झालो. माझं भाषण एक-दोनदा वाचल्याशिवाय मला बोलताच येणार नाही, असं वाटायला लागलं. तसं मी पाठ केलेलं मनातल्या मनात

आठवून बघत होतो, पण जाम नर्व्हस झालो होतो गं! एवढ्यात ऋषभ माझ्या जवळ आला. तो आमच्याच शाळेत पहिलीत आहे. त्यानं कथाकथन स्पर्धेत भाग घेतला होता. मला तो काय म्हणाला माहीत्येय? म्हणाला, ''जोशू भैया, तू नर्व्हस झालायस?'' मी काही म्हणायच्या आधीच तो माझ्या जवळ बसला. भाषणासाठी माझं नाव पुकारेपर्यंत माझा हात धरून माझ्याजवळ थांबला.''

माझे डोळे पाणावले.

दुसऱ्या दिवशी जोशू शाळेत गेला, तेव्हा मी त्याच्याबरोबर ऋषभसाठी चॉकलेट्सचा डबा पाठवला. ''जोशू, ऋषभला सांग की, त्यानं हात धरल्यामुळेच जोशू भैयाला बक्षीस मिळालं.'' मी म्हटलं. त्या दोघांना माझं बोलणं, ऋषभसाठी खाऊ पाठवणं याचा अर्थ कळला की नाही कोण जाणे! पण त्या दिवशी देवानंच माझ्या मुलाचा हात धरला, अशी माझी खात्रीच आहे.

देवदूत आपल्यातच असतात, आपल्या अवतीभवती असतात. जेव्हा तुम्ही देवाचा धावा करता, तेव्हा तो देवदूतांनाच पाठवतो. तुम्हाला आधार देण्यासाठी, तुमचा हात धरून तुम्हाला मार्ग दाखवण्यासाठी, तुम्हाला बळ आणि धैर्य देण्यासाठी! तुमच्या जीवनातले संघर्ष लहान असोत की मोठे, त्यांच्याशी सामना करायला, तुम्हाला पाठबळ देण्यासाठी तो देवदूतांनाच पाठवतो!

– सुजाता अब्राहम

शोकातून शक्तीकडे

काही वेळा दु:खाच्या मोठ्या आघातातून काहीतरी चांगलं निष्पन्न होतं! हेच पाहा ना, आयन हा गौरीचा एकुलता एक मुलगा. ते दोघं सुंदरबनमध्ये राहायचे. गौरी एक तरुण विधवा होती. तिचा नवरा साधा मजूर होता. त्याला मिळणाऱ्या तुटपुंज्या पैशातून कशीबशी हाता-तोंडाची गाठ पडायची. तो गेल्यावर मोलमजुरी करण्यावाचून गौरीला पर्यायच नव्हता. आता ती पोट भरण्यासाठी शेतमजूर म्हणून काम करायला लागली.

एकदा ती अशीच शेतात काम करत होती. तिच्या जवळच असणारा आयन अचानक धाडकन जमिनीवर कोसळला. गौरी धावत त्याच्याजवळ गेली. त्याला गदागदा हलवून उठवायला लागली, पण तो तसाच पडला होता. मदतीसाठीच्या तिच्या हाका ऐकून शेजारच्या शेतांवर काम करणारी माणसं धावत आली.

आयनला जिल्ह्याच्या दवाखान्यात नेलं. तिथं त्याचं रक्त तपासून घ्यायला सांगितलं गेलं. गौरीजवळ एवढे पैसे कुठं होते? तिनं दवाखान्याच्या मुख्य डॉक्टरांना विनवणी केली, ''तुम्ही तपासणी करा. मी बाकीचे पैसे नंतर फेडीन.'' डॉक्टर दयाळू होते. ते 'बरं' म्हणाले.

डॉक्टरांनी आयनचं रक्त तपासलं. त्यात त्याला रक्ताचा कॅन्सर – ल्युकेमिया असल्याचं निष्पन्न झालं. गौरीच्या डोळ्यातलं पाणी खळत नव्हतं. कालीमातेच्या मूर्तीसमोर बसून तिनं तिची करुणा भाकली. कालीमातेनं तिची प्रार्थना ऐकली असावी. इथल्या मोठ्या डॉक्टरांनी तिला बोलावलं. त्यांचे एक डॉक्टर मित्र कोलकात्यात छोटं हॉस्पिटल चालवत होते. तिथं गरीब कॅन्सर पेशंटवर सवलतीच्या दरात, कमी पैशात उपचार केले जात. त्याची माहिती डॉक्टरांनी गौरीला दिली.

पण याला तरी 'आशेचा किरण' कसं म्हणावं? कारण कमी म्हणावेत एवढेही पैसे गौरीकडे नव्हते. कॅन्सर हे फार महागडं दुखणं आहे, असं ती ऐकून होती; पण गौरी सहजासहजी हार मानणारी नव्हती. तिनं आपल्याजवळची एकुलती एक

सोन्याची साखळी विकली. गावच्या सोनारानं तिला अवघे चार हजार रुपये दिले, पण तिनं मुकाट्यानं ते घेतले. काय करणार बिचारी?

इथूनच तिचा कष्टसाध्य प्रवास सुरू झाला. डॉ. आनंदी सेन यांना ती भेटली. त्यांच्याशी बोलल्यावर तिच्या मनात थोडा गोंधळ झाला. एकीकडे आयनचा कॅन्सर बरा होण्यासारखा होता हे ऐकल्यावर तिला आनंद झाला, तर दुसरीकडे त्याच्या औषधपाण्यासाठी पैसा कुठून आणायचा, याची तिला चिंता लागून राहिली होती. दवाखान्यातल्या एका बाकावर ती बसली होती. मांडीवर छोटा आयन होता. त्याच्याकडे पाहून तिचे डोळे एकसारखे भरून येत होते.

तिच्या शेजारी एक वयस्कर बाई बसलेल्या होत्या. गौरी रडत होती, हे त्यांनी पाहिलं. ''काय झालं गं?'' त्यांनी विचारलं. तिची कहाणी ऐकून त्यांचं मन भरून आलं. ''मी डॉ. नाईक'' त्यांनी स्वत:ची ओळख करून दिली. त्याच दवाखान्यात त्यासुद्धा केमोथेरपी घेत होत्या. गौरी त्यांच्या पाया पडली. ''काही करून मला मदत करा.'' म्हणाली. डॉ. नाईकबाईंनी तिला स्वत:चा फोन नंबर दिला.

आयनच्या पहिल्याच केमोथेरपीला गौरीनं साठवलेल्या पैशांपेक्षा जास्त खर्च आला. ते पैसे उभे करण्यासाठी तिला आणखी काम करणं भाग होतं. तिनं आणखी पैसे मिळवण्यासाठी कंबर बांधली. दुपारनंतरच्या वेळात तिनं एका घरात काम धरलं. केमोचा पहिला टप्पा पार पडला. आता आयन फारच अशक्त झाला होता. त्यामुळे त्याला एकट्याला ठेवून कामाला जाणं तिला शक्य नव्हतं. त्याची आता जास्त काळजी घ्यायला लागणार होती.

केमोच्या दुसऱ्या टप्प्याचा खर्च म्हणजे गौरीच्या डोक्यावरनं पाणी होतं. इतका खर्च तिला परवडणाराच नव्हता. हे सगळं तिच्या आवाक्याबाहेरचं होतं, हे तिच्या लक्षात आलं. डॉ. नाईकबाईंची मदत घ्यावी म्हणून तिनं त्यांना फोन केला. ''बाई, एकदा का माझा आयन बरा झाला की, आयुष्यभर मी तुमच्याकडे काम करीन.'' म्हणून तिने त्यांची विनवणी केली. बाईसुद्धा दयाळू होत्या. त्या तिच्या मदतीला धावल्या.

आता गौरीच्या कोलकात्याच्या फेऱ्या वाढल्या होत्या. दगदगीनं तिच्या डोळ्याखाली काळी वर्तुळं दिसायला लागली होती. आयनसाठी दूध आणि अंडी आणता यावीत म्हणून ती माऊली बरेचदा उपाशी राहायची. त्यामुळे तीही खूप अशक्त झाली होती; पण डॉक्टरांना आयन बरा होईल असं वाटत होतं आणि तेवढीच आशेची चमक तिच्या डोळ्यात दिसत होती.

एके दिवशी भल्या पहाटे फोन खणखणला. तो डॉ. नाईकबाईंसाठी होता. त्यांनी फोन कानाला लावला. दुसऱ्या बाजूनं नुसते हुंदके ऐकू येत होते. गौरी रडत होती. तिचा आयन तिला कायमचा सोडून गेला होता. नाईकबाईंना धक्का बसला.

त्या धावत दवाखान्यात आल्या. गौरीनं त्यांना मिठी मारली. दु:खानं तिचा ऊर फुटून निघाला होता. आयन कॅन्सरनं नव्हे, तर न्युमोनियानं गेला होता. गौरीचं तर आभाळच फाटलं होतं.

आयनला जाऊन महिनाभर झाला असेल. डॉ. नाईकांना भेटून त्यांनी दिलेल्या पैशातले उरलेले १५ हजार रुपये परत करायला गौरीला त्यांना भेटायचं होतं. गौरी त्यांना भेटली. पण "मला हे पैसे परत देऊ नकोस. तुझ्याकडेच ठेव." त्या म्हणाल्या.

गौरी आपल्या गावी परत आली. तिच्या शेजारणीच्या, माधाबीच्या घरी तिला काही बायका जमलेल्या दिसल्या. तिनं चौकशी केली. माधाबीच्या एक वर्षाच्या बाळाला मेंदूचा कॅन्सर झाला होता, असं तिला कळलं. ती माधाबीच्या झोपडीत गेली. गौरी आणि माधाबी दोघी समदु:खी आया एकमेकींना मिठी मारून पोटभर रडल्या. एका आईलाच दुसऱ्या आईचं दु:ख कळू शकतं! गौरीनं क्षणभरही विचार न करता आपल्या जवळचे सगळे पैसे माधाबीच्या नवऱ्याजवळ दिले आणि ती बाहेर पडली.

पहाट झाली. आकाश विविध रंगांनी उजळून निघालं, तसाच गौरीचा चेहराही! 'मा, तू किती छान केलंस!' जणू आयनच तिला म्हणत होता, असं तिला वाटलं. त्या दिवशी गौरीला जाणवलं की, तिचा आयन तिला सोडून गेलाच नव्हता. तो अजूनही तिच्या जवळच होता. त्या विचारानं तिचं मन शांत झालं. आनंदानं तिच्या गालावर अश्रू ओघळले; पण ते दु:खाचे अश्रू नव्हते, समाधानाचे होते. आयनसारख्या कितीतरी मुलांच्या रुपानं आयन अजून जिवंतच होता, असं तिला जाणवलं. माधाबीच्या मुलाला मदत करून तिनं आयनला समाधानच दिलं. 'आता पुन्हा आपलं आयनशी नातं जुळलंय' असं तिच्या मनात आलं.

त्या क्षणी तिला तिच्या आयुष्याचं ध्येय स्पष्ट दिसलं. कशासाठी जगायचं, याचा तिला शोध लागला. तिनं पुन्हा जगायचं ठरवलं; स्वत:साठी नाही, तर कॅन्सरसारख्या जीवघेण्या दुखण्याशी सामना करणाऱ्या सगळ्या छोट्या मुलांसाठी! आपल्या बाळाच्या, आयनच्या आठवणींना तिनं सगळं आयुष्य समर्पित केलं. डॉ. सेन यांच्या दवाखान्यात स्वयंसेविका म्हणून काम करण्यासाठी तिनं सगळं आयुष्य वाहिलं.

आयन गेला, पण म्हणून गौरीनं 'आईपण' सोडलं नाही. तिचं आईपण आता वेगळ्या रुपात दिसून आलं इतकंच!

– अर्चना देसाई

आजीची माया

एखाद्या गोष्टीचं नेमकं स्पष्टीकरण काय द्यावं, हे कळत नाही आणि जेव्हा तुम्ही ते आणखी सांगायला जाता, तेव्हा तुमच्या तोंडून नुसता हुंकार बाहेर पडतो; असं तुमच्या बाबतीत कधी घडलंय का? दर वेळेस, 'हो? खरंच असं झालं का?' असा विचार मनात यावा, असं कधी झालंय का?

तेव्हा मी ऑस्ट्रेलियात एका विद्यापीठाच्या होस्टेलमध्ये राहत होते. उन्हाळ्याची सुट्टी सुरूच होणार होती. होस्टेलमधले एकेक जण आपापल्या घरी जायच्या तयारीत होते. होस्टेलमध्ये एरवी जगभरातले विद्यार्थी असतात, त्यामुळे सेमिस्टरच्या शेवटी जेव्हा एकेक जण घरी जातात, तेव्हा होस्टेल एकदम ओस पडतं. अर्थात, ज्यांना अर्धवेळ काम करायचं असतं, ते तिथंच राहतात; पण असे विद्यार्थी अगदी मोजकेच! त्या उन्हाळ्याच्या सुट्टीत मलापण घरी जाण्याआधी काही कामं उरकायची होती. त्यामुळे मी राहिले होते. तसं माझ्या मजल्यावर कोणीच नव्हतं, पण खालच्या मजल्यावर काही मुलं राहत होती. त्यामुळे कधी मला जर रात्री भीती वाटली असती, तर कुणीतरी आसपास आहे, एवढा दिलासा होता. सगळं सुरळीत चाललं होतं, पण एकदा सकाळी काहीतरी दुरुस्तीच्या कामाच्या, ठोकाठोकीच्या आवाजानं मला जाग आली. काम माझ्याच मजल्यावर चालू होतं, पण मला त्याबद्दल काही माहीत नव्हतं. व्यवस्थापकांकडून घाईगडबडीत मला सांगायचं राहून गेलं होतं.

मला त्या आवाजाची कटकट नको होती. तो त्रास टाळण्यासाठी मी दिवसभर गावात जायचे, खरेदी करायचे, दुपारी छानशा हॉटेलमध्ये जेवायचे, फोटो काढायचे, हिंडून-फिरून रात्रीचं जेवण करून मगच होस्टेलमध्ये परत यायचे. हे सगळं मी आरामात एकटी करून यायचे. आपण आपल्या मजल्यावर अगदी एकट्याच आहोत, हे मी तशी विसरलेच होते; पण एका रात्री मात्र अचानक मला या एकटेपणाची जाणीव झाली. मजल्यावर कुणीच नव्हतं. दुरुस्तीच्या कामामुळे

कार्पेटसुद्धा गुंडाळून टाकलेलं! इकडे तिकडे रंगाचे डबे, ब्रश आणि बांधकामाचं काही सामान पडलेलं! पॅसेजमध्ये पूर्ण अंधार! त्या अंधाराने मला घाबरवून सोडलं. म्हणून मी माझ्या मजल्यावरचे सगळे दिवे लावत सुटले. खालच्या मजल्यावरून गप्पांचा आणि गाण्याचा आवाज आला, तेव्हा मला हायसं वाटलं. 'आता काही भीती नाही' असं म्हणून मी झोपायला निघाले मात्र आणि पुन्हा मला एकदम भीती वाटली. पहाटेचे दोन वाजण्याचा सुमार असेल. सगळीकडे पूर्ण नीरव शांतता होती. अगदी टाचणी पडली, तरी ऐकू येईल अशी! एकटेपणाची भीती मनातून काही केल्या जाईना. मी खोलीतला छोटा दिवा लावूनच ठेवला आणि भर उन्हाळ्यात डोक्यावर ब्लँकेट ओढून गप्प पडून राहिले. मी झोपायचा प्रयत्न करत होते.

आणि अचानक माझी आजी माझ्या खोलीसमोरून जाताना मला दिसली. मला कळेना. 'मी इथं या खोलीत झोपलेय आणि ही मला एकटीला सोडून तिकडे दुसऱ्या खोलीत कुठे चालली आहे?' मी उठले. तिच्यापाशी गेले आणि माझ्या मातृभाषेत, बंगालीत तिला विचारलं, "दिदू, तू इकडे कशी? ये ना, माझ्याजवळ झोप. मला भीती वाटतेय." आजी गालातल्या गालात हसली. "तुझ्याजवळ झोपू मी? का? चल, तू झोप बरं आता." ती म्हणाली.

मला जाग आली, ती एकदम सकाळी नऊला! 'किती शांत झोप लागली काल रात्री!' आणि मग मला आजीचा चेहरा आठवला. मी तिच्याशी बोलले त्या क्षणी माझी भीती पळून गेली आणि मला कशी शांत झोप लागली, ते आठवलं. भीती पळवून लावण्यासाठीचा हा माझ्या मनाचा तर खेळ नव्हता? का खरंच ती माझ्या स्वप्नात आली होती? आपल्या घाबरलेल्या नातीला मायेनं थोपटून झोपवायला ती आली होती का? की 'आता या जगात नसली तरी दिदू नेहमी तुझ्याबरोबर आहे' हे तिला सांगायचं होतं? माझ्या दिदूला जाऊन तीन वर्षं झाली होती. आमची आजी-नातीची शेवटची भेटही झाली नव्हती.

मी सांगितलेल्या प्रसंगाची दहा तर्कसंगत कारणं सांगता येतील; पण माझ्या आणि फक्त माझ्यापुरतं एकच एक कारण आहे – ते म्हणजे माझी दिदू मला शांत करायला खरंच त्या रात्री आली होती. तो तिचा स्वभावच होता. मी रात्री अशी घाबरले असते आणि तेव्हा जर दिदू जिवंत असती, तर तेव्हाही तिनं आजच्या रात्रीसारखंच केलं असतं. ती अशीच माझ्याजवळ झोपली असती. जणूकाही ती माझ्याजवळ असताना मला कशाचीच भीती नाही. काहीच वाईट घडणार नाही. तिनं मला हेच जाणवून दिलं असतं की, तिचं माझ्यावर खूप प्रेम आहे. तिच्या कुशीत मी शांत झोपावं.

– मेधा सेनगुप्ता

तुझी आनंद-भेट

मी सात महिन्यांची गरोदर होते. माझ्या माहेरी नव्या वर्षाची मेजवानी होणार होती. मी आई-बाबांना मदत करायला आले होते. मेजवानीत शेकोटी पेटणार होती. शेकाटीच्या भोवती जमून सगळे मिळून गाणी म्हणणार होतो आणि प्रत्येकानं आणलेल्या एकेका पदार्थाचा आस्वाद घेणार होतो.

संध्याकाळ झाली आणि हवेत मस्त गारवा आला. हळूहळू पाहुणे यायला लागले आणि एकच धमाल सुरू झाली. माझा पावणेदोन वर्षांचा थोरला इकडेतिकडे दुडुदुडु धावत होता. तो त्या शेकोटीजवळ जाऊन धडपडणार नाही ना, अशी मला सारखी भीती वाटत होती. माझ्या माहेरी कायमचीच बांधलेली तंदूर आणि ग्रिल होती. त्यातून गरम गरम कबाब काढून पाहुण्यांमध्ये फिरवले जात होते. उत्तम पदार्थ, आवडती मित्रमंडळी आणि जोडीला छानसं संगीत!

नंतर आमचे नाच सुरू झाले. हातात हात गुंफून 'औलाद लग सयाने'च्या तालावर आम्ही शेकोटीभोवती नाचायला लागलो. रात्री बाराचे ठोके पडले आणि फटाक्यांची आतषबाजी झाली. सगळ्यांनी एकमेकांना शुभेच्छा दिल्या. सगळे एकमेकांना मिठी मारून जवळ घेत होते. आपलं प्रेम व्यक्त करत होते आणि तो सर्वांत हृदयस्पर्शी प्रसंग घडला. माझा छोटा चुलत भाऊ आणि माझ्या नवऱ्यानं मला जवळ घेतलं. मग वाकून माझ्या पोटाचा पापा घेऊन होणाऱ्या बाळालाही नवीन वर्षाच्या शुभेच्छा दिल्या.

भरल्या डोळ्यांनी मी माझ्या पोटाकडे बघितलं. माझ्या पोटातली 'ती' एक स्वतंत्र व्यक्ती होती. ती 'तीच' असणार, असं मला वाटत होतं. अर्थात सगळ्यांनाच तसं वाटावं असं नाही. 'तिच्या'साठी माझ्या भावानं भेट म्हणून नवीन कपडे आणले होते. मी ते छान रंगीत कागदात पॅक केले आणि ख्रिसमस ट्रीच्या खाली ठेवले. सगळ्यांना ख्रिसमसच्या शुभेच्छा देणारी भेटकार्ड लिहिली. त्यात आमच्याबरोबरच 'तिचं'ही नाव घातलं. मी सारखी 'तिच्या'शी गप्पा

मारायचे. 'ती' कशी असेल, हेही मी ठरवून टाकलं होतं. माझा थोरला पोटात असतानाचं त्याचं वागणं आणि 'तिचं वागणं' यात फरक होता. त्यावरूनच मी तिचा अंदाज बांधला होता; पण मी सोडून दुसरं कोणी 'तिचा' एक व्यक्ती म्हणून विचार करतील, असं मला कधी वाटलं नव्हतं.

गरोदरपणातल्या प्रत्येक क्षणाचा मी आनंद घेत होते आणि 'आता हे शेवटचंच गरोदरपण' या कल्पनेनं कुठंतरी वाईटही वाटत होतं. मनातली ही खंत काढून येणारा प्रत्येक क्षण दुपटीनं उपभोगण्याचा प्रयत्न करत होते. खरंतर मी त्याच्या पलीकडे गेले होते. म्हणजे गेल्या खेपेसारखी मी आजारी किंवा एवढं मोठं पोट घेऊन फिरायला कंटाळले होते, असं नव्हे, तर उलट या खेपेला माझ्या लेकीला भेटायला खूप आतुर झाले होते, खूप उत्सुक होते; तिच्याशी ओळख करून घ्यायला!

– स्मृती लामेक

स्त्री-शक्ती

डिसेंबरच्या कडाक्याच्या थंडीचे दिवस. एका भल्या पहाटे मला फोन आला. “स्मिता, सॉरी तुला इतक्या सकाळी सकाळी त्रास देतेय.” थकलेल्या अस्वस्थ आवाजात कोणीतरी बोलत होतं.

“कोण बोलतंय?” मी विचारलं.

“स्मिता, मी रामया... रामया, रामकृष्णन.” तो आवाज. “आपण कॉलेजमध्ये बरोबर होतो. तुला आठवतं? इंटर कॉलेज समूहगान स्पर्धेत आपण एकाच ग्रुपमध्ये होतो. शिवाय एकदा वादविवाद स्पर्धेत एकमेकींच्या स्पर्धक होतो. आठवलं?” ती म्हणाली.

मला तिच्या शब्दांच्या गुंत्यांत अडकायचं नव्हतं. म्हणून मी पटकन म्हटलं, “हो, हो, रामया ना?”

रामया खूप हुशार होती, पण तापटही होती. अन्यायाच्या विरोधात उभी राहणारी म्हणून कॉलेजमध्ये प्रसिद्ध होती. रुढी-परंपरा तिला मान्यच नव्हत्या. त्यामुळे ती अनेकांचा रोष ओढवून घ्यायची. आम्हालाही काही वेळा तिचं पटायचं, पण ते उघडपणे बोलायची आमची हिंमत नव्हती. ‘ए, अशी काय ही? आपल्या चारचौघींसारखी ही का वागत नाही? उगाच काहीतरी अपवाद कशाला ओढवून घेते?’ माझ्या मनात यायचं. न्यायासाठी ती कायम पुढे सरसावून जायची, याचं मला नवल वाटायचं.

“स्मिता, ऐकतेस ना तू?” मी गप्प झालेली बघून तिनं पुन्हा विचारलं. “स्मिता, ही वेळ तुझ्याशी बोलत बसण्याची नाही, हे कळतंय मला; पण मला खरंच तुझी मदत हवीय गं!” ती म्हणाली.

“अगं, सांग तू. मी नक्की मदत करीन तुला. मोकळेपणानं बोल तू.” मी म्हटलं. खरंतर कॉलेजमध्ये असताना मी तिच्याकडून प्रेरणा घ्यायचे. तिलाच आता मी कसली मदत करणार होते, हे माझं मलाच कळत नव्हतं.

“स्मिता, माझ्या सात वर्षांच्या मुलाला घेऊन मी नवऱ्याचं घर सोडलंय. त्याची सगळी जबाबदारी माझ्यावरच आहे.” ती म्हणाली. “इंडियन एक्सप्रेसमधले तुझे लेख मी नेहमी वाचते. तुझ्या ऑफिसमध्ये फोन करून मी तुझा नंबर घेतला. स्मिता, मला तुझी मदत हवीये. काही दिवसांपूर्वी तुझा लेख आला होता. त्यात तू एकल आई-पालकांच्या मुलांसाठी शाळा चालवणाऱ्या एका NGOचा उल्लेख केला होतास. मला त्या संस्थेचा पत्ता हवाय.” तिनं तिची अडचण सांगितली.

“तू ऑफिसमध्ये ये, पण आत्ता इतक्या सकाळी त्या संस्थेचं ऑफिस उघडलेलं नसणार.” मी म्हटलं. त्यावर ती “ठीक आहे” असं तुटकपणे म्हणाली.

आमचं कॉलेज संपून आता दहा वर्षं झाली होती, पण ती अजूनही ‘नवल विषय’ होती. ती अस्वस्थ दिसत होती. बळंबळंच मला ‘हॅलो’ म्हणाली. ती फिकुटलेली दिसत होती. ओठ पार कोरडे पडले होते; पण तेज आणि ‘बाई’ म्हणून असलेला ओलावा तसाच होता. तिच्या सुजलेल्या डोळ्यांभोवती काळी वर्तुळं दिसत होती; पण ती पूर्वीसारखीच ताठ मानेनं उभी होती. नजरेला नजर देऊन ठामपणे बोलत होती.

“त्या एका रात्रीनं आपलं जगच बदलून गेलंय, असं माझ्या मुलाला वाटायला नको, असं मला वाटतं. मी जरी नोकरीच्या शोधात असले, तरी त्याचं शिक्षण पुरं करायला हवं.” ती सांगत होती. स्वत:चं भविष्य अंधारात असताना आपल्या मुलाचं शिक्षण पूर्ण होणं, हे तिच्या लेखी सर्वांत महत्त्वाचं होतं.

“मला आवडलेल्या माणसाशी, सरताजशी लग्न करायचं म्हणून मी कॉलेजच्या शेवटच्या वर्षाची परीक्षा अधर्वटच सोडली. सरताज मुस्लीम होता. त्यामुळे आमच्या लग्नाला आई-बाबांचा विरोध होता; पण मी माझा हट्ट सोडला नाही. लग्नानंतर थोड्याच दिवसांत आपण काय चूक करून बसलो, ते मला कळलं. सरताज मला चक्क मारहाण करायला लागला. त्याच्यावरच्या प्रेमापोटी मी त्याच्या सगळ्या गोष्टी ऐकत गेले. त्याच्याच मनासारखं वागत राहिले. पुढे काही दिवसांनी रेहानचा जन्म झाला. रेहान जवळपास नाही, असं पाहून मी रडून घ्यायची; पण काल मात्र हद्द झाली. सरताजनं संतापाच्या भरात मला जमिनीवर ढकलून दिलं. ते रेहाननं बघितलं असावं. कारण त्याला कालच्याइतकं अस्वस्थ आणि भेदरलेलं मी आधी कधीच पाहिलं नव्हतं. ते मला सहन झालं नाही आणि त्या क्षणी मी ठरवलं, हे सगळं सोडून घराबाहेर पडायचं.” तिचं बोलणं सुरूच होतं.

"मी आई-बाबांशी बोलायचा प्रयत्न केला. एवढ्याशा कारणानं मी लगेच घर सोडायची गरज नाही, असं बाबांचं म्हणणं होतं आणि मुलाला वडिलांचंही प्रेम मिळायला हवं, असं आईचं मत होतं. शिवाय सध्या त्यांना सरताजबद्दल फारच प्रेम उफाळून आलं होतं. कारण त्याला मोठी बढती मिळाली होती. त्यानं पेंटहाउस आणि मर्सिडिजही घेतली होती. त्याचं घराणंही तालेवार आहे, असा त्यांना आता साक्षात्कार झालाय. मोठ्या माणसांची वागण्याची तऱ्हाच वेगळी! मी त्यांच्याशी खूप वाद घातला, पण काही उपयोग झाला नाही. मी माझ्याच पसंतीनं हे लग्न केलंय आणि सुख द्यायचं नवऱ्यानं कबूल केलंय, मग आता मी हे असं त्याचं घर सोडणं म्हणजे निव्वळ मूर्खपणा आहे, असंच त्यांना वाटत होतं. 'आणि काय गं, तो काय रोज तर नाही ना मारत तुला?' असा माझ्या आईचा युक्तिवाद होता! ती माझ्याशी मूल्यं, संस्कार, संस्कृती, परंपरा यावर बोलली, पण माझ्या सुखाबद्दल, आनंदाबद्दल कधीच बोलली नाही. एकूण काय, तर मला तिचा आधार मिळणं शक्य नव्हतं.

"स्मिता, माझं हे वैयक्तिक दुःख बाजूला ठेव, पण आपण आयाच राष्ट्राची उभारणी करत असतो, हे सत्य आहे. आयुष्यात आता मला फारसं काही मिळवायचं नाही; पण माझ्या मुलापुढे सगळं आयुष्य उभं आहे. आपल्या मुलाच्या चुकीच्या वागण्याला आळा घालण्याची हिंमत माझ्या सासूमध्ये नव्हती. अगं, माझ्या सासूचं जाऊ दे, माझ्याच आईला 'चार लोकांत तोंड दाखवायला जागा राहणार नाही' असं वाटत होतं. आज जर माझ्या मुलाच्या कल्याणासाठी मी खंबीरपणे उभी राहिले नाही, तर तोही त्याच्या आयुष्यात उभा राहू शकणार नाही." रमया मनापासून बोलत होती.

आम्ही 'सहारा'च्या ऑफिसमध्ये गेलो. तिथल्या शाळेत रेहानचं नाव घातलं. अगदी मामुली फी भरावी लागली. त्यांनी रमयाचीसुद्धा महिनाभरासाठी राहायची सोय केली. तिला नोकरी आणि दुसरी जागा मिळेपर्यंत हा आधार मिळाला.

"रमया, तू माझ्याकडे राहा." मी म्हटलं.

"नको स्मिता. अगं आयुष्यभर मी दुसऱ्यांचेच प्रश्न, अडचणी सोडवत आले. आता माझ्यावरच वेळ आल्यावर मी काय करते, हे देवाला बघायचंय. मी माझाच काहीतरी मार्ग काढते ना! मुली, माझा 'अहंकार' तुला माहीतच आहे, हो ना?" असं म्हणत तिनं मला घट्ट मिठी मारली. तिच्याबद्दलच्या प्रेमानं आणि कौतुकानं माझे डोळे पाणावले.

बरीच वर्षं लोटली!

त्या दिवशी सकाळी खूप पाऊस पडत होता. त्यामुळे बसनं देवळात जायला निघाले. बस गच्च भरूनच आली. उभं राहायलाही जागा नव्हती. मला

पुढच्याच स्टॉपला उतरायचं होतं. एवढ्यात माझं त्या मुलीकडे लक्ष गेलं. विशीतल्या त्या मुलीनं एका माणसाची गचांडी धरून त्याच्या मुस्काटात दिली. त्या आवाजानं सगळ्या बसमध्ये एकदम शांतता पसरली.

त्या मुलीच्या पुढच्या बाकावर एक जाडजूड बाई बसली होती. ती दुसऱ्याच क्षणी उठली आणि तिनं त्या मुलीला आणखी जोरात भडकावली. ''काय तमाशा चालवला आहेस?'' ती बाई मुलीवर खेकसली. ''अगं, या माणसाशी तुझं लग्न व्हायचंय आणि तुझी ही थेरं?'' असं म्हणत तिनं त्या माणसाला ओढून मुलीपुढे उभं केलं.

''तुझ्यासारख्या असंस्कृत, असभ्य बाईच्या मुलाशी मला मुळी लग्नच करायचं नाहीये. आज, आत्ता, या क्षणी आम्ही हे लग्न मोडतोय.'' मुलीनं ठणकावून सांगितलं; पण नंतर ती नरमली. ''मॉंजी, माफ करा, पण तो माझ्याशी गैर वागत होता.'' ती रडवेली होत म्हणाली.

''तुमच्यामध्ये पडतोय, माफ करा; पण मॉंजी, या मुलीऐवजी तुम्ही आणि तुमच्या मुलानंच माफी मागायला हवी.'' माझ्या मागून एक भरदार आवाज आला. मी त्या आवाजाच्या दिशेनं बघितलं. तो एक उंच माणूस होता. ''अहो, या मुलीच्या जागी तुमचीही मुलगी, बहीण, आई असू शकते. फार कशाला, उद्या तुम्हीही तिच्या जागी असू शकता! तुमच्या मुलाच्या आजच्या चुकीवर पांघरूण घालू नका. अहो, आयाच राष्ट्राची उभारणी करत असतात. तुमच्या मुलांना स्त्रियांचा आदर करायला शिकवा. तरच ती घरच्या स्त्रियांनाही आदर देतील.'' तो म्हणाला.

स्टॉप आल्यावर त्यानं त्या मुलीला बसमधून उतरायला मदत केली. तिला रिक्षात बसवून दिलं. शिवाय रिक्षावाल्याला भाड्याचे पैसे आधीच देऊन ठेवले.

पुढच्या स्टॉपला तो माणूस आणि मी एकदमच उतरलो. देवळातही एकदमच गेलो. देणगी द्यायच्या खिडकीपाशीही एकदमच पोहोचलो. तो तिथल्या पुजाऱ्याला सांगत होता. ''माझ्या आईच्या, रामया रामकृष्णनच्या नावानं पावती करा. आज तिचं पहिलं वर्षश्राद्ध आहे. तिच्या आत्म्याला शांती मिळावी म्हणून प्रार्थना करा आणि तिच्या वतीनं गरजू, गरीबांना अन्नदान करा. हे घ्या पैसे!''

'खरंच, आयाच राष्ट्राची उभारणी करतात. नाही का?' मी मनाशीच म्हटलं.

– दिव्या नायर हिंगे

उन्हाळ्याची सुट्टी

पुन्हा उन्हाळा सुरू झाला. सुट्ट्या लागल्या आणि मी आणि माझी मुलगी 'घरी' जाण्यासाठी विमानतळावर आलो. नवऱ्याचा 'निरोप' घेऊन आम्ही निघालो, तेव्हा मला एका गोष्टीची नेहमीप्रमाणेच गंमत वाटली. "आम्ही घरी जातोय." असं मी म्हणाले. हे 'घर' म्हणजे माझ्या आई-बाबांचं घर. तिथेच मी लहानाची मोठी झाले. इतकी वर्षं लोटली. माझं लग्न झालं. माझं स्वत:चं घर थाटलं. मुलगी झाली. तरीही अजूनसुद्धा माझ्या आई-बाबांच्या घरालाच मी 'माझं' घर म्हणते.

गंमत म्हणजे माझ्या आठ वर्षांच्या मुलीनं माझ्या हे लक्षात आणून दिलं. मी सामानाची बांधाबांध करत होते तेव्हा "आपण कुठे चाललो आहोत?" असं तिनं विचारलं. "घरी." मी म्हटलं. तशी ती म्हणाली, "ममा, आपण आत्ता घरीच तर आहोत. मग तू कशाला बॅग भरतेयस?" तिच्या या बोलण्यानं मला जाणवलं – 'अरे खरंच, मी आई-बाबांच्या घराला 'माझं' घर म्हणतेय!'

पण माझ्यासाठी ती एकमेव जागा आहे, जिथे मी बिछान्यात लोळत पडू शकते आणि मस्त काहीतरी गरमागरम, चमचमीत खायला-प्यायला आण, अशी फर्माईश करू शकते. तिथे मी वाट्टेल तसं वागू शकते आणि त्याबद्दल मला खंत बाळगण्याची गरज नसते. तिथे मी अगदी निश्चिंतपणे आणि पुन्हा लहान मुलीसारखी होऊन राहू शकते.

मला बऱ्याच वर्षांपूर्वीचा तो प्रसंग आठवतो. तेव्हा मी परत आले होते आणि मी नवऱ्यापासून वेगळी झाल्याचं आईला सांगितलं होतं. ती मला जवळ घेईल, मदत करेल, माझं ऐकून घेईल असं मला वाटत होतं. म्हणजे अगदी मी म्हणेन तसं करेल, अशी माझी अपेक्षा होती. मला ती परत पाठवणार नाही किंवा माझ्या आततायीपणाबद्दल मला दोष देणार नाही, हे मला माहीत होतं.

तिथे असं विशेष काय होतं कोण जाणे! आता विचार केला की, नवल

वाटतं; पण माझ्या आईच्या निरपेक्ष प्रेमामुळेच मी कधी खोडकर, बालिशपणे वागायचे; रागावयाचे, तणतण करायचे आणि निराश, उदास व्हायची मुभाही मला या प्रेमानंच मिळत असावी! मी जरी तिच्यावर चिडले, रागावून तिला बोलले, तरी 'ही आपलं मन मोकळं करतेय, आपल्या असहाय्यतेला वाट करून देतेय.' हे तिला कळायचं. मग ती काही वेळानं माझ्याजवळ येऊन मला मिठी मारायची आणि मग म्हणायची 'लवकरच सगळंकाही ठीक होईल!'

आता मीही वयानं मोठी झालेय. केस पांढरे झालेत. 'खरंच, आईला कुणाचा आधार वाटत असेल?' असं आता माझ्या मनात येतं. तिनं वेगळं राहावं यासाठी आम्ही तिला बराच त्रास दिला. मात्र ती नेहमीच, प्रत्येक पावलावर आमच्याच बरोबर राहिली.

पण तिनं आजवर माझ्यासाठी जे जे केलंय त्यासाठी मी तिची कशी उतराई होणार आहे, याचं मलाच नवल वाटतं. तिच्या निरपेक्ष प्रेमाची परतफेड करणं अशक्य आहे किंवा तसं प्रेम तिला देणंही मला अवघड आहे, याची मला कल्पना आहे; पण आता मला एक मार्ग सापडलाय. माझ्या मुलीवर मी तस्संच प्रेम करते. तिला काही अडचण असते, माझी गरज भासते, तेव्हा मी कायम तिच्याबरोबर असते. जेव्हा तिला बाकीच्यांवरचा राग व्यक्त करायचा असतो, जेव्हा तिला शांतता हवी असते, आधार हवा असतो तेव्हा मी तिच्याजवळ उभी असते. माझ्या आईकडून मला मिळालेलं प्रेम माझ्या मुलीपर्यंत कसं पोहोचवायचं, ते आता मला कळायला लागलंय आणि 'आई' होण्यातली ताकद माझ्या मुलीलाही एक दिवस कळेल, अशी मला नक्कीच आशा आहे.

– स्मिता महेश्वर

आईचा दरवळ

'जगातली सर्वांत गृहीत धरली जाणारी व्यक्ती कोण?' याचं एकच उत्तर आहे – आपली आई! सॉफ्ट कॉपीची तुम्ही हार्ड कॉपी कशी करू शकाल? अख्ख्या आयुष्यभराच्या भावना, प्रेम, माया, कृतज्ञता आणि आठवणी अवघ्या काही 'शे' शब्दांत तुम्ही कशा व्यक्त करू शकाल? शेवटी काही म्हटलं, तरी आपलं हे नातं तीनशे पासष्ट दिवस गुणिले किमान चार दशकं किंवा आणखी काही वर्षं इतकं जुनं असतं. त्याबद्दल आपण काही मोजक्या वाक्यात किंवा एखादा डझन, नाहीतर त्याहून थोड्या जास्त परिच्छेदांत काही मांडणं केवळ अशक्य आहे. त्यासाठी तिला हवंय तसं करा. करून बघा.

'आई' म्हणजे काय, हे माझी आई खूप छान सांगायची. "आई म्हणजे उदबत्तीची काडी. स्वत: जळते आणि सगळ्यांना सुगंध देते. पूर्ण जळल्यानंतरही तिच्या सुगंधाचा दरवळ सगळीकडे भरून राहतो." असं ती म्हणायची आणि आता ती माझ्या दृष्टीनं एक दैवी सुगंध, दरवळ आहे; तिच्या प्रेमाचा आणि संस्कारांचा दरवळ!

तिनं मला खूप काही शिकवलं आणि अजूनही शिकवतेय. तिला जाऊन आता दहा वर्षांहून जास्त काळ लोटलाय; पण ती अजूनही मला शिकवतेय. नुसतं बुटांचे बंद बांधणं किंवा पुस्तक वाचणं एवढ्यापुरतं तिचं हे शिकवणं नव्हतं. तिनं याहूनही कितीतरी गोष्टी शिकवल्या.

न भांडता, वाईट न वागतासुद्धा आपल्याला हवं ते कसं मिळवायचं, ते तिनंच मला शिकवलं. गंमत म्हणजे 'आपल्या तोंडात पेन्सिल टॉर्च धरायचा आणि डोक्यावरून शाल पांघरायची म्हणजे इतरांना ते चमकणारं भूत वाटतं.' ही युक्ती करुन माझ्या भित्र्या चुलत बहिणीला आणखी घाबरवायला तिनंच मला मदत केली.

कठीण प्रसंगातून वाट कशी काढायची, याचा पहिला धडा तिनंच मला

दिला. त्या दिवशी बाबांनी 'केकाटणारं कुत्र्याचं पिल्लू आणि रिटा दोघांना रात्री घरात घ्यायचं नाही' असं फर्मान काढलं होतं. आई बिचारी लपतछपत बागेत आली होती आणि तिनं आम्हाला तिकडून गुपचूप नेऊन स्वयंपाकघरात लपवून ठेवलं होतं. ''आता योग्य वेळ आली आणि बाबांचा मूड चांगला असेल, तेव्हा त्यांना सांगेन.'' ती म्हणाली होती.

'दगडावर कोरलेल्या वचनातूनही तुम्ही शिकू शकता, त्यामुळे नुसतं गोड बोलून चालत नाही.' असं सांगणाऱ्यांपैकी ती एक होती. आम्ही अनाथाश्रमातून मुलगी दत्तक घेऊन घरी आलो तेव्हा तिनं पहिल्यांदा तिला कुशीत घेतलं. तेव्हाचा तिचा आनंदानं न्हाऊन निघालेला चेहरा आजही मला चांगला आठवतो. ''किती सुंदर आहे ना ही? बरं झालं तुम्ही हिला जन्म दिला नाहीत. नाहीतर मला इतकी सुंदर नात कशी मिळाली असती?'' ती कौतुकानं म्हणाली होती.

आयुष्यात कितीही ताण-तणाव आले, तरीही त्यांना हसतखेळत, उमदेपणानं कसं तोंड द्यायचं ते तिनंच शिकवलं. ती स्वतः कितीही निराश किंवा दुःखी असली, तरी ती त्याही वेळी मोठ्या धीरानं वागायची. आम्ही कोलमडून पडू नये म्हणून ती सगळी दुःखं स्वतःच पचवायची. कितीही संकटं कोसळली, तरी ती कशी झेलायची, याचं ती उदाहरणच घालून द्यायची. मला आठवतं, आम्ही सगळे तिच्या बिछान्याभोवती गोळा झालो होतो. दुःखानं, काळजीनं आमचे चेहरे काळवंडले होते. आईनं डोळे उघडले आणि म्हणाली, ''मी फार गोलमटोल झालेय असं तुम्हाला वाटत होतं ना? म्हणून तर शहाण्या मुलीसारखं वागायचं मी ठरवलं आणि एक स्तन लगेच काढून टाकला. काय? आता झालेय ना मी शिडशिडीत?''

अनेक प्रसंगी तिनं मला शांत केलं, संयम शिकवला, माझ्या मनातली भीती दूर केली आणि 'सगळं काही ठीक होईल' असा दिलासा दिला. दुःखाच्या प्रसंगी संयमानं कसं लढायचं हे शिकवलं.

पण असं वाटतं, खरंच आईला एवढं सगळं कसं करायला जमलं? तेही इतक्या सहजपणे? स्वतःची सुंदर शिफॉन साडी फाडून ती तुमच्यासाठी परीकथेत दिसणारा सुंदर झगा शिवते. आपल्या स्वर्गीय हातानं छान छान चवीचे पदार्थ करून तुम्हाला तृप्त करते. टेनिस मॅचमध्ये हरल्यामुळे दुःख झालं की, तुमचा हात धरून आधार देते, समजूत घालते. थोडक्यात, आयुष्यात तुम्हाला त्रासदायक ठरणाऱ्या प्रत्येक गोष्टीची धार कमी करते आणि तुमच्यासाठी जणू मायेच्या जादूची कांडी फिरवून तुमचं आयुष्य सुखकर करते!

ती देवाघरी गेली, तरी तुमच्या पाठीशी असते. आज माझ्या आईला जाऊन तेरा वर्षं झाली, तरी तिचं अस्तित्व मला अजूनही जाणवतं. जेव्हा सगळे

माझ्या हातची बिर्याणी खाऊन पसंतीची पावती देतात (ती तिचीच रेसिपी आहे) किंवा जेव्हा माझ्या मुलीला मी तिच्या मदतीला गेले की बरं वाटतं तेव्हा मला ती आसपासच आहे असं वाटतं. ''आई, इतके छान कुरळे केस करायला तू कुठे शिकलीस गं?'' असं माझी लेक आश्चर्यानं विचारते. मी फक्त हसते आणि मनातल्या मनात मोठ्यांदा म्हणते, ''आई, बरं झालं हं, तू अजून माझ्या पाठीशी आहेस ते!''

– रिटा मुखर्जी

प्रिय आजीस!

माझी आजी माझी 'बेस्ट फ्रेंड' होती. ती माझी गाईड आणि आधारही होती. तिच्यामुळे माझा आत्मविश्वास वाढायचा. माझ्या सगळ्या सगळ्या गोष्टी मी तिला सांगायचे. त्यामुळे ती गेली, तेव्हा मी पार विस्कटून गेले. तिच्या जाण्यानं तसा सगळ्यांनाच धक्का बसला, पण ते आपापल्या परीनं त्यातून सावरले. उदाहरणार्थ - माझे आजोबा! त्यांनी त्यांच्या आवडीचं 'योगा क्षेत्र' निवडलं. माझे आई-बाबा त्यांना 'तुम्ही इकडेच आमच्याकडे येऊन राहा' म्हणत होते; पण ते हट्टानं 'नाही' म्हणत होते. "अरे सध्या माझा योगा चालू आहे!" ते सबब पुढं करायचे. शिवाय रोज रात्री झोपण्याआधी आजीशी त्यांच्या गप्पा चालायच्या ना!

मला मात्र 'आता माझी मैत्रीण या जगात नाही' हे सत्य स्वीकारणं शक्य होत नव्हतं. अगदी एखाद्या छोट्या, हरवलेल्या मुलीसारखी मी सैरभैर झाले होते. तिच्याशिवाय जगणं फार अवघड आणि गुंतागुंतीचं वाटत होतं. माझं वजन खूप वाढलं होतं. वजन कमी करण्याचे माझे सगळे प्रयत्न निष्फळ ठरत होते. त्यामुळे मी फारच निराश होत होते. माझं लग्नाचंही कुठे जमत नव्हतं. मला मेल्याहून मेल्यासारखं वाटत होतं.

'माझे आजोबा रोज रात्री आजीशी कसे गप्पा मारत असतील? मलाही तसं जमलं तर?' माझ्या मनात यायचं आणि अखेर ती गेल्यानंतर आठ वर्षांनी मी बसून आजीला पत्र लिहिलं.

त्या कागदावर मी काय लिहिलं नव्हतं म्हणून सांगू? माझे आई-बाबा कसे आहेत, आजोबांचा 'योगा' कसा चालला आहे, तिच्या हातचं खायला मिळत नाही म्हणून मला कसं चुकल्याचुकल्यासारखं वाटतंय, माझ्या आईच्या हातच्या पुलिआग्रेला तिच्यासारखी कशी चव नाही, त्यापेक्षा तिनं मलाच का ते करायला शिकवलं नाही... वगैरे, वगैरे. मी तिला स्वर्गाबद्दल विचारलं. तिथं तिला कसं वाटत होतं? सगळ्या देवांना ती भेटली का? जिवंतपणी तिनं ज्या देवांची पूजा

केली होती ते देव तिला भेटले का? आणि तिच्या गुरुंचं काय? तेही तिथेच होते का? फोटोत जसे दिसतात, तसेच ते खरेही दिसत होते का? यासुद्धा चौकशा केल्या.

तिनं मला जे जे शिकवलं त्यासाठी मी तिचे आभार मानले. तिनं शिकवलेल्या आणि सांगितलेल्या सगळ्या गोष्टींना माझ्या आयुष्यात आजही खूप महत्त्व आहे. तिनं मला 'सॉरी' म्हणायला शिकवलं. त्याचा मला आयुष्यात खूप उपयोग झाला. 'सॉरी' म्हणण्यानं अनेक अडथळे दूर झाले. मी अनेकांची मनं जिंकली. 'सॉरी' म्हणताना जर समोरच्या व्यक्तीला मिठी मारली, तर आणखीनच चमत्कार होऊन 'दुधात साखर' असा फायदा होतो, असा मला शोध लागला. तेही मी तिला सांगितलं.

माझ्या आजीसमोर मी माझं मन मोकळं केलं. आयुष्याच्या गोंधळांनी मला निराश झाल्यासारखं वाटत होतं. मी आजारी होते. लोकांच्या 'जे होतं, ते चांगल्यासाठीच होतं' या सांगण्याचा मला वीट आला होता. या 'जे काही'ची काय किंमत मोजायची? अनेकांनी माझ्या आयुष्यात लुडबुड केली होती.

काही काळ ही माणसं माझ्या आयुष्यात आली. त्यांनी मला कधी आशा लावली, तर कधी स्वप्नंही दाखवली; पण मला गोंधळात टाकून दुसऱ्याच क्षणी ती निघूनही गेली.

'देवाला निरोप दे' असं मला तिला सांगायचं होतं. कारण देव नेहमी असंच करतो, असं ती विश्वासानं सांगायची. 'आजी, माझाही शेवट चांगला होऊ दे, अशी तू देवाला प्रार्थना कर.' असं मी तिला म्हटलं. कुठलीच गोष्ट धड होत नव्हती, म्हणून मी अगदी कंटाळून गेले होते; पण माझी ही अवस्था न जाणो आईच्या लक्षात येईल, म्हणून तिच्या मांडीवर डोकं ठेवण्याचीही मला भीती वाटत होती. तिला माझी काळजी वाटू नये, म्हणून मी सगळं काही 'आलबेल' असल्याचं ढोंग करत होते.

पण क्षणभर तरी कुणाच्यातरी मांडीवर डोकं टेकवावं, असं मला वाटत होतं. नव्हे ती माझी गरज होती. त्यामुळे माझ्यातल्या 'हरवलेल्या मी'ला आधार मिळाला असता. पुन्हा उभं राहायची उमेद मिळाली असती. म्हणूनच आजीला 'निदान स्वप्नात तरी येऊन मला भेट' असं कळवळून सांगितलं. होय, मला आजीची मांडी हवी होती. मला आजी हवी होती.

एवढं सगळं लिहून मी खाली माझी सही केली. आता हे पत्र मी पोस्टात टाकू शकत नव्हते, हे तर उघड होतं. त्यामुळे मी ते 'बुक-मार्क' सारखं माझ्या डायरीत ठेवलं.

हे पत्र लिहून काही दिवस झाले आणि हळूहळू चांगल्या गोष्टी व्हायला

लागल्या. गेली तीन वर्षं मी वजनाशी लढत होते. आता त्याला चमत्कार झाल्यासारखा प्रतिसाद मिळायला लागला होता.

काही दिवसांनी एका खूप छान माणसाशी माझं लग्न ठरलं आणि अचानक मी खूप आनंदी झाले! इतकी खूश झाले की बस!

आजीनं तिच्या लाडक्या, पण एकाकी, निराश झालेल्या नातीनं लिहिलेलं पत्र वाचलं तर नसेल? त्यामुळेच तर हे घडलं नसेल?

तसंच झालं असणार, याची मला खात्री आहे. अजूनही ते पत्र माझ्याजवळ आहे. तो माझा अनमोल खजिनाच आहे. चमत्कार खरंच घडतात, याचा तो पुरावा आहे आणि पुरावा आहे, माझी आजी आजही माझ्या पाठीशी असल्याचा!

– काव्या एस. जी.

६

एक नवी सुरुवात

ज्या क्षणी बाळ जन्माला येतं, त्या क्षणी आईसुद्धा जन्माला येते. ती आधी कधीच अस्तित्वात नसते. स्त्री म्हणून तिचं अस्तित्व असतं, पण आई म्हणून नसतं. 'आई' ही पूर्णपणे नवीन असते.

– रजनीश

बालादपि सुभाषितम्....

त्या काळात माझं आयुष्य अगदी एकसुरी झालं होतं, कंटाळवाणं! दिल्लीलगतच्या नव्यानं वसलेल्या भागात आम्ही राहायला आलो होतो. त्या नव्या कॉलनीत 'शेजार' असा नव्हताच. यायला-जायला बसेसचीही फारशी सोय नव्हती. बसच्या चार भिंतीत अगदी डांबल्यागत व्हायचं. दिवसभर नव्यानं रंगवलेल्या भिंतींकडे बघत बसायचं, नाहीतर टीव्हीवरच्या 'सास-बहू'वाल्या कंटाळवाण्या मालिका पाहायच्या; एवढाच उद्योग! माझा नवरा आणि मुलगी दोघंही नोकऱ्या करणारे. त्यामुळे सकाळपासून घराबाहेर क्वचितच पडता यायचं. या आमच्या नव्या घरात मला इतकं एकटं एकटं वाटायचं म्हणून सांगू!

त्या दिवशी संध्याकाळची गोष्ट. माझी लेक इ-मेल बघत होती. "तुझ्या मावशीची मेल आलीये गं" – तिनं मला सांगितलं. 'अगं बाई, मावशीची मेल?' मला खूप गंमत वाटली. मी कॉम्प्युटरच्या समोर बसले आणि मावशीनं प्रेमानं काय लिहिलंय ते वाचायला लागले. तिचा शब्दन्‌शब्द मी समजून घेत पुन्हा पुन्हा वाचत होते; कितीतरी वेळा! माझी मावशी माझ्यापेक्षा वयानं तशी फार मोठी नव्हती. त्या काळात कुटुंब नियोजनाचं महत्त्व नव्हतं. त्यामुळे आमच्या दोघींमध्ये फारसं अंतर नव्हतं. नात्यानं मावशी असूनही ती मला मोठ्या बहिणीसारखी होती. आम्ही एकत्रच वाढलो, खेळलो. आमच्या त्या लहानपणीच्या कितीतरी आठवणी आहेत. तिचं लग्न झालं आणि ती कॅनडाला गेली. एकमेकींना पत्रं पाठवून आम्ही एकमेकींच्या सुख-दुःखात वाटेकरी व्हायचो, पण पत्रंसुद्धा क्वचितच पाठवली जायची आणि आज... मेलवर तिचं पत्र!

ते वाचल्यावर मला तत्क्षणी तिला उत्तर पाठवायचं होतं. "माझ्या वतीनं तिला लगेच लिही गं पत्र." मी लेकीला म्हटलं, पण ती आधीच खूप

दमली होती. त्यामुळे कॉम्प्युटर'वर नोटपॅड का काहीतरी उघडून ठेवलंय, त्याच्यावर टाईप कर असं सांगून ती लगेच झोपायला गेली.

ती रात्र मला अंमळ जास्तच मोठी वाटली. तो 'की-बोर्ड' शत्रूसारखा वाटायला लागला. त्याच्यावरची बटणं शोधायला त्याच्याशी अक्षरश: झगडावं लागलं. माझ्या हातून कुठलीतरी चुकीची बटणं दाबली जायची आणि मग सगळं संपल्यासारखं वाटायचं! पण नाही, मी प्रयत्न सोडले नाहीत. अखेर एक तासाच्या संघर्षानंतर मी आयुष्यातली पहिली मेल लिहिण्यात यशस्वी झाले.

दुसऱ्या दिवशी संध्याकाळी लेकीनं ती मेल मावशीला पाठवून दिली आणि माझ्यासाठी स्वतंत्र दोन मेल 'आयडी' काढून दिले. ते कसे वापरायचे, ते शिकवायचा प्रयत्नही केला. तो कॉम्प्युटर आणि त्यातले ते सगळे 'चमत्कार' याबद्दल मलाही उत्सुकता वाटायला लागली. 'इंटरनेट'च्या त्या जादुई जगानं माझं कुतूहल वाढवून माझ्या चौकसपणाला खतपाणी घातलं. रोज जेवढं शिकावं तेवढं कमीच! कित्तीतरी गोष्टी नव्यानं कळत होत्या आणि ही सगळी माहिती अगदी बोटाच्या इशाऱ्यासरशी मिळत होती!

मी दिवसभर या नव्या उपकरणावर निरनिराळे प्रयोग करायचे. वेगवेगळ्या 'विंडोज' उघडायचे आणि घराच्या भिंतीपलीकडच्या जगात डोकवायचे. आत्तापर्यंत या तंत्रज्ञानाबद्दल मी नुसतं ऐकून होते. यातून एखाद्याला इतकं शिकता येतं, याचं मला नवल वाटत होतं. संध्याकाळी लेक घरी आली की, मी तिला माझ्या सगळ्या शंका विचारायचे. मी दिवसभरात काय काय केलं, शिकले ते तिला सांगायचे; पण माझे सगळेच प्रयत्न तिच्या पसंतीला उतरायचे नाहीत. माझ्या चुका दाखवून ती मला रागवायचीसुद्धा! तिचं बोलणं ऐकलं की, मला मनातून हसू यायचं. ती शाळेत असताना व्याकरणातल्या तिच्या चुका काढून मी तिला सज्जड दम द्यायचे. बहुतेक ते तिला आठवत असेल, म्हणून ती आता त्याचा वचपा काढत असणार!

दर दिवशी मी काहीतरी नवीन शिकत असे. आता मला ऑर्कुट म्हणजे काय ते कळलं. 'ऑनलाइन' कम्युनिटीजचीही मला ओळख झाली आणि त्यातून बऱ्याच जुन्या मित्रमंडळींशी मी पुन्हा संपर्क साधू शकले. बऱ्याच जुन्या म्हणजे १९७४च्या बॅचची शाळकरी मंडळी मला सापडली. आमच्या वर्गात २६ जण होते. त्यापैकी २१जण 'ऑनलाइन' भेटले आणि आता आम्ही नेहमी संपर्कात राहायला लागलो आहोत.

माझ्या एकटेपणाचा आता मला बाऊ वाटत नाही. कारण माझा कॉम्प्युटर आणि इंटरनेट माझ्या सोबतीला असतात. आज कॉम्प्युटरच माझा सर्वांत जवळचा मित्र झालाय.

आजही मी की-बोर्डसमोर बसले आहे आणि विल्यम वर्डस्वर्थच्या अजरामर ओळी मला राहून राहून आठवतायत. 'रेनबो' कवितेत कवी म्हणतो - 'मूल हे त्या माणसाचा बाप असतं! दुर्दैवानं प्रत्येक आईच्या हे लक्षात येत नाही.'

कारण दर वेळी आईच मुलाला शिकवते असं नाही, तर मुलांकडेही आपल्याला शिकवण्याजोगं खूप काही असतं. मात्र आपण तेवढं मोकळ्या मनाचं असायला हवं!

– सुषमा मल्होत्रा

घराच्या शोधात

३ जुलैची तिकिटं काढून झाली होती. वातावरणात उत्साह भरून राहिला होता. अजून खूप खरेदी करायची होती. कितीतरी प्रश्नांची उत्तरं मिळायची होती आणि बरीच स्वप्नं पूर्ण व्हायची होती. येत्या दोन दिवसांत मला आणि आई-बाबांना बरीच कामं उरकायची होती. आम्ही कामात असताना शांतपणे झोपून माझ्या नऊ महिन्यांच्या लेकीनं, 'आईदा'नं आम्हाला मदत करावी, असं मला वाटत होतं. नाहीतर तिनं खूप गोंधळ घालून शेजाऱ्यापाजाऱ्यांना गोळा केलं असतं.

आता खरेदी उरकली होती. बांधाबांध राहिली होती. एरवी एखाद्या रविवारी सगळे नातेवाईक जेवायला जमले, तरी आमचा हॉल पुरेसा मोठा वाटायचा. आता तो या सामानाच्या गदारोळात अगदी छोटा वाटायला लागला होता. अगदी पाऊल ठेवायलाही जागा उरली नव्हती. मी आयुष्यात पहिल्यांदाच घर सोडून बाहेर जाणार होते. त्यामुळे चादरी, कपडे, क्रोकरी, भांडी-कुंडी, मसाले, इतकंच नाही, तर प्रेशर कुकरही त्या सामानात होता. हळूहळू सगळ्या गोष्टींनी सुटकेसमध्ये स्वतःला जागा करून घेतली. सामान भरलं गेल्यानं पुन्हा हॉल रिकामा झाला आणि मोठा वाटायला लागला. मी माझ्या नवऱ्याकडे, आयुषकडे जाणार होते. त्यामुळे मनातून एकीकडे खूप आनंद होत होता; पण आई-बाबांना असं सोडून जायचं म्हणून कुठेतरी अपराधीपण वाटत होतं.

मी माझ्या आई-बाबांची एकुलती एक मुलगी आणि माझेही तेच दोघं सर्वस्व! लग्नानंतरही नशिबानं मला त्यांच्यापाशी आणखी काही दिवस राहता आलं होतं, पण आता मात्र त्यांना सोडून जायची वेळ आली होती. मी आरामात, सुखात राहावं म्हणून आई-बाबा हर तऱ्हेनं खटपट करायचे. माझ्या आवडीचं खायला-प्यायला आणायचे. आईदाशी खेळण्यात जास्तीतजास्त वेळ घालवायचे. ते सगळं पाहून एकाच विचारानं मन बधिर होऊन जायचं– 'मी घर सोडून जातेय की घरी जातेय?' खरंच काही कळत नव्हतं.

आणि अखेर तो दिवस उजाडला. त्या दिवशी आम्ही सगळे एकमेकांना टाळण्यातच जास्त वेळ घालवत होतो. त्या दिवशी काही खाणं-पिणं, बोलणं अवघडच होतं आणि त्याहूनही मला जास्त कठीण होतं, हसऱ्या चेहऱ्यानं वावरणं! आई-बाबा तर मला पुरेपूर ओळखत होते. बाबा बाहेर यायचे, पटकन मला जवळ घ्यायचे आणि जायचे. आई बधिर झाल्यासारखी एका जागी उभी राहून पाणावलेल्या डोळ्यांनी माझ्याकडे बघत होती. त्यांच्या बाबतीत मी अशी का वागत होते? मी स्वार्थी झाले होते की काय? माझं मलाच नवल वाटत होतं.

आयुषकडे जायची मी किती महिने वाट बघत होते! त्याच्याकडे जाण्यावर आमची सारखी चर्चा व्हायची. इतकी की, त्या न बघितलेल्या घराचे पडदे, फर्निचर आणि तिथल्या भिंतीवर आईदाचा सुंदरसा फोटो सगळं काही माझ्या डोळ्यासमोर यायचं. बॅग भरताना पटकन हाताशी येईल असा कॅमेरा ठेवला. कारण मला बाप-लेकीची पहिलीवहिली भेट फोटोत साठवून घ्यायची होती; पण त्या फोटोआधी आम्हा बाप लेकीचाच निरोप घेतानाचा फोटो काढला. आईनं कितीतरी वेळ मला घट्ट जवळ घेतलं, पण बाबा मात्र लांब उभे होते. त्यांना ते विरहाचं दु:ख वाढवायचं नसावं!

पाच तासाचा विमानप्रवास होता. ढगातून जाताना माझ्याही मनावरचं मळभ दूर झालं. विमानाच्या थंडाव्यानं आईदा झोपून गेली. तिचे इवलाले हात मी हातात घेतले. जणू माझ्यातल्या मुलीला मी निरोप देत होते. आता मला 'आई'च्या भूमिकेत जायचं होतं. माझ्या घरातली 'कर्तीसवरती' बाई बनून वावरायचं होतं. माझ्या आई-बाबांवर माझं खरंच खूप प्रेम होतं आणि आता त्यांच्याशिवाय मला चुकल्या-चुकल्यासारखंही वाटणार होतंच; पण मी माझ्या संसारात सुखासमाधानानं राहणं, याच्यात त्यांना जास्त आनंद होता. मी मलाच पटवून दिलं.

विमानतळावर देखणा, उत्साही आयुष आम्हाला घ्यायला आला होता. त्यानं आईदाला कुशीत घेतलं आणि तो क्षण मी कॅमेऱ्यानं टिपला. त्याच्या किल्ल्यांशी ती खेळायला लागली. आयुष तिच्या गालावर गाल घासायचा आणि ती खुदुखुदु हसायला लागली की, तो तिच्याकडे बघत बसायचा. ती रडायला लागली की, दुधात बिस्किटं कुस्करून तिला भरवू बघायचा. दोघं क्षणभर एकमेकांना सोडायचे नाहीत. पाहिलं की, वाटावं जन्मोजन्मीचे मित्रच आहेत! आईदाशी खेळताना त्याला हसताना पाहिलं की, छान वाटायचं. त्याचं प्रेम डोळ्यातच दिसायचं. त्याचे ते बोबडे बोल ऐकले की, भरून पावायचं. हो, मीच घर झाले होते!

– रुकया खान

जगावेगळी मैत्री

'मैत्री'बद्दल आपण बोलतो तेव्हा काही जणांचे चेहरे आपल्या डोळ्यासमोर येतात. या माणसांना आपण भेटलेलो असतो. त्यांच्या संपर्कात आलेले असतो. त्यांच्या गुण-दोषांसकट आपण त्यांना 'आपलं' मानतो. या माणसांवर आपलं निरपेक्ष प्रेम असतं आणि या माणसांनी आपल्याला गृहीत धरलं, तरी आपली त्याबद्दल तक्रार नसते. आपण या माणसांवर प्रेम करतो, त्यांची काळजी घेतो आणि त्यांच्या प्रेमाच्या वर्षावात आकंठ बुडून जायला आपल्यालाही हवं असतं. आपल्याला अपेक्षा असते फक्त त्यांच्या मैत्रीची, सोबतीची!

पण आज मला एका वेगळ्याच प्रकारच्या मैत्रीबद्दल बोलायचं आहे. ती मैत्री वैयक्तिक आवडीतून झालेली किंवा स्वत:हून केलेली नाही. खरंतर ती मैत्री टाळता आली असती तर बरं, असंच वाटलं असतं आणि इतकं असूनही ती मैत्री अजून टिकून आहे.

परस्परसंबंध दुरावण्याचं सर्वांत मोठं कारण म्हणजे एकमेकांबद्दल वाटणारा पराकोटीचा द्वेष, असूया; पण आयुष्यात बरेचदा हा द्वेष सोडून विचार करावा लागतो. अशा नकारात्मक नात्यात जीव अगदी गुदमरल्यासारखा होतो आणि मग त्यातून कुठल्याही चांगल्या गोष्टी पाहणं, दिसणं हे एक आव्हानच ठरतं. तरीही कुठूनतरी, काहीतरी मदतीला येतं आणि चांगलं वागायला भाग पाडतं. कदाचित हे कधीतरी एखादं 'बाळ' असतं किंवा कधीतरी वेळ निभावून न्यायची असते, नाहीतर उगाच आपला चांगुलपणा म्हणून चांगलं वागलं जातं.

माझ्या बाबतीत 'हे' कारण होतं, माझी लेक! 'रोज मला बाबा भेटत नाही.' अशी तिची तक्रार होती. 'माझे आई-बाबा वेगळे का राहतात?' हा तिच्या मनातला संघर्ष होता. सणासुदीच्या वेळेला आणि वाढदिवसाच्या वेळी तर बाबा आपल्या बरोबर नाही, हे तिच्या मनाला जास्तच लागायचं. त्या वेळी बापाची उणीव तिला जाणवायची; आणि अशा वेळी 'आता मैत्री करायला हवी'

असं कुणीतरी माझ्या कानात कुजबुजलं. प्रेमासाठी मैत्री! आई-बापाच्या आपल्या मुलांवर असणाऱ्या निरपेक्ष प्रेमापोटीची मैत्री!

हा निर्णय घेणं तसं सोपं नव्हतं. भूतकाळाकडून आलेली वाट बरीच वळणावळणाची होती. वाटेत कटुतेचे बरेच काटेकुटेही होते. एकदा नात्यात कडवटपणा आला की, तो आयुष्यभर पसरून राहतो आणि सगळीच गणितं चुकत जातात. आता सगळा अहंकार गिळून जोडीदाराला परत बोलवायचं आणि पुन्हा नातं निर्माण करायचं! तसा प्रयत्न करायचा म्हणजे फारच अवघड होतं.

माझा 'माजी' नवरा आणि मी मित्र झाल्याला काही वर्षं झालीत. आता आम्ही सभ्यपणे वागतो आणि काही वेळा एकमेकांशी बोलतोसुद्धा; आणि हो, सणासुदीला शुभेच्छा पाठवायला तो विसरत नाही. काही आठवड्यांपूर्वी त्याच्या वाढदिवसाला मी त्याला मेसेज पाठवला. रात्री दहा वाजता. त्यावर 'दिवसभर मी फक्त तुझ्याच मेसेजची वाट पाहत होतो. थँक्स! गॉड ब्लेस!' असा उत्तरादाखल त्याचा लगेच मेसेज आला. मी हसून सुस्कारा सोडला. 'आई-बापपण' आपल्याला 'चांगलं माणूस' बनवतं, नाही का! खरंच, पालकांच्या नजरेनं देव जगाकडे (आपल्या मुलांकडे) बघून हसत असतो.

आम्ही भेटलो आणि नजरेतून खूप हसलो.
उगाचच, विनाकारण
एकमेकांकडे बघत राहिलो.
कुणाचीही पर्वा न करता.
आणि अशी वेळ आली की, वाऱ्याची दिशा फिरली
बोचरे शब्द, तोंडं फिरवलेली
स्वप्नं विरलेली
वेदनेनं व्याकूळ रात्री
प्राणान्तिक
म्हणून आम्ही आयुष्याच्या दिशा बदलल्या
आणि पुन्हा 'सज्जन' झालो.
ओरखडे खोल होते, पण सक्तीनं हसत होतो.
भूतकाळ साजरा करण्यासाठी
आम्ही 'सोयीची' मैत्री केली; जगावेगळी मैत्री!

– प्रियांका कदम

त्या एका रात्री

ती 'उद्याच्या' उंबरठ्यावर उभी आहे. एखाद्या पक्ष्यासारखी पहिली झेप घ्यायला ती उत्सुक आहे. मी तिच्या वयाची होते, तेव्हाचं मला सगळं आठवतंय. कदाचित म्हणूनच तिच्या 'क्रांतीकारी' गोष्टींवरून मी तिच्यावर रागावू शकत नाही. तिच्या अशा वागण्यानं खरंतर बहुतेक सगळेच आई-बाप चिडणं स्वाभाविक ठरलं असतं, पण मी तसं करत नाही.

रात्री उशीरापर्यंत घराबाहेर राहणं असो, मित्र-मैत्रिणींबरोबर पार्टी करणं असो, नाहीतर बॉयफ्रेंडबरोबर बाहेर जाणं असो यातल्या सगळ्या भावनांची आंदोलनं तिला एकटीला झेलायची असतात. या सगळ्याच्या क्रिया-प्रतिक्रिया-परिणाम तिला एकटीला अनुभवायचे असतात. मलाही फार पूर्वी असंच वाटायचं. हेच तर 'टीनएज'! विचार न करता सगळं काही झोकून देऊन करायचं वय! त्यात मला खोल कुठेतरी 'देवा'चा वास येतो.

अर्थात नेहमीच असं घडतं असं नाही. 'आपली लेक आता पुरेशी मोठी झालीये. तिलाही पंख फुटलेत आणि तिला आता आकाशात स्वतंत्रपणे झेप घ्यावीशी वाटतेय.' हे माझ्यासारख्या आईच्या मनाला पटायला जड जातंय. वयात आलेल्या मुलीच्या आयुष्यातली तिच्या 'संरक्षका'ची भूमिका सोडून देणं फार अवघड! भारतीय आयांच्या बाबतीत तर नक्कीच!

भारतीय संस्कृती पुरुषप्रधान आहे. त्यामुळे भारतातल्या नवऱ्यांच्या धाकामुळे मुलींची बाजू कधीच घेता येत नाही. या धकाधकीच्या आयुष्यात आणि हजारो विचित्र टीव्ही चॅनल्सच्या जाळ्यातून या आपल्या वयात आलेल्या मुली सुटू शकणार आहेत का? त्यामुळेच काही वेळा नवऱ्याच्या धाकाला न जुमानता आणि नातेवाइकांच्या कुजबुजण्याकडे लक्ष न देता मला वयात आलेल्या माझ्या मुलीच्या बाजूनं बोलावं लागतं.

अर्थात आपलं हे करणं बरोबर आहे की नाही अशी धाकधूकही वाटते.

'लेकीनं तिचे तिचे निर्णय घ्यायला आपण पाठराखण करणं, हे जरा 'जास्तच' तर नाही ना होत?' अशी भीती असते. 'तिच्या अशा बंडखोरपणाची भलावण करणं चूक नाही ना?' असाही विचार चमकून जातो; पण तिच्या स्वप्नांचा तरलपणा माझ्या नवऱ्याला मी कसा पटवून देऊ? त्याचा आपल्या लेकीशी फारसा सुसंवाद नाही असं मला वाटणं म्हणजे जरा कमी लेखण्यासारखंही असावं. 'माझ्या मुलीशी मी कुठल्याही विषयावर चर्चा करू शकतो, बोलू शकतो.' असं तो म्हणाला आणि ते नुसतं म्हणण्यापुरतं नव्हतं, हे मला कळून चुकलंय.

"सोने, कसला विचार करतेयस गं?" असं मी तिला सारखं विचारते. माझ्यात कसला गंड निर्माण झालाय का? का तिच्या जन्मापासूनचा 'संरक्षका'ची भूमिका हातून निसटून चालल्यासारखं मला वाटतंय? अडखळत्या पावलांपासून ते आत्मविश्वासानं ठाम उभं राहण्यापर्यंत तिचा प्रवास झालाय आणि त्यामुळे आता आपलीही भूमिका बदलली आहे, हे मला लक्षात घ्यायलाच हवं. आता तिला एखाद्या मैत्रिणीसारखं, अगदी जिवलग मैत्रिणीसारखं विश्वासात घेऊन चार गोष्टी सांगायला हव्यात.

हं, तर त्या रात्री ते सगळं इतकं अचानक घडलं ना! माझ्या मनाची तयारीच नव्हती. त्या रात्री तिनं मला फोन केला. "ममा, मी काल रात्री तुझ्याशी खोटं बोलले." हे सांगायला तिला काहीतरी अडचण असावी असं मला वाटलं.

"सोने, तू कशी आहेस मला आधी सांग? बरी आहेस ना तू?" हे विचारतानाही माझ्या घशात आवंढा आला होता.

"हो." ती म्हणाली.

"तू रडतेयस का?" मी विचारलं.

"हो, काल रात्री तुझ्याशी खोटं बोलले ना, म्हणून! ममा, काल रात्री मी होस्टेलवर परत आले नव्हते." ती.

मी आवंढा गिळला. "तू कुठल्या अडचणीत सापडलीयेस का राणी?" सगळ्या शक्यता लक्षात घेऊन माझं मन सुसाट धावायला लागलं होतं.

"नाही गं ममा, मी बरी आहे. मी हॉस्पिटलमधून बोलतेय. काल माझ्या मित्राला ॲक्सिडेंट झाला. मी काल रात्रभर इथेच होते. तो आय. सी. यू.मध्ये आहे." तिनं सांगितलं.

"अगंबाई! काय झालं तरी काय?" मी वरकरणी शांत राहत विचारलं.

मग तिनं मला एकेक प्रसंग सांगत काय घडलं होतं ते वर्णन करून सांगितलं. "मी आणि माझा मित्र डिस्कोथेकमधून परत येत होतो..." मला तिच्या या वाक्यावर खरंतर प्रतिक्रिया व्यक्त करायची नव्हती, पण मी केलीच.

"तू तिकडे गेली होतीस, हे मला आधी का नाही बोललीस? तू आणि डिस्कोथेक?" मी तिला दोन-दोनदा तेच विचारत होते. ही माझी छकुली? वयात येणारी माझी मुलगी?

"मी तुला जाऊन आल्यावर सांगणार होते, पण तेवढ्यात माझ्या मित्राला अपघात झाला."

हे ऐकून मी माझ्यावर ताबा ठेवला आणि तिच्या प्रत्येक शब्दावर विश्वास ठेवला!

तिनं सांगितलं - ती काही मित्रमैत्रिणींबरोबर गाडीतून जात असताना तिला तिच्या मित्राचा अपघात झालेला दिसला. तो मित्र मोटरसायकलवर होता. मोटरसायकल घसरली आणि तो फेकला जाऊन रस्त्यावर पडला होता. गाडी थांबवून ती दुसऱ्याच सेकंदाला त्या मित्राकडे धावली. तो बेशुद्ध पडला होता. सगळ्यांनाच धक्का बसला होता. गाडीतून त्याला दवाखान्यात नेताना तिनं त्याचं डोकं आपल्या मांडीवर ठेवलं होतं. तिचा ड्रेस रक्तानं माखला होता. त्याचं डोकं फुटल्याचं तिला जाणवत होतं. ती त्याला गुंगी येऊ नये म्हणून सारखी त्याच्याशी बोलत राहिली. बाकीच्या मित्र-मैत्रिणींच्या मदतीनं ती त्याला लगेच दवाखान्यात घेऊन गेली. नर्सच्या ताब्यात दिलं आणि त्याच्या ऑपरेशनसाठी फॉर्म वगैरे सह्या करून भरून दिले. त्याचं कॅटस्कॅन झालं. आता हे सगळं त्याच्या घरी कसं कळवायचं, याबद्दल सगळ्यांनी तिथेच बाकावर बसून विचार केला. पोलिसांना काय कथा रचून सांगायचं वगैरे; पण त्या क्षणी त्यांना एकच गोष्ट महत्त्वाची वाटत होती. 'आपल्या मित्राचा जीव वाचवणं!'

तिनं मला हे सगळं सांगितलं. खरंच, त्या काही तासांत माझी लेक केवढी मोठी झाली होती, असं मला वाटलं. मला ती 'टीन एजर' मुलगी वाटत होती, पण तिला आपल्या जबाबदाऱ्या कळत होत्या. आयुष्यातल्या काही कटू सत्यांना माझी सोनी सामोरी गेली होती. आपल्या मित्रासाठी तिनं तिथं थांबायलाच हवं होतं. त्याच्या आईलाही तिचा आधार वाटत होता, हे मी पाहिलं होतं.

आयुष्यात अशाच बऱ्या-वाईट प्रसंगांतून सत्य कळतं. इतरांच्या अनुभवांवरून काही समजून घेण्यापेक्षा स्वतःच्या अनुभवातून येणारं शहाणपण हेच खरं! ते प्रसंगच आयुष्यात खरा धडा शिकवतात!

– मोनिका पंत

एक उलट, एक सुलट

आज तासभर मी एक किचकट लेस पॅटर्न विणत होते. थंडीत जीन्सवर घालता येईल अशा पुलओवर टॉपला ती लेस शोभून दिसली असती. डिझाइनच्या नमुन्यात पाहून, टाके मोजून घालून घालून डोळे पार शिणून गेले होते. त्यामुळे ते काम बाजूला ठेवून थोडा वेळ आराम करायचं मी ठरवलं. शांतपणे डोळे मिटून बसले. त्या वेळी मला विणकाम हा आपला मोठा ठेवा आहे, असं जाणवलं.

मी काही कवयित्री किंवा लेखिका म्हणून नावाजलेली नव्हते. म्हणून काय झालं? विणकाम हाच माझा एकमेव छंद होता. त्यातच मी माझं व्यावसायिक आणि काहीतरी नवीन निर्माण करण्याचं कौशल्य दाखवू शकले असते. विणकामात मी इतरांहून काहीतरी छानसं, वेगळं करून दाखवू शकले असते. त्यातही कितीतरी गमती असतात. उत्तम पोताचं, विविध रंगातलं कापड; भडक रंगाचं आणि सौम्य रंगाचं कापड; त्यातून तयार करता येणारे वेगवेगळे नमुने; आणि हे सगळं काही माझ्या स्वत:च्या हातानं!

मी पहिल्यांदा विणायला सुरुवात केली, ते मला आठवलं. तेव्हा मी सतरा वर्षांची होते. 'विणायला शीक. विणायला शीक.' म्हणून माझी आई किती वर्षं मागं लागली होती. शेवटी एका उन्हाळ्याच्या सुट्टीत आईशी बरीच झकाझकी होऊन आमच्यात 'समझोता' झाला आणि 'उदार मनानं' मी आईला मला विणकाम शिकवायला 'परवानगी' दिली. विणकामात काय, साधे उलट-सुलट टाके तर घालायचे, असं वाटायचं खरं; पण आईनं त्यातूनच मला खूप काही शिकवलं. त्या वेळी नुकतीच मला भाची झाली होती. तिच्यासाठी फ्रॉक विणायचा माझा पहिला 'प्रकल्प' होता. एका जागी बसून काहीतरी तुकडे विणायचे, हे मला फारसं पसंत नव्हतं. मला काहीतरी वेगळं करायचं होतं. फ्रॉकचं विणकाम किचकट होतं. मॉस स्टीच घालायचे होते. दोन रंग एकमेकांत

मिसळून कॉलरची लेस विणायची होती.

आता विणायला लागून खूप वर्षं झाली. कामात छान सफाई आलीये. माझ्या आईला अपेक्षित होतं त्यापेक्षा बरंच उत्तम काम मी करायला लागलेय. इतकं की, काही वेळा मी स्वत: डिझाइन तयार करते आणि किचकट वाटतील असे नमुने सहज बनवते. माझं विणकाम माझ्या बहिणीच्या आणि भाच्यांच्या पसंतीला उतरतं. त्यांना माझ्या कामाचं खूप कौतुक वाटतं. आता इतक्या वर्षांत मी खूप विणकाम केलं, पण मला माझं सगळ्यात आवडलेलं काम म्हणजे मी विणलेला पहिला फ्रॉक! माझ्या बहिणीच्या पहिल्यावहिल्या छोटीसाठी मी तो विणला होता. तो कुणालाही देऊन टाकणार नाही, असं मी तिच्याकडून कबूलच करून घेतलं होतं.

मी कितीतरी स्वेटर, कार्डिगन विणलेत. माझ्या आईनं मला केवढी देणगी दिलीये, ते मला आता कळतंय. या विणकामानंच आम्ही दोघी मैत्रिणीसारख्या गप्पा मारायला लागलो. काही नमुने बघून आम्ही मनमुराद हसायचो, तर एखाद्या गुंतागुंतीच्या डिझाइनवर चर्चाही करायचो. मनावर कसला ताण आला, एखाद्या गोष्टीचं ओझं वाटायला लागलं, तर तेही मी आईला त्या वेळी मोकळेपणानं सांगायचे. आईसुद्धा मला समजून घ्यायची. मी पुढे काय करायला हवं, ते तिला बरोबर कळायचं. काही वेळा घाईघाईत मी वाटेल तसे टाके घालायचे. आईला ते अजिबात बघवायचं नाही आणि ती ते उसवून टाकायची. हातातलं काम कसंबसं उरकण्याकडे माझा कल असायचा, पण तिला मात्र प्रत्येक कामात व्यवस्थितपणा लागायचा.

आयुष्यातही मी अशीच निष्काळजीपणे वागायचे. माझ्या मनाप्रमाणे मी नाती जोडायचे, तोडायचे; पण आयुष्याच्या वाटेवर एकमेकांच्या सोबतीनं चालण्यात खरा आनंद असतो, हे तिने मला शिकवलं. मला भरजरी कापडासारखं श्रीमंतीचं, झकपक आयुष्याचं आकर्षण होतं; पण आयुष्यात शहाणपणानं निवड कशी करायची, ते तिनं मला सांगितलं.

माझं आयुष्यही तिनं नेहमीच्या संयमानं 'विणलं'. एक टाका सुलट, दोन उलट! तिचं सगळं शहाणपण एखाद्या दिवशी मी पुढच्या पिढीला सुपूर्द करेन. माझ्या मुलांनाही मी हे 'विणकाम' शिकवेन. विणकाम करता करता एकमेकांशी गप्पा मारून अनुभवांची देवाण-घेवाण करण्याचा हा वसा मुलंही घेतील, अशी मला आशा वाटते. या विणकामामधूनच त्या निमित्तानं मायलेकींना आपल्या नात्याची नव्यानं ओळख होईल. त्यांच्या नात्याला एक वेगळी नवी झळाळी मिळेल.

– कल्पना आर. जे.

रिकामी ओंजळ?

शशू, बोलू नका. माझं बाळ झोपलंय,
आणि आरशात मी माझाच काळवंडलेला
चेहरा पाहतेय.
लग्नामुळे माझं आयुष्य बदललं–
बाळाच्या जन्मानं त्याचा कळस गाठला.
मी काय काय गमावलं ते मी बघत होते.
मी कोण होते आणि आता काय झालेय?
माझे लांबसडक रेशमी केस जाऊन
आता छोटा रखरखीत झुपका उरलाय,
आधीची 'झिरो फिगर' जाऊन त्याची जागा
सुटलेल्या पोटानं घेतलीये,
स्वत:कडे बघताना माझं मलाच जाणवलं
ते फुलपाखरासारखे दिवस
केव्हाच उडून गेलेत,
बाळाच्या रडण्यात किती रात्री
जागून काढल्यात.
त्यामुळे माझ्या पाणीदार चमकणाऱ्या डोळ्यांभोवती
आता काळ्या वर्तुळाचा परीघ आखला गेलाय.
कित्येक दिवसांत मी नखंही रंगवली नाहीयेत,
की वाढवली नाहीयेत.
कारण ती माझ्या बाळाला टोचली म्हणजे?
माझे ओठ, कसे कोरडे पडलेत.
कितीतरी दिवसांत त्यांच्यावरून

लिपस्टिकची कांडी फिरलीच नाहीये.
माझ्या भेगाळलेल्या रखरखीत पावलांनो,
वाईट वाटून घेऊ नका.
पूर्वीसारखं दर आठवड्याला
पेडिक्युअर करणं आता मला कुठं जमतंय?
मनावर सावट आलंय.
एवढ्यात मी वळून बघितलं
मागे माझा नवरा उभा!
तो माझ्या डोळ्यात बघत होता
प्रेमाची नवीनच चमक त्याच्या
नजरेत दिसत होती
'आपला बाळ खूप सुंदर आहे
अगदी तुझ्यासारखा!'
'प्रिये, आता तू दिवसेंदिवस
आणखीनच सुंदर दिसायला लागलीयेस!'
तो म्हणाला आणि प्रेमानं माझं चुंबन घेत
त्यानं मला जवळ ओढलं.

– अर्चना सराट

तू धावू शकतेस ममा!

आपल्याला आयुष्याचे सगळे नियम ठाऊक असतात; पण कधीतरी, कुठेतरी एखाद्या सीमेरेषेवर आपण ते विसरतो. एक अगदी साधासरळ नियम मी विसरले होते आणि आज तीस वर्षांनी मला त्याची आठवण करून दिली होती, माझ्या चार वर्षांच्या परीनं – माझ्या लेकीनं, राशानं!

मी सहा वर्षांची होते, तेव्हाची गोष्ट. मी खूप छान पळायचे. शाळेत धावण्याच्या प्रत्येक स्पर्धेत मी निवड फेरीतून पुढे जायचेच. त्या सगळ्या फेऱ्यांमध्ये मी पहिली असायचे. 'स्पोर्ट्स डे'ला धावण्याच्या स्पर्धेसाठी मी अगदी तयारीत उभी राहून शिट्टी वाजण्याची वाट बघायचे. सगळ्या मुलांचे आई-बाबा टाळ्या वाजवून आपल्या मुलांना प्रोत्साहन द्यायचे. माझेही आई-बाबा त्यांच्यात कुठंतरी असणार आहेत, हे मला माहीत असायचं. ही स्पर्धा मी जिंकणारच, असा मला आत्मविश्वास असायचा. त्यामुळे ट्रॉफी घेऊनच मी आई-बाबांकडे जाणार, हेही मला माहीत असायचं.

अशीच एकदा आम्ही मुलं पहिल्या रेषेपाशी उभी होतो. माझे डोळे प्रेक्षकांमध्ये असलेल्या माझ्या आई-बाबांना शोधत होते आणि मला ते दिसले! ते माझ्याकडे पाहून हात हलवत होते. त्यांना पाहून माझ्याही चेहऱ्यावर हसू पसरलं आणि मीही त्यांच्याकडे पाहून हात हालवत होते. एवढ्यात शिट्टी वाजली, पण आई-बाबांना बघण्याच्या नादात मला ती शिट्टी ऐकूच आली नाही. माझ्या वर्गातली सगळी मुलं मला मागे टाकून पुढे पळत गेली. त्या क्षणी माझ्या लक्षात आलं की, स्पर्धा सुरू झाली होती आणि मी मात्र अजून त्या लाइनवरच उभी होते. मी पळायला सुरुवात केली; पण कुठल्याही स्पर्धेत काही सेकंदांचा उशीरही घातक ठरू शकतो! पळायला लागल्यावर माझ्या लक्षात आलं की, मी आता मागे पडले होते. ते अंतर मला भरून काढता येणार नव्हतं. मला ते भरून काढता आलंही नाही आणि मी त्या स्पर्धेत हरले!

मला रडू आवरेना. माझे आई-बाबा मला समजवायला बघत होते. ''अगं, अगदी छोट्याशा चुकीनं हरलीस तू.'' असं म्हणून ते मला शांत करत होते, पण त्या हरण्याचा माझ्यावर फारच परिणाम झाला. तो पुढेही खूप काळ टिकला. स्पर्धेची ती सुरुवातीची रेष माझी 'कर्मरेखा' झाली. माझ्या अति भावनोद्रेकानं मी हरले, असं मी मलाच बजावत राहिले. कधीही जिंकण्यासाठी भावनेपेक्षा व्यवहार महत्त्वाचा असतो, हे मला कळलं नव्हतं. कारण मी फारच भावनाप्रधान होते. त्यानंतर मी पळण्याच्या कुठल्याच स्पर्धेत भाग घेतला नव्हता.

नुकतंच माझ्या मुलीला मोठ्या शाळेत घातलं होतं. तिथला तिचा पहिलाच 'स्पोर्ट्स डे' होता. आम्ही सगळे पालक मुलांना टाळ्या वाजून 'चिअर अप' करत होतो. माझी मुलगी उत्तम धावायची, पण रेस सुरू होतानाच्या त्या नेमक्या क्षणी शिट्टी वाजण्याच्या वेळी तिचं लक्ष नव्हतं आणि त्यामुळे तिला कुठलाच नंबर मिळाला नाही. मला त्यात काहीच वाटलं नाही. मी ते हसून सोडून दिलं.

मुलांची रेस झाल्यावर 'आता पालकांची धावण्याची स्पर्धा होईल' असं शाळेनं जाहीर केलं. मी त्या दिवशी जीन्स घातली होती. उंच टाचेच्या चपला घातल्या होत्या. त्यामुळे स्पर्धेत भाग घ्यावा, असं मला वाटत नव्हतं; पण इतर 'पालक मैत्रिणीं'चा फारच आग्रह झाला आणि अनेक वर्षांनंतर मी पुन्हा एकदा रेसच्या 'त्या' रेषेपाशी उभी राहिले! शिट्टी वाजली आणि मी पळाले! मी माझी सगळी शक्ती पणाला लावून जणू पंख लावल्यासारखी धावत सुटले. अगदी शेवटच्या रेषेपाशी आले, तेव्हा माझ्या मुलीचा हसरा चेहरा दिसला. ती आनंदानं टाळ्या वाजवून मला 'चिअर अप' करत होती. (स्पर्धेत भाग घेतलेल्या सगळ्या पालकांच्या मुलांना फिनिशिंग लाइनपासून थोड्याच अंतरावर बसवलं होतं.) 'मम्मा, वॉव! मम्मा, तू पहिली आलीस!' असं ती म्हणतेय असं मला वाटलं. मी आजूबाजूला नजर टाकली. खरंच मीच सगळ्यात पुढे होते. मी त्या शेवटच्या रेषेपर्यंत पोहोचले. थोड्याच अंतरावर झेंडा घेऊन उभ्या राहिलेल्या माणसाला मी सर्वांत आधी पोहोचलेय हे कळावं म्हणून मी हात वर केला.

पण हाय! आमची रेस त्या रेषेवर नव्हे, तर त्या झेंडेवाल्यापर्यंत जाऊन संपणार होती आणि हे जेव्हा जाहीर केलं गेलं, तेव्हा माझं तिकडे लक्ष नव्हतं.

त्या क्षणी एकच गोष्ट माझ्या मनात आली, 'छे! माझ्या बाबतीत पुन्हा तस्संच घडलं. मी हरलेच!'

बाकीच्यांना मीच रेस जिंकले असं वाटलं आणि ते माझं अभिनंदनही करायला लागले, पण 'मी माझ्याच बावळटासारख्या चुकीमुळे रेसमध्ये पहिली

येऊनही तांत्रिकदृष्ट्या कशी जिंकले नाहीये' हे मलाच सगळ्यांना सांगत बसावं लागलं. अर्थात सगळ्यांनी ते हसून सोडून दिलं; पण मी सोडून देऊ शकले नाही. मी फक्त वॉशरुमकडे धावले आणि स्वत:चीच कीव करत रडायला लागले. पुन्हा तेच!

मी खरंतर शर्यत जिंकले होते. हीच माझी कहाणी! मी इतकी भावनाप्रधान का होते? मी माझ्या मुलीच्या शाळेत तिच्याच समोर हरले! मी फक्त तेव्हा हरले म्हणून रडत नव्हते. मी कधीच जिंकणार नाही, या विचारानं मला रडू येत होतं.

थोड्या वेळानं मी शांत झाले आणि बाहेर आले. आता मुलांना घेऊन घरी जायची वेळ आली होती. गाडीत माझी लेक माझ्या मांडीवर बसली. ''मी रेस नाही जिंकले. सॉरी बेटा!'' मी म्हटलं. खरंतर मला तिच्यासाठी जिंकायचं होतं, पण मी नाही जिंकू शकले. पुन्हा माझ्या गालावर अश्रू ओघळायला लागले. त्यावर चार वर्षांच्या माझ्या पिटुकलीनं आपल्या इवल्याशा हातानं माझे डोळे पुसले. ''जाऊ दे ममा, त्यात काय एवढं! ती साधी रेस तर होती आणि अशी दर वर्षीच होणार. तुला माहीत्येय का ममा, तू त्या गौतम काकांच्या कारसारखी जोरात पळालीस. (गौतम आमचा मित्र आहे. त्याच्याकडे सगळ्या प्रकारच्या स्पोर्ट्स कार आहेत.)'' तिच्या या बोलण्यावर मी तिच्याकडे बघतच राहिले. काय बोलावं हे मला कळेना. तिची बडबड चालूच होती. ''ममा, तुला एक माहीत्येय, तुला पळता येतं. तू नेहमी म्हणतेस की, तुला पळता येत नाही म्हणून, पण ममा तू पळू शकतेस. बाकी कुणापेक्षाही तू जोरात पळू शकतेस.'' आणि मी तिला नेहमी म्हणते तसं ती म्हणाली, ''ममा, तू मला खूप आवडतेस. तू जिंकलीस किंवा हरलीस, तरी मला तू आवडतेस.'' असं म्हणत तिनं मला जवळ घेतलं.

आणि मग माझ्या लक्षात आलं – भावना आपला दुबळेपणा नसतात. त्या आपली शक्ती, आपलं बळ असतात. शेवटी हरणं किंवा जिंकणं हे महत्त्वाचं नाही. आपण सर्वतोपरी प्रयत्न करणं, आपल्याकडून सर्वोत्तम देणं हे महत्त्वाचं आहे.

राशा, तुझ्यामुळे हे कळलं. थँक्यू!

– रवीना टंडन

ती सगळ्यांची आई!

ती अगदी साधी, चारचौघींसारखी दिसते. टिपिकल महाराष्ट्रीयन पद्धतीनं नेसलेलं स्वस्तातलं सुती नऊवारी पातळ. तिला पाहून वाटेल, 'अरे! ही तर कोपऱ्यावरची भाजीवाली वाटतं!' पण पुण्यात 'सिंधुताई' या नावाबद्दल प्रचंड आदर आहे.

बरेच जण त्यांना 'माई' म्हणतात. 'माई' म्हणजे आई! प्रत्यक्षात १ हजार ४२च्या वर तरुण मुलं (त्यातले काही आता तिशीला आले आहेत.) त्यांना 'माई' म्हणून हाक मारतात. कारण त्या सगळ्यांच्या त्या 'आई' आहेत. ती सगळी त्यांची मुलं-मुली आहेत. त्यांच्यापैकी काहीजण आता उत्तम व्यावसायिक आहेत, तर काही अजून शाळेत शिकतायत. काहींची लग्नंही झालीत. "अहो, मला ३६ जावई आहेत आणि २०७ नातवंडं!" माई आनंदानं सांगतात.

"होय, ही सगळी पोरं अनाथ होती, पण मीसुद्धा अनाथच होते की हो!" साठीला आलेल्या माई म्हणतात. त्यांनी एकट्यांनी डझनभर अनाथाश्रम सुरू केलेत. त्यात म्हाताऱ्या आणि अगदी विपन्न अवस्था असलेल्यांचीही सोय केलीये; तीसुद्धा रस्त्यावर गाणी म्हणून आणि भीक मागून मिळवलेल्या पैशातून!

माईंचा जन्म गरीब गुराखी घरात झाला. त्यांच्या समाजातल्या रीतीप्रमाणे वयात येतानाच त्यांचं लग्न झालं. नवरा त्यांच्यापेक्षा तब्बल २० वर्षांनी मोठा होता. सासरीसुद्धा माहेरपेक्षा वेगळी परिस्थिती नव्हती. भरीला सासरी ज्याच्या-त्याच्याकडून शिव्याशापच ऐकायला लागायचे. सतत छळ व्हायचा. माई नऊ महिन्यांच्या गरोदर असताना त्यांना सासरच्यांनी कायमचं घराबाहेर काढलं. नवऱ्यानं त्यांना मारहाण केली आणि घरातून हाकलून दिलं.

रक्तबंबाळ झालेल्या माई अर्धवट शुद्धीत होत्या. त्या कशाबशा पाय ओढत जवळच्या गाईच्या गोठ्यात गेल्या. तिथंच त्यांनी आपल्या मुलीला जन्म दिला. "मी शुद्धीवर आले. बघते तर काय, ती गाय माझ्या बाळाला चाटत

होती आणि जणू माझं रक्षण करत माझ्याजवळ उभी होती.'' माई जुन्या आठवणी जागवतात. ''त्या प्रसंगानं मला बळ दिलं आणि जवळचाच एक दगड हातात घेऊन मी माझ्या बाळाची नाळ तोडली. दुसऱ्या दिवशी सकाळी घरातले सगळे गोठ्याबाहेर जमले. त्यांनी मला बघितलं आणि मला त्या स्थितीत तसंच बाळासकट बाहेर हाकलून काढलं. तिथून मी माझ्या आईकडे गेले, तर 'जा, गाडीखाली जाऊन जीव दे.' असं म्हणून तिनंही थारा दिला नाही. मला भयंकर दुःख झालं. आता मी आणि माझ्या या लेकीनं जगावं तरी कसं?'' माई व्यथा सांगत होत्या.

त्यांनी आत्महत्या करायचं ठरवलं. एका कड्यावरून जीव द्यायला म्हणून त्या गेल्या. त्या उंच कड्यावरून माई खाली उडी मारणार, इतक्यात त्यांचं जवळच्या एका झाडाकडे लक्ष गेलं. कुणीतरी त्या झाडावर कुऱ्हाड चालवून त्याच्या काही फांद्या तोडल्या होत्या. त्याच्या खोडाची कोवळी लाल सालं आतून दिसत होती. ''ते पाहून माझ्या मनात आलं, इतक्या जीवघेण्या हल्ल्यानंतरही हे झाड जर जगू शकतं आणि अजूनही इतरांना सावली देऊ शकतं, तर मीसुद्धा इतरांना मदत करण्यासाठी काहीतरी करू शकते. त्या क्षणी मी ठरवलं, आपण जगायचं आणि तेही सार्थक होईल असं!'' माई म्हणाल्या.

आपल्या बाळाला घेऊन माई खाली उतरल्या. पुढे त्यांनी रस्त्यात, रेल्वे स्टेशनवर, गाड्यांच्या डब्यात, देवळापुढे बसून भीक मागितली. आपला गळा चांगला आहे असं त्यांच्या लक्षात आलं. त्या भक्तिगीतं गायला लागल्या. त्यांचं गाणं ऐकून लोक त्यांच्यापुढे पैसे टाकत. त्या पैशावर त्या आपलं आणि बाळाचं पोट भरायला लागल्या. त्यांनी बाळाचं नाव 'ममता' ठेवलं. 'ममता' म्हणजे आईचं प्रेम! रात्र झाली की, त्या कुठेतरी आसरा शोधायच्या.

त्या काळातल्या वेदनांनी माईंचे डोळे भरून आले. आपण किती हालअपेष्टा सोसल्या ते त्यांना आठवलं. त्या म्हणाल्या, ''एकदा तर मी स्मशानातही झोपलेय. कारण तिथं आपल्याला कुणी त्रास द्यायला येणार नाही, हे मला माहीत होतं. भुकेनं जीव कासावीस झाला होता. प्रेताजवळ ठेवलेले कणकेचे गोळे घेऊन मी त्याच्या रोट्या थापल्या आणि चितेच्या जाळावर भाजून त्या खाल्ल्या.''

हातात कटोरा घेऊन माई रस्तोरस्ती भीक मागत फिरत असत. त्या वेळी आई-बापानं टाकून दिलेली भिकारी मुलं त्यांनी पाहिली. माईंनी त्यांच्यावर आपल्या मायेची पाखर घातली. आपल्याला मिळालेल्या भाकर-तुकड्यातून त्यांना खाऊ घातलं. त्या त्यांच्यासाठी 'माई' झाल्या. आगगाडीतून भीक मागत त्या महाराष्ट्रातून पार दिल्ली आणि चंदीगडपर्यंत भटकल्या. त्या काळात त्यांना मेळघाटातल्या आदिवासींनी काही वेळा आसरा दिला. त्या बदल्यात त्यांनी तिथल्या

अनाथ आणि बेवारशी मुलांचा सांभाळ केला. एकदा जंगलातून जात असताना त्यांना एका बाळाच्या रडण्याचा आवाज ऐकू आला. आवाजाच्या दिशेनं डोकावून पाहिलं तर काय, एका घळीत छोटं बाळ त्यांना टाकून दिलेलं दिसलं. जंगली जनावरं त्याच्याभोवती होती. माईंनी एका आदिवासीला त्या बाळाची सुटका करा म्हणून विनवणी केली. बाळाचं नाव ठेवलं, 'दीपक' (दिवा). नाव मोठं प्रतीकात्मक ठरलं. कारण त्यानंच त्यांच्या आयुष्यातल्या महान कार्यावर प्रकाश टाकला.

भीक मागून जे पैसे मिळत, त्यातून माईंनी अमरावती जिल्ह्यात चिखलदरा इथं एक आश्रम सुरू केला. तिथं बेघर आणि अनाथ मुलांची सोय केली. माईंजवळ दुसरं काहीच साधन, कला नव्हती. त्यामुळे त्यांचं 'भीक मागणं' आपलं सुरूच होतं; पण देव कुठल्या ना कुठल्या रुपात त्यांच्या मदतीला धावायचा. शेजारी-पाजारी आणि अगदी अनोळखी माणसंसुद्धा मदतीला यायची. पैशाच्या, धान्याच्या, अन्नाच्या रुपानं देणग्या यायच्या. मुलांसाठी कपडे यायचे. हळूहळू एका आश्रमाचे अनेक आश्रम झाले. साऱ्या महाराष्ट्रभर पसरले. आता माईंनीही आपल्या कामाचं क्षेत्र वाढवलं. मुलांबरोबरच अनाथ, परित्यक्त बायकांना छप्पर दिलं. एखाद्या बाईला तिच्या मुलाबाळांसकट सासरच्यांनी घराबाहेर काढलंय असं कळलं की, सिंधूताई लगेच तिच्या मदतीला धावायच्या. आपल्या आश्रमात तिला थारा द्यायच्या. कारण त्या बाईच्या वेदना त्यांनी स्वत: सोसल्या होत्या.

''पण याच बायका मला त्या अनाथ पोरांना सांभाळायला मदत करायच्या. त्याचा दुहेरी फायदा व्हायचा. बायकांना घर आणि त्याबरोबर पोरंबाळंही मिळायची. त्या पोरांवर त्या पोटच्या लेकरांसारखी माया करायच्या आणि त्या आईविना पोरांना त्यांच्या रुपानं आई मिळायची.'' माई भूतकाळात डोकावत म्हणाल्या.

पण आपल्या मुलांना फक्त अन्न-वस्त्र-निवारा देऊन माई थांबल्या नाहीत. आश्रमातल्या प्रत्येक मुलाला त्या शाळेत घालतात, त्याला शिकवतात. आश्रमातली काही मोठी मुलं तर आता कॉलेजात जातात.

''मी एक वर्षाचा होतो, तेव्हापासून माईजवळ राहतोय.'' विनय सांगतो. विनय कायद्याचं शिक्षण घेतोय. प्रा. शाम रणदिवे हे सध्या माईंच्या कार्याबद्दल संशोधन करतायत. ''माईनं मला रस्त्यावरून उचलून आश्रमात आणलं. तिनं अनेकांच्या जीवनाला नवा अर्थ दिलाय. माझ्या संशोधनासाठी तिच्याहून दुसरा चांगला अभ्यास-विषय मला कुठून मिळाला असता?'' शाम सहजपणे म्हणतात.

माईंची पोटची मुलगी ममता. तीही चांगली शिकलेली आहे. समाजकार्य विषयात तिनं पदव्युत्तर शिक्षण घेतलंय आणि आपल्या आईचे काही अनाथाश्रम चालवते. माईंच्या पहिल्या दत्तक मुलासारखी, दीपकसारखी तीही माईंच्या कार्यात त्यांना मदत करते. दीपकला माईंनी सुमारे ४५ वर्षांपूर्वी दत्तक घेतलं.

ज्या मुलांना, बायकांना, म्हाताऱ्या माणसांना कुटुंबानं नाकारलं आहे, अशांना सिंधुताईंनी घराचं प्रेम दिलंय. जेव्हा सिंधुताईंना सर्वांत जास्त गरज होती त्या वेळी त्यांना मदत करणाऱ्या गाईलाही त्या विसरलेल्या नाहीत. गो-शाळा उभारून त्या गो-मातेचं ऋण व्यक्त करतात.

सिंधुताईंना आत्तापर्यंत दोनशेहून जास्त पुरस्कार मिळालेत. त्यांच्या कामात पैशांनी मदत करणारे अनेक आहेत. काही जण त्यांच्या आश्रमातल्या मुलांना अन्नधान्य आणि कपडेही देतात. सिंधुताईंना महाराष्ट्रातूनच नव्हे, तर देशभरातून इतकंच नव्हे, तर जगभरातून व्याख्यानं देण्यासाठी बोलावणी येत असतात; पण त्या जिथे जिथे असतात, तिथे तिथे आपला 'कटोरा' भिकेसाठी पुढे करतातच. "एकदा माणूस भिकारी झाला की, तो कायमच भिकारी होतो." त्या हसत हसत म्हणतात. पण "आता मी माझ्यासाठी नाही, तर माझ्या या मुलांसाठी भीक मागते." हेही त्या मुद्दाम सांगतात.

अशा या जगावेगळ्या आईचं तत्त्वज्ञानही जगावेगळंच आहे. तिच्या बोलण्यातून तिचं विशाल 'मातृहृदय' आपल्याला जाणवतं. आपल्याही काळजाला भिडतं. सिंधुताई म्हणतात, "रात्र भयानक असेलही, पण ती सरल्याशिवाय उद्याची पहाट कशी उगवणार? माझ्याबद्दल म्हणाल, तर माझ्या आयुष्यातली रात्र आता सरली आहे. माझ्या नवऱ्याला मी माफ केलंय. तो माझ्याशी जे काही वागला, त्याने माझा जो काही छळ केला, तो मी विसरलेय. उलट त्यानं जर मला घराबाहेर काढलं नसतं, तर माझ्या मुलांना त्यांची 'माई' कशी मिळाली असती, असंच मला वाटतं."

माईंच्या या मुलांमधल्या कुणाला बाळ झालं की, माईंच्या मनातही प्रेम दाटून येतं. आपण 'आजी' झाल्याचा अभिमान वाटतो. गमतीनं त्या म्हणतात, "मला किती नातवंडं आहेत, मलाच मोजता येत नाहीत; पण ती मला 'आजी' म्हणत नाहीत. सगळ्यांसारखं 'माई'च म्हणतात. माझा जन्म 'आजी' होण्यासाठी नाही, तर 'आई' होण्यासाठीच झालाय."

– मिता बॅनर्जी

माझं लेखनातलं पदार्पण!

"अम्मा, 'संपादकास पत्र' कोणीही वाचत नाही. तुला जर खरंच काही विचार मांडायचेत, तर तू गोष्ट का लिहीत नाहीस?" सिद्धार्थनं, माझ्या मुलानं विचारलं.

गोध्राहत्याकांडानंतर उसळलेल्या दंगलीनं माझं मन हादरून गेलं होतं. मला माझ्याच देशात 'परग्रहावरून' आल्यासारखं वाटत होतं. लोक या सगळ्या प्रकाराकडे 'थंडपणे' बघत होते. त्यांनी 'कारण आणि परिणामा'चा सिद्धान्त पचवला होता किंवा 'चालायचंच. अशा गोष्टी व्हायच्याच.' असं गृहीत धरलं होतं, असं मला वाटायला लागलं. एका ठरावीक मर्यादेनंतर शाब्दिक मतभेद, शाब्दिक भांडणं निरर्थक ठरतात. लोकांना जे हवं असतं त्याच्यावरच त्यांचा विश्वास असतो. तेच त्यांना अपेक्षित असतं, हे मला कळून चुकलं होतं. प्रत्येक गोष्टीतून लोकांना चटपटीत, सनसनाटी 'बातमी' हवी असते. प्रसिद्धी माध्यमातली माणसंही लोकांच्या असल्या प्रवृत्तींना खतपाणी घालत असलेली दिसतात. घडलेल्या घटनेचा ती त्यांच्या दृष्टीनं अर्थ काढतात. आपापले आदर्शाचे निकष लावून त्यांचं मोजमाप करतात; पण एवढ्यावरच भागत नाही, तर त्याबद्दलच्या चर्चांचं नेहमी वादावादीत रुपांतर होतं. हे सगळं घडताना बघून गप्प राहणं माझ्या मनाला पटत नव्हतं. त्यामुळे 'धर्माचा, धर्मभावनेचा वाढता दुरुपयोग' या विषयावर मी अनेक वर्तमानपत्रांत संपादकांना पत्र लिहायला सुरुवात केली.

माझा मुलगा सिद्धार्थ तेव्हा १० वर्षांचा होता. त्या वयातही त्याचं वाचन चौफेर होतं. हॅरी पॉटर तर त्याचा लाडका होताच, पण आर. के. नारायण यांचा 'स्वामी' आणि त्याची मित्रमंडळीही त्याची आवडती होती. मला आलेली, येणारी सगळी पत्रं मी त्याला दाखवत असे. आसपासचं जग आणि त्याची विविध पैलू असलेली शक्ती, प्रेरणा त्यानं त्याच्या वाचनातून समजून घ्यावी, असं मला वाटे.

परस्पर-संवाद साधण्यासाठी क़था, गोष्ट हे सर्वांत उत्तम माध्यम आहे, असं त्याला आता ठामपणे वाटत होतं. अजून तो वयानं तसा लहान असल्यानं त्याला कुठलीच गोष्ट अशक्य वाटत नसे. माझी धाकटी मुलगी संयुक्ता त्या वेळी सहा वर्षाची होती. तिचंही वय लक्षात घेता तिलासुद्धा असंच वाटत होतं. या दोघांमुळे मी लिहायला तयार झाले. तोवर मी कधीच काही लिहिलं नव्हतं आणि आमच्या घरी साहित्याचं किंवा पत्रकारितेचं वातावरणही नव्हतं. तरीसुद्धा आपण काहीतरी काल्पनिक कथा वगैरे लिहून बघावी, असं मला वाटलं. माझी प्रेरणा, माझे समीक्षक माझी मुलंच होती. त्यामुळे मी 'बालकथा' लिहिणं स्वाभाविकच होतं.

'धर्माचा अर्थ, आदर्श विषय मला हलक्याफुलक्या गोष्टींच्या माध्यमातून मांडता येतील का?' मलाच कळत नव्हतं. मी काय लिहिणार होते, याचा दोघांना काहीच अंदाज नव्हता. तरीही सिद्धार्थ आणि संयुक्ता दोघं माझ्या पाठीशी होते. त्यांना मी फक्त सातत्यानं लिहायला हवं होतं. निवांतपणे, पण निश्चितपणे काही गोष्टींचा 'संग्रह' तयार झाला. भारतातल्या सगळ्या धर्मातला मानवतावादी दृष्टिकोन या गोष्टींमधून दिसून येत होता. या निमित्तानं जगातल्या सगळ्या धर्मांबद्दल, त्यांच्या मूळ स्रोताबद्दल, त्यांचा इतिहास आणि आजचं स्वरूप या सगळ्याबद्दलच वाचन झालं. त्यावरून माझ्या असं लक्षात आलं की, पवित्र महान आत्मे वारंवार या पृथ्वीवर आले, त्यांनी समाजाला प्रेरणा दिली आणि आशेचा मार्ग दाखवला; पण दुर्दैवानं त्यांच्या शिकवणुकीचा, त्यांच्या वचनांचा लोकांनी विपर्यास केला, चुकीचा अर्थ लावला आणि त्या त्या काळात त्यांचा अपमानही झाला.

पहिल्यांदा या गोष्टी लहान मुलांच्या मासिकात प्रसिद्ध झाल्या. नंतर स्वतंत्र कथासंग्रहाच्या रूपात 'one' या नावानं प्रकाशित झाल्या. या सगळ्या प्रक्रियेत शांती आणि सलोख्यासाठी समर्पित वृत्तीनं, निष्ठेनं काम करणाऱ्या अनेक व्यक्ती मला भेटल्या. त्यांच्या कार्यामुळे मला आजच्या या निराशा आणि दुःखानं झाकोळलेल्या वातावरणात आशेचा किरण दिसला.

अशा तऱ्हेने अगदी अनपेक्षितपणे मी लेखनाच्या दिशेने वळले. माझं लिहितं होणं हे माझ्यासाठी फारच 'विशेष', 'खास' गोष्ट आहे. कारण माझ्या मुलांनी मला त्यासाठी प्रेरणा दिलीये!

– जमुना रंगाचारी

आई, तू अपराधी वाटून घेऊ नकोस!

“तुझी मारकुटी आई! तिनं तुझं डोकं कसं आपटलं, दात कसे पाडले यावर तुला कधीतरी लिहावंसं वाटेल.” माझी आई मला म्हणाली. मलाही वाटलं, खरंच आपण लिहू या याच्यावर!

वीस वर्षं झाली त्या गोष्टीला. मी अभ्यासात जरा मंद होते. घरचा अभ्यास करायला बसावं की, माझं मन हमखास भटकायला निघायचं. माझी आई बिचारी न थकता माझ्या बरोबरीनं गृहपाठ करायला बसायची. मी वर्गात कुठल्याच विषयात इतरांहून मागे राहू नये म्हणून खूप प्रयत्न करायची. मी फारसा अभ्यास करायचे नाही. त्यामुळे मला त्याचा बसायचा तो फटका बसलाच. माझ्या आईला त्याचा फार त्रास झाला. ती झाल्या गोष्टीसाठी स्वत:लाच दोष द्यायची, देतेय; अगदी मी हे आत्ता लिहीपर्यंत!

त्या दिवशी नेमकं काय झालं, ते आता मला सविस्तर आठवत नाही; पण मला वाटतं, त्या दिवशी मी पंजाबी मुळाक्षरं शिकत होते. माझ्या एकंदर गतीमुळे आई भयंकर वैतागली होती. तिनं मला डोक्यावर जोरात मारलं. ती येताना मला दिसली नव्हती. बेसावध असल्यानं भेलकांडत मी त्या टेबलावर तोंडावर आपटले आणि माझे दात पडले.

एवढं झाल्यावर मी पळत बाहेरच्या बागेत येऊन थांबले, हे मला आठवतं. मला माहीत होतं, आईपण माझ्या मागोमाग बाहेर येणार आणि मला जवळ घेणार. मी स्फुंदून स्फुंदून रडत होते. आवाज जरा जास्तच येत असावा. आईला माझ्या दिशेनं येताना मी बघितलं. आईला अपराध्यासारखं वाटत होतं आणि ते तिच्या चेहऱ्यावर दिसतच होतं. तिनं मला घट्ट मिठी मारली आणि ‘माझं चुकलं सोने.’ असं म्हणाली. नंतर अर्थातच आम्ही डॉक्टरकडे आणि दातांच्याही डॉक्टरकडे गेलो. त्या रात्री मी आईच्या गळ्यात हात टाकून झोपले!

या प्रसंगाच्या आठवणीचा ओरखडा अजूनही शिल्लक होता; पण माझ्या

अंगावर नाही, आईच्या मनावर!

मी मात्र बऱ्यापैकी शांत होते. कारण माझ्या बाबांसारखाच माझाही डावीकडचा पुढचा दात पडला होता. अर्थात त्यांचा कायमचा पडला होता आणि माझा दुधाचा दात! मला त्याचं वाईट वाटलं, पण मी त्यातून बाहेर आले.

पुढे जेव्हा केव्हा आईशी भांडणं किंवा वाद व्हायचा तेव्हा हा प्रसंग मी हुकमी एक्क्यासारखा वापरायचे; पण मोठेपणी मात्र मला कळायला लागलं की, त्याचा आईला किती त्रास झाला आणि अजूनही होत होता. तिला अजूनही त्या प्रसंगाची तेवढीच खंत वाटत होती.

पण आई, तुला अपराधी वाटेल असं मी काहीही करणार नाही, असं तुला वचन देते. उलट तुझ्या मनातली ती अपराधीपणाची भावना काढून टाक, असंच मी तुला सांगेन. मी तुझ्याशी कटुपणानं वागलेले प्रसंग आठव. तुला किती त्रास दिला ते आठव आणि मनातून ती खंत काढून टाक (मी तुला त्रास दिलेले प्रसंग खूप आहेत. आपल्या दोघींनाही ते ठाऊक आहेत). आई, आपण आपल्या मनाच्या पाट्यांवरचा मागचा मजकूर पुसून टाकू. मनाच्या पाट्या स्वच्छ करू.

– मासूम धिल्लाँ

फक्त आई? अंह!

पुढ्यात छान आवडत्या फ्लेवरच्या चहाचा वाफाळता कप, आवडत्या गाण्याचे मंद सूर आणि समोर रिकामा कॅन्व्हास; कुंचल्याची वाट पाहणारा! आयुष्यात अजून काय पाहिजे? काचेच्या भल्या मोठ्या फ्रेंच विंडोतून मी बाहेर बघत होते. माझं मलाच हसू आलं. आयुष्यातला आनंद अशा छोट्या छोट्या गोष्टीत असतो, हे कळायला मला साठ वर्षं लागलीत!

तीन वर्षांपूर्वीपर्यंत माझी ओळख 'सौ. शर्मा' आणि 'बिंदी, बेला, भूपेशची आई' एवढीच होती. त्यात मी अगदी आनंदी आणि समाधानी होते. मी एक उत्तम बायको आणि दक्ष आई होते आणि मला याची जाणीव होती. आयुष्य एखाद्या रहाटगाडग्यासारखं चालू होतं आणि त्याच्या नाड्या माझ्या हातात नव्हत्या. माझ्या नवऱ्याचं, कपिलचं करिअर बहरत होतं. प्रथितयश वकील म्हणून त्याचा नावलौकिक होत होता. तो त्याच्या कामात इतका गुंतलेला असायचा की, तसं पाहिलं, तर मुलांना मी एकटीनंच वाढवलं. त्यांच्या शाळेतल्या शिक्षक-पालक संघाच्या सभांपासून त्यांची दुखणी-खुपणी, आजारपणं, वाढदिवसाच्या पार्ट्या ते मुलं काय वाचतात-बघतात यावर बारकाईनं लक्ष ठेवणं इथपर्यंत सगळं करता करता मला क्षणभरही उसंत मिळायची नाही; पण त्यांची अभ्यासातली उत्तम प्रगती, त्यांना मिळालेली बक्षीसं, इतरही क्षेत्रातलं त्यांचं नाव, पुरस्कार पाहिले की, मला अगदी भरून पावायचं!

मुलं आता मोठी झालीत आणि त्यांना आता पूर्वीसारखी आपली गरज नाही, त्यांचं आता आपल्यावाचून अडणार नाही हे हळूहळू जाणवायला लागलं होतं. त्यामुळे मुलांना हवं तेवढंच मी त्यांच्यात लक्ष घालत होते. पुढच्या शिक्षणासाठी भूपेश अमेरिकेला गेला. बँकिंग क्षेत्रातल्या करिअरमध्ये बिंदी गुंतून गेली आणि बेलानं कॉम्प्युटरवर प्रभुत्व मिळवून ग्राफिक डिझाइनमध्ये चांगलं नाव कमावलं. तसं अजून सगळं घर मीच सांभाळत होते, पण आता खरंच

फारसंकाही करावं लागत नव्हतं. मुलांची लग्न होईपर्यंत हा निवांतपणा होता. तिघात पहिल्यांदा बिंदीचं लग्न ठरलं. तिला साजेसा जोडीदार मिळाला. तिच्यानंतर बेलानं नंबर लावला. आमच्या शेजारच्याच मुलाशी तिनं लग्न केलं.

पुढे जरा दुःखद प्रसंग आले. तिघांनाही अमेरिकेत उत्तम संधी मिळाल्या आणि ते एका पाठोपाठ एक अमेरिकेत गेले. इकडे आम्ही दोघंच! मुलांशी फोनवर तरी किती वेळ आणि काय बोलणार? मी इंटरनेट शिकून घेतल्यानं त्यांच्याशी मला 'चॅट' करता यायचं; पण दुधाची तहान ताकावर कशी भागणार? 'तू आता कामं कमी कर आणि मोठी सुट्टी घेऊन आपण मुलांना भेटून येऊ.' असं म्हणून मी कपिलच्या मागं टुमणं लावायचे; पण बायकोचं ऐकेल तर तो नवरा कसला? आम्ही आमची सेवानिवृत्ती आणि सुट्टीची योजना पुढं पुढं ढकलत राहिलो; आणि एके दिवशी... कपिल गेला! आम्हाला सोडून गेला! कायमचा! त्याचा पहिलाच हार्ट ॲटॅक जीवघेणा ठरला. मी पार कोलमडून गेले. 'आमच्याबरोबर अमेरिकेलाच चल.' म्हणून मुलं खूप आग्रह करत होती, पण मी गेले नाही. इथे मुंबईतच एकटी राहिले.

पण काही महिन्यांनी मला तो एकटेपणा खायला उठला. इतकी वर्षं माझा नवरा-मुलं-घर एवढंच माझं जग होतं. बाहेरच्या जगाशी माझा संबंधच नव्हता. मला करिअर नव्हतं की मैत्रिणी; ना माझा कुठला छंद होता! पण आता या वयात नव्यानं काही सुरू करणं अवघडच होतं. मी आपली घरातच टीव्ही बघत बसायचे. मी नुसती घरकोंबडी झाले होते, याचा माझा मलाच राग यायचा.

वर्षभर असं चाललं. मग मात्र मी मुलांकडे जायला तयार झाले. फिलाडेल्फियाला भूपेशकडे जायचं होतं. त्यानं 'क्लारा'शी लग्न ठरवलं होतं. एखाद्या परदेशी व्यक्तीबरोबर बोला-चालायची माझी पहिलीच वेळ! क्लारा तशी गोड मुलगी होती. तिची आई करीन. आमच्या दोघींची मैत्री जमली. तशा आम्ही एकाच वयाच्या होतो. अगदी प्रामाणिकपणे सांगायचं, तर तिची सिगारेटी ओढणारी, दारू पिणारी मित्रमंडळी मला मुळीच आवडायची नाहीत. त्यांची भाषापण शिवराळ होती; पण करीन मला जे काही म्हणाली, त्यामुळे माझं विचारचक्र सुरू झालं. ती म्हणाली, "विद्या, तू तुझ्यासाठी का जगत नाहीस? अगं, आता यापुढे मुलांना आपली गरज नाहीये. आपण आपल्यासाठी जगायला हवं."

तिच्या या बोलण्यामुळे मी मुलांकडे 'मला नातवंडं बघायचीत' हा हट्ट करायचं सोडून दिलं. उलट आजवर मला माझ्या आवडीचं जे जे करायला जमलं नव्हतं, ते मी करायला लागले. मी फिरायला जायला लागले, कला-प्रदर्शनं बघायला जायला लागले, म्युझियममध्ये वेळ घालवायला लागले. हे सगळं मला आवडत असल्याचं माझ्या लक्षात आलं. आता मी ट्यूब रेल्वेनं

एकटीनं इकडे-तिकडे जायला-यायला लागले होते. माझ्या दृष्टीनं हे खूपच होतं. माझं हे 'धाडस' ऐकून मुलांनी चेष्टा केली नाही, हे विशेष! उलट भूपेशच्या घराच्या तळघरात त्यांनी माझ्यासाठी स्टुडिओ तयार करून दिला.

आता मनात कुठल्याही प्रकारे खंत किंवा न्यूनगंड न आणता मी माझ्या मनाप्रमाणे वेळ घालवत होते. काही 'तांत्रिक' कारणामुळे मी आता जीन्स घालायला लागले होते.

वा! जीन्समध्ये इतकं छान सुटसुटीत वाटत होतं ना! आयुष्यात पहिल्यांदाच मी चित्रस्पर्धेसाठी फॉर्म भरला; तोही ऑनलाइन! मला त्यांनी बोलावलं. बेला कॉलेजमध्ये पहिली आली होती, तेव्हा जसं मला वाटलं होतं तस्संच आत्ताही वाटत होतं.

आता दर बुधवारी मी चित्रकलेच्या वर्कशॉपसाठी जायचे आणि तिथं मला सगळे 'विद्या' म्हणून ओळखायचे. फक्त आणि नुसतं 'विद्या'! करीन मला भेटायला आली, ''अगं, सहा महिन्यात कुणाच्यात एवढा बदल झालेला मी पाहिला नाहीये. सहा महिन्यात केवढी बदललीयेस तू!'' ती म्हणाली. माझं पहिलं चित्र विकलं गेलं. त्याचे पैसे हातात आले तेव्हा मी रस्त्यातून येताना नाचायची बाकी होते! रात्री मी मुलांना बाहेर जेवायला घेऊन गेले आणि रविवारी एका अनाथाश्रमातल्या सगळ्या मुलांना जेवण दिलं.

माझ्या मुलांना माझा खूप अभिमान वाटतोय. मला 'सांभाळत' बसण्यातून त्यांची सुटका झाल्याचं सुखसमाधानही त्यात असावं. मी काय म्हणतेय, 'साठ वर्षं सहा महिने' म्हणजे इतकं काही घाबरण्यासारखं नाही. 'म्हातारी इतकी न अवघे साडेसाठ वयमान!'

– शब्दांकन : शिफा मित्रा

देवाचं वरदान!

कोलकात्यातलं जून महिन्यातलं जीवघेणं ऊन माझी पाठ भाजून काढत होतं, पण मी हार मानली नव्हती. कोलकात्यातल्या नावाजलेल्या सिटी कॉलेजच्या दरवाजातून तिथला दरवान मला हाकलून देत होता, पण मी मात्र हलायला तयार नव्हते. गेला महिनाभर हाच प्रकार चालला होता. मला कॉलेजच्या प्रिन्सिपलला भेटायचं होतं, पण तो दरवान काही आत सोडत नव्हता. माझ्या मुलाला, सुब्रतोला त्या कॉलेजात घालण्यासाठी माझा आटापिटा चालला होता. कारण त्याची ॲडमिशन अवघ्या दोन टक्क्यांनी हुकत होती. ॲडमिशनच्या कट ऑफ लिस्टपेक्षा त्याला दोन टक्के कमी होते. फक्त दोनच टक्के! पण हा 'दोन' आकडा त्याच्या भविष्याचे दरवाजे बंद करायला पुरेसा 'मोठा' होता!

कॉलेजच्या प्रवेशद्वारापाशीच मदर मेरीचा पुतळा होता. रोज तिथं गेल्यावर मी तिची प्रार्थना करायचे. "मदर मेरी, एका आईची व्यथा तूच जाणू शकतेस. जगाला माझे अश्रू दिसत नसतील, पण माझं हृदय रक्तबंबाळ झालंय गं!" असं म्हणून मी तिच्यापुढे पदर पसरायचे.

शेवटचा उपाय म्हणून मी प्रिन्सिपलला कुरिअरनं एक पत्र पाठवलं. त्यात माझ्या कुटुंबाची खरी खरी परिस्थिती लिहिली. लिहिलं – 'वर्ष झालं माझा नवरा परागंदा झालाय. बऱ्याच जणांकडून त्यानं उसनवारी केलीये आणि आता परतफेड करता येत नाही, म्हणून तो पळून गेलाय. कर्जाचा हा मोठा डोंगर करून तो त्याच्या जबाबदाऱ्यांपासून, कुटुंबापासून तोंड फिरवून निघून गेलाय. माझ्या पदरात दोन लेकरं, अंधारं भविष्य आणि आत्महत्येचं पत्र मागे ठेवून हा पळपुटा माणूस परागंदा झालाय. त्याचं ते आत्महत्येचं पत्र आणि पोलिसांच्या तपासाची नोंद असलेली कागदपत्रंही मी या पत्रासोबत जोडली आहेत. माझा मुलगाच माझ्या घराच्या भविष्याची एकमेव आशा आहे.'

निराश होऊन मी घरी परतले. जणू माझ्या मुलाची स्वप्नं कोसळत होती

आणि त्यांच्या ढिगाऱ्याखाली मी गुदमरत होते, असं मला वाटत होतं. दुसरा दिवस हा ॲडमिशनचा शेवटचा दिवस होता. सुब्रतोचा उतरलेला चेहरा बघायचा, या विचारानं कशीबशी पाय ओढत मी घराचा जिना चढले.

दुसरा दिवस उजाडला. सकाळी सकाळीच फोनची घंटा वाजली. घरातल्या जीवघेण्या दुःखाचं वातावरण चिरत जाणारा तो आवाज ऐकून मी पट्कन फोन उचलून कानाला लावला. कुठली चांगली बातमी ऐकू येईल, अशी अपेक्षाच नव्हती.

''हॅलो, चॅटर्जीबाई, कॉलेजच्या प्रिन्सिपलनं तुम्हाला आणि तुमच्या मुलाला आज सकाळी दहा वाजता ऑफिसमध्ये बोलावलं आहे.'' तिकडून एका माणसानं सांगितलं आणि फोन ठेवून दिला.

मला काही सुधरेचना! 'प्रिन्सिपलनं बोलवलंय! म्हणजे! म्हणजे सुब्रतोला ॲडमिशन मिळाली की काय?' या विचारानंसुद्धा माझ्या अंगात उत्साह संचारला. एका तासात आम्हाला सगळी तयारी करायची होती.

सांगितलेल्या वेळेला मी आणि सुब्रतो ऑफिसमध्ये पोहोचलो. आमचं नशीब एवढं चांगलं असेल, यावर आमचा विश्वासच बसत नव्हता. प्रिन्सिपलच्या खुर्चीमागे भगवान येशूचं चित्र होतं. त्याच्याकडे पाहत मी मनातल्या मनात प्रार्थना केली. आमच्या चिंताग्रस्त चेहऱ्यांकडे प्रिन्सिपलचं लक्ष होतं. सुब्रतो फारच नर्व्हस झाला होता. उगाचच चुळबुळ करत होता. कुरिअरनं मी पाठवलेल्या पत्राबरोबर आणखी एक पत्र टेबलावर दिसत होतं.

''मिसेस चटर्जी, तुमचं पत्र मी वाचलं. दर वर्षी अशी बरीच पत्रं आमच्याकडे येतात; पण मी तुम्हाला वेगळ्याच कारणानं बोलावलंय. हे पत्र घ्या. वाचा.'' असं म्हणून प्रिन्सिपलनं ते दुसरं पत्र मला दिलं. हळूहळू माझी आशा मावळायला लागली. 'काय आहे या पत्रात? माझ्यासारखीच एखादी कर्मकहाणी? की त्याहून जास्त दुर्दैवी काही?'

मी वाचायला लागले. माझे डोळे भरून आले. ते पत्र माझ्या सुब्रतोनं प्रिन्सिपलला लिहिलं होतं. 'सहानुभूतीच्या कारणासाठी आपल्याला प्रवेश द्यावा.' अशी त्यानं विनंती केली होती. म्हणजे माझ्यासारखंच सुब्रतोनंही पत्र लिहिलं होतं तर! त्यानं त्याच्या पुढे असलेले सगळे पर्याय मांडले होते; काहीही हातचं राखून न ठेवता! पत्रातला 'तो' मजकूर वाचून तर माझ्या डोळ्यातून अश्रू घळघळ वाहायला लागले. त्यानं लिहिलं होतं –

'आमच्या घरात माझे वडीलच एकटे मिळवते होते. आमचं छोटं दुकान होतं. वडील निघून गेल्यानं दुकानाची जबाबदारी आता माझ्यावर आहे. या अतिशय महत्त्वाच्या टप्प्यावर माझ्यावर जबाबदारी आणि खूप ताण आहे.

त्यामुळे मी नीट अभ्यास करू शकलो नाही; पण मग मला माझ्यावरच्या जबाबदाऱ्यांची जाणीव झाली. माझं कर्तव्य काय ते लक्षात आलं. मग मी झटून अभ्यासाला लागलो. मागे पडलेला अभ्यास भरून काढायला लागलो. तरीही मला तुमच्या कॉलेजात प्रवेश मिळण्याइतके मार्क नाही मिळवता आले; पण मी वाईट विद्यार्थी नाही. जर मला तुमच्या कॉलेजात यायची संधी मिळाली, तर मी मला सिद्ध करून दाखवेन, असा मी शब्द देतो. मला तुम्ही प्रायोगिक तत्त्वावर प्रवेश द्यावा, अशी माझी विनंती आहे. जर मी तुमच्या अपेक्षा पूर्ण केल्या नाहीत, तर मला कॉलेजातून काढून टाका; पण सर, पहिल्या परीक्षेत पहिल्या शंभर विद्यार्थ्यांत माझा नंबर असेल आणि त्यापुढेही प्रत्येक चाचणी परीक्षेत मी तसंच यश मिळवून दाखवेन, असं मी वचन देतो. माझ्या कुटुंबाला आता फक्त माझाच आधार आहे; पण मला यापुढे शिकवण्याची आमची ऐपत नाही म्हणून कृपया आपण मला मदत करावी. सर, माझ्या आईच्या सगळ्या आशा मी फोल ठरवल्यात. त्यामुळे मी तिला तोंड दाखवू शकत नाही. माझी आई माझ्यासाठी 'देव' आहे आणि माझ्या देवाची इच्छा-अपेक्षा जर मी पूर्ण करू शकत नसेन, तर माझ्या लाजिरवाण्या जगण्यास काय अर्थ?'

'हा माझा सुब्रतो आहे? काल-परवापर्यंत मी त्याला बोटाला धरून चालवत होते. माझ्या हातानं घास भरवत होते. हा माझा 'मुलगा' सुब्रतो एवढा समंजस, पोक्त 'माणूस' झालाय! सगळ्या घराची जबाबदारी स्वतःच्या खांद्यावर पेलण्याइतका मोठा झालाय? माझं दुःख आणि घराच्या भविष्याचं शिवधनुष्य उचलण्याइतके याचे खांदे कधी मजबूत झाले?'

''मी सुब्रतोला आमच्या कॉलेजात ॲडमिशन देतोय. त्यानं मला दिलेलं वचन तो पाळेल, अशी मी आशा करतो. मिसेस चटर्जी, असा मुलगा आहे, हे तुमचं भाग्य आहे. तुम्ही फार सुदैवी आहे.'' प्रिन्सिपल अतिशय कौतुकानं हसून म्हणाले.

मी फक्त भाग्यवान नव्हते. मला वरदान मिळालं होतं! आम्ही दोघं कॉलेजातून निघालो. दारातल्या मदर मेरीच्या पुतळ्यापाशी मी थांबले. गुडघे टेकून तिच्यासमोर बसले; तिचे आभार मानायला, कृतज्ञतेनं तिची प्रार्थना करायला. मी माझ्या सुब्रतोला हृदयाशी घट्ट धरलं. माझ्या डोळ्यातून अश्रू वाहत होते. आपल्या आईची व्यथा, तिचं दुःख जाणणारा, पाहणारा आणि ते दूर करण्यासाठी यथाशक्ती प्रयत्न करणारा, माझा 'देवाचं वरदान' असलेला सुब्रतो! माझा सुब्रतो!

– शब्दांकन : अनुभा हरललका

निरंतर शिक्षण

"मा, तू कधी मरणार?"

माझ्या तीन वर्षांच्या लेकीनं हा भयंकर प्रश्न आईला विचारला; पण तिच्या चेहऱ्यावरचा निरागस भाव वेगळाच होता.

'आपल्याला काहीच वाटलं नाही' असं आईनं वरकरणी दाखवायचा प्रयत्न केला. "एवढ्यात नाही." मानं उत्तर दिलं. "पण असं का विचारलंस गं?" तिनं विचारलं.

"तूच तर सांगितलंस की, म्हातारी माणसं मरतात; आणि हल्ली तुझे पाय दुखतात, वय झाल्यानं तुला घरकाम होत नाही, अशी तुझीच तक्रार असते ना?"

"हो, पण आत्ता मरण्याइतकी मी म्हातारी नाहीये."

"मग तेवढी म्हातारी तू कधी होणार?"

"अं..ऽ अजून खूप वर्षांनी." आईनं मनाशी काहीतरी हिशोब करून तिला उत्तर दिलं.

माझी लेक बुचकळ्यात पडली. चिमुकल्या बोटांनी ती मोजायला लागली. एक, दोन, तीन, चार, पाच...

"म्हणजे तू मरशील तेव्हा मी पाच वर्षांची असेन का?"

"अहं! वीस वर्षांची असशील." आई शक्य तितक्या सहज आवाजात म्हणाली.

"वीस वर्षांची!" विचार करत लेकीनं विचारलं. "वीस वर्षं म्हणजे किती दिवस?"

"एका वर्षात तीनशे पासष्ट दिवस असतात." आईनं हिशोब मांडला.

"आत्ता मी किती वर्षांची आहे म्हणालीस? हो, साडेतीन!"

"म्हणजे वीस वर्षं..." आपल्याला हा हिशोब झेपणार नाही, हे लक्षात

आल्यावर तिचा आवाज उतरला.

माझ्या लेकीला गणित येत नाही, याची मला फारशी काळजी नव्हती. यापेक्षा माझ्या साडेतीन वर्षांच्या चिमुरडीला मृत्यूबद्दल काय कळलंय, हे माझ्या लेखी जास्त महत्त्वाचं होतं.

२६-११च्या दुर्घटनेला एक वर्ष झालं. त्या वेळी सगळीकडे मेणबत्त्या लावून प्रार्थना म्हणण्यात आल्या. त्या स्मृती जागवण्यासाठी कार्यक्रम झाले. टीव्हीवर दिवसभर तेच दाखवत होते. 'काय झालं' हे लेकीला समजावण्याची मी खटपट करत होते.

"माणसं मेली गं राणी!" मी म्हटलं.

"ती म्हातारी होती?" तिनं तिच्या नेहमीच्या तर्काला अनुसरून विचारलं.

"नाही." या दोन अक्षरांहून वेगळ्या शब्दांत तिला कसं काय समजावून सांगावं, याचा विचार करत मी उत्तरले.

"ती माणसं मेली, तेव्हा त्यांची मुलंपण माझ्यासारखी साडेतीन वर्षांची होती? का मा म्हणाली तशी ती वीस वर्षांची होती?" तिनं शंका उपस्थित केली.

"काही लहान होती, काही मोठी होती."

"मग आता मुलांना आई-बाबा नसतील, तर त्यांची काळजी कोण घेणार? आपण त्यांच्यासाठी काहीतरी करायला हवं." ती म्हणाली. लहान मुलं नेहमी पुढचा विचार करतात, सकारात्मक दृष्टीनं बघतात. त्यांच्यावर विश्वास ठेवायला हवा. आपल्याला मिळालेलं आयुष्य आपण कसं सुंदर करतो, आपल्यामुळे स्वत:ला आणि इतरांनाही आनंद कसा मिळवून देतो, हे महत्त्वाचं!

मानं मला दोन दिवस माहेरी राहायला बोलावलं. "अगं, वाईट बातमी आहे. तुझी मैत्रीण अर्चना गेली." ती म्हणाली.

अर्चना माझी शाळेपासूनची मैत्रीण. आमची घरंपण जवळजवळ होती. त्यामुळे एकाच शाळेत होतो. अक्षरश: एकत्रच वाढलो. अर्चना आमच्या ग्रुपमध्ये सर्वांत उंच, सर्वांत स्मार्ट आणि सर्वांत स्टायलिश होती. आमच्या छोट्या शहरात सर्वांत उठून दिसणारी मुलगी अर्चनाच होती. तिच्या मागे-पुढे अर्धा डझन तरी मुलं असायचीच. पुढे हायस्कूल संपल्यावर आमच्या सगळ्यांच्या करिअरचे मार्ग बदलले; पण एकमेकांबद्दलच्या बातम्या, महत्त्वाच्या घटना कळत असत. अर्चनाच्या लग्नाच्या दिवशी माझं-तिचं बोलणं झालं, ते शेवटचं. फोनवरूनच मी तिला शुभेच्छा दिल्या होत्या. ती खूप आनंदात होती, हे तिच्या आवाजातूनच कळत होतं.

"अर्चनाला काय झालं होतं?" मी माला विचारलं.

“आधीपासूनच तिच्या तब्येतीची कुरबुर असायची. ती जास्त वाढली म्हणायचं.” मानं सांगितलं.

“पण मला वाटतं, तिला फक्त ॲपेंडिसायटिसचा त्रास होता आणि इतक्या लहानवयात जाण्याइतकी तब्येत बिघडते म्हणजे काय? जगातले डॉक्टर काय करतात?” मी म्हटलं.

“ती ऑपरेशन टेबलवरच गेली गं!” मानं माझी समजूत घातली, पण ती गेली होती, हे मनाला पटतच नव्हतं.

“अगं मा, ती तरुण होती. अगदी माझ्याच एवढी.” मी बाजू मांडली.

‘जे तिच्या बाबतीत घडू शकतं, ते माझ्याही बाबतीत होऊ शकतं.’ ही भीती माझ्या स्वरातून डोकावत असावी बहुतेक!

“मृत्यू वय पाहत नाही बाळा!” आईनं तत्त्वज्ञान सांगितलं. “आणि मृत्यू कुठल्याही वयात आला, तरी त्याचं दु:ख हे असतंच. किंबहुना आपण आयुष्य किती जगलो यापेक्षा ते कसं जगलो, हे पाहणं महत्त्वाचं आहे.”

आपण काहीही करू शकतो, आपण ‘सर्वज्ञ’ आहोत असं आपल्याला नेहमी वाटत असतं; पण माझ्या लेकीकडून आणि माझ्या आईकडून मी अजून काही शिकायला हवं, असं मला आता कळून चुकलंय!

– मुमुक्षू मोहंती

हे बंध रेशमाचे

"टच वूड." आई म्हणाली.

"टच." मीही म्हटलं आणि दोघी खळखळून हसलो.

मला पहिल्यांदाच दिवस गेल्याचं मी आईला सांगितलं. राजस्थानचं लक्ष्मणगढ हे तिचं माहेर. ती तेव्हा सुटीसाठी तिथं गेली होती. ही साधारण वर्षापूर्वीची गोष्ट. त्या वेळी एस. टी. डी. बूथ इतके सर्रास नसायचे. पुन्हा फोन लागेलच, याची खात्री नसायची. मलासुद्धा लागोपाठ दोन दिवस प्रयत्न केल्यावर एकदाचा फोन लागला. कधी एकदा आईला ही गोड बातमी सांगतेय, असं झालं होतं. आई केव्हाची त्या बातमीची वाट बघत होती!

आमच्या या फोननंतर आठवडाभर आमचं काही बोलणं झालं नाही. फोन लागले नव्हते, हे तर कारण होतं; पण माझी आई माझ्याशी आठवडाभर बोलली नव्हती, हे पचवणं कठीण होतं. आईचा फोन नव्हता, तिनं माझ्या तब्येतीची चौकशी केली नव्हती, हे मला काही बरं वाटत नव्हतं. काहीतरी चुकत होतं!

ती कोलकात्याला परत जाण्याची मी वाट पाहत होते. ती ज्या दिवशी घरी पोहोचली, त्या दिवशी लगेच रात्री आठच्या सुमाराला मी तिला फोन गेला. पहिल्या झटक्यात फोन लागला, पण नोकरानं फोन घेतला. 'आईचं डोकं दुखतंय म्हणून ती फोन घेत नाहीये' असं त्यानं सांगितलं; पण बाबा आणि माझा भाऊपण फोनवर येऊ शकत नव्हते, असं जेव्हा तो म्हणाला तेव्हा मात्र माझ्या मनात शंकेची पाल चुकचुकली. घरात काहीतरी झालं होतं नक्की; पण मी सोळाशे किलोमीटरवर दूर! काय झालं होतं ते कळायला मार्गच नव्हता. दुसऱ्या दिवशी सकाळी मला कळलं की, आईला ब्रेन हॅमरेज झालं होतं आणि दवाखान्यात ठेवलं होतं. खरंतर तिला चार-पाच दिवसांपासून त्रास होत होता म्हणे, पण तिथल्या गावातल्या डॉक्टरांना नेमकं कळलंच नव्हतं आणि त्यांनी

तिला गॅस्ट्रिक इम्बॅलन्सवरची औषधं दिली. कोलकात्याला आल्यावर तिला चांगल्या न्यूरो सर्जनला दाखवलं. त्यांनी तिला तपासलं आणि लगेचच ब्रेन हॅमरेज झाल्याचं सांगितलं. दुसऱ्या दिवशी सकाळी तिला वुडलँड्स हॉस्पिटलमध्ये ICUमध्ये ॲडमिट केलं. पुढे वीस दिवस तिची जगण्या-मरण्याची लढाई सुरू होती. २१व्या दिवशी तिच्या तब्येतीचा धोका टळल्याचं डॉक्टरांनी सांगितलं. तिला खाजगी खोलीत हलवण्यात आलं. मग महिना-दीडमहिन्यानं तिला डॉक्टरांनी घरी सोडलं. अर्धांग वायूमुळे तिची सगळी उजवी बाजू लुळी पडली होती. तिला हात-पाय हलवता येत नव्हते. इतकंच नाही, तर तिचं बोलणंही थांबलं होतं आणि स्मृतीवरही थोडा परिणाम झाला होता. त्यासाठी तिला स्पीच थेरपी, फिजिओ थेरपी आणि ढीगभर औषधं द्यावी लागणार होती.

आमच्या घरातल्या सगळ्यांनी तिचं हे आजारपण माझ्यापासून लपवून ठेवलं होतं. त्याबद्दल मला कुणी काही सांगितलं नव्हतं. कारण तिला ब्रेन हॅमरेज झाल्याचा मला धक्का बसला होता, त्यामुळे माझ्या पोटातल्या बाळाला धोका होता. माझी अवस्था इतकी नाजूक होती की, कोलकात्यापर्यंतचा विमानप्रवास करण्यासाठी डॉक्टरांची परवानगी नव्हती. निदान पहिले तीन महिने तरी खूप सांभाळायला लागणार होतं. ते दोन महिने म्हणजे माझ्या आयुष्यातला फार कठीण काळ होता. एकीकडे मी माझ्या आईसाठी रडायचे, तर दुसरीकडे माझ्या पोटात वाढणाऱ्या बाळाचा 'आई' म्हणून विचार करायचे. माझी आई आणि मी एकमेकींच्या फार जवळ होतो. 'नेमकी आत्ताच आई आजारी कशी पडली' असं वाटायचं. 'देवाची ही काय योजना बरं?' मी लग्नं होऊन सासरी गेले, तेव्हापासून माझी आई माझ्यासाठी, जावयासाठी आणि आमच्या बाळासाठीसुद्धा देवाकडे प्रार्थना करत असायची.

काही वेळा वाटायचं, 'माझं हे पोटातलं बाळ माझ्या आणि आईच्यामध्ये दुवा आहे. 'टच वूड' हेच आमच्या संभाषणातले शेवटचे शब्द!' अखेर तीन महिने पूर्ण झाले आणि मी विमानानं कोलकात्याला गेले. विमानतळावर मला घ्यायला भाऊ आला होता. घरी पोहोचेपर्यंत वाटेत आम्ही एकमेकांशी काही बोलूच शकलो नाही.

घरी गेल्या-गेल्या मी आईच्या खोलीकडे धावत सुटले. तिचा एक हात झोळीत अडकवलेला होता. तोंड एका बाजूला वाकडं झालं होतं. तिला बोलताच येत नव्हतं. ती इतकी बारीक झाली होती की, विचारता सोय नाही. जेमतेम वीस किलो वजन झालं असेल तिचं!

आम्ही एकमेकींकडे बघत होतो. दोघींच्याही डोळ्यातून पाणी ओघळत होतं. दहा मिनिटं आम्ही एकही शब्द बोललो नाही. ती अंथरुणावर बसली होती.

मी तिच्याजवळ बसले. तिला घेता येईल तितकं घट्ट जवळ घेतलं. आम्ही अजूनही फक्त रडतच होतो. एवढ्यात तिच्या डाव्या हातानं तिनं मला थोडं ढकलल्यासारखं वाटलं. मी तिच्या डोळ्यात पाहिलं. तिनं तिचा डावा हात माझ्या ओटीपोटावर ठेवला आणि ती हसली.

"या जगात तुझं स्वागत आहे माझ्या सोन्या!" ती पहिल्यांदाच एवढं बोलली.

आम्ही दोघी हसत होतो. एकमेकींना जवळ घेत होतो. आणखीन रडत होतो; पण या वेळचे अश्रू आनंदाचे होते!

– रक्षा भारदिया

लक्षात येणं म्हणजे....

'जे' आत्ता भाषेतले स्वर शिकत होती. आधी तिची प्रगती अगदी छान होती, पण कुठेतरी ती अडखळायला लागली. मला वेळ मिळत नव्हता. त्यामुळे तिच्या अभ्यासाकडे माझं फारसं लक्ष नव्हतं; पण त्या दिवशी संध्याकाळी एकूणच मी तिच्या अभ्यासाचा आढावा घेतला, तर माझी फार निराशा झाली. कारण 'जे' आत्ता जे काही करत होती त्यापेक्षा खूप उत्तम गोष्टी उत्तम रीतीनं ती करू शकत होती. ती नेहमीसारखी उत्साही, चुळबुळी, चौकस नव्हती. 'जे'सारख्या मुलीला तो अभ्यास म्हणजे अगदी हातचा मळ होता, पण ती ते करत नव्हती. एकूणच परिस्थिती गंभीर होती.

मला त्रास देण्यासाठी ही तिची नाटकं चालली होती, असं मला आधी वाटत होतं, पण तिचा निरागस चेहरा पाहिल्यावर आपण आपलं वाटणं पुन्हा तपासून बघायला हवं, असं माझ्या लक्षात आलं. तिच्यातली चमक कमी होत होती, असं मला जाणवलं. मी तिला बोलण्यात गुंतवून ठेवलं. त्यातून मला एक गोष्ट कळली की, कुठल्यातरी तरुण शिक्षकानं तिला 'जे, तुला वाचता येत नाही.' असं सांगितलं होतं. 'जे'नं त्यांचं म्हणणं मान्य केलं. तिलाही ते खरं वाटलं आणि तिनं वाचायचा प्रयत्न करणंच सोडून दिलं. 'जे, तुला कधीच वाचता येणार नाही.' असा तिनं त्यांच्या बोलण्याचा अर्थ लावला. एखाद्या वेळेस शिक्षकांना ही मुलं मोठी झाली असं वाटत असेल, पण प्रत्यक्षात ती मनानं अजूनही लहानच असतात. मोठेपण-छोटेपणाचा तो सुंदर, सशक्त मिलाफ असतो.

मुलं फारच भावनाप्रधान असतात आणि मला ते माहीत आहे. सगळ्यांनाच हे कळावं किंवा त्यांची काळजी घ्यावी, अशी अपेक्षाही नाही. 'जे' अगदी रडवेली झाली होती. मी तिला मांडीत बसवलं. जवळ घेऊन तिला समजावून सांगायला लागले. ''जे, तू जर ठरवलंस, तर सगळं करू शकशील. तुला

येणार नाही, अशी कुठलीच गोष्ट नाही. तुला वाचता येणार नाही, असं जर तुला कोणी म्हटलं, तर तू त्यांना म्हणायला हवंस, 'मला वाचता येईल. मी तुम्हाला वाचून दाखवेन.' कसं वाचायचं ते 'जे'ला माहीतच आहे, पण वाचायचं म्हणजे काय ते तिला अजून कळत नाही. ममा तुला वाचायला मदत करेल. तुला वाचून बघायचं आहे?''

'जे'नं माझ्याकडे अविश्वासानं बघितलं. तिची नजर माझं काळीज कापत होती. मला तिला फसवून चालणार नव्हतं. प्रत्येक गोष्टीचा योग्य कार्यकारणभाव मला माहीत असणं आवश्यक होतं. जी व्यक्ती स्वत:च्या आयुष्यातल्या संकटांशी झुंज देत होती, तिच्यावर 'जे'नं डोळे मिटून विश्वास टाकावा, असं म्हणणं विचित्र होतं. 'जे, तुझी आई पूर्णपणे माणूस आहे, चुकणारी आहे आणि मुख्य म्हणजे ती 'सर्वज्ञ' नाही' असं मला तिला सांगायचं होतं.

आम्ही तीन अक्षरी शब्दांपासून सुरुवात केली. 'जे' आधी जरा अडखळत होती, पण नंतर तिचा मूड लागला. प्रत्येक शब्दागणिक तिचा आत्मविश्वास वाढायला लागला. तिची भीती कमी व्हायला लागली आणि तिला वाचण्यात आनंद वाटायला लागला. 'आपल्याला काही येत नाही.' हा विचार जरा मनातून काढून टाकला, तर आपल्याला सगळं करता येतं, हे मला तिला दाखवून द्यायचं होतं.' ''जेला ही गोष्ट जमणार असं लक्षात आलं?'' मी तिला जवळ घेऊन तिला समजावलं. तिचा चेहरा आनंदानं चमकला. एखाद्या चार वर्षांच्या छोट्या मुलीला सांगितलं की, तू सगळ्यात गोड, हुशार आहेस आणि ते तिला पटलं, तर तिचा चेहरा आनंदानं फुलून येणारच ना!

समजणं – 'realize' या शब्दापाशी तिची शाळेची गाडी अडली होती आणि आता ती आमच्या बोलण्यात सर्रास तो शब्द वापरत होती. बहुधा मी तिला जे काही सांगितलं होतं, ते कुठेतरी तिच्या मनात खोलवर रुजलं असावं. स्वामी विवेकानंदांनी म्हटलंय, 'शिक्षण म्हणजे माणसातल्या संपन्नतेचा शोध.' ही संपन्नता, परिपूर्णता माणसात असतेच. शिक्षणामुळे ती दिसून येते. मी हेच तर करत होते. 'जे'ला हेच तर लागू पडलं. तिथे मी स्वत: कमी पडले. तिथं मी बाहेरून मदत घेतली आणि त्याचा आम्हा दोघींना फायदा झाला.

– हार्टक्रॉसिंग्ज

७

अगाध शहाणपण

फक्त माताच भविष्याचा विचार करू शकतात. कारण, त्या आपल्या मुलांच्या रुपानं भविष्याला जन्म देतात.

– मॅक्सिम गॉर्की

मालिका वळण घेते तेव्हा

थेट काळजाला हात घालून डोळ्यांची कवाडं उघडून त्यातून पाणी बाहेर खेचणाऱ्या मालिकांनी टीव्ही चॅनल्स गजबजून जाण्याच्या सध्याच्या काळाच्या बऱ्याच आधीची गोष्ट आहे ही! त्या काळी आपल्या टीव्हीवर छोटेखानी मालिका असायच्या. तेरा वर्षांच्या मुलीला आपल्या भावना पडद्यावर बघता येणं, ही पर्वणीच होती! (ही तेरा वर्षांची मुलगी म्हणजेच मीच होते.) त्या वेळी या मालिका दुपारच्या वेळी दाखवल्या जायच्या. मला ही वेळ अगदी सोयीची होती. माझी आई सारखी कामात गुंतलेली असायची. त्यामुळे तिला टीव्ही पाहायला उसंतच मिळायची नाही. तसा तिला 'महान' व्यक्तिरेखा असणाऱ्या त्या 'ऐतिहासिक' मालिका बघत बसायचा पेशन्सही नव्हता.

या सगळ्यात मी एका व्यक्तीचा विचारच केला नव्हता. ती म्हणजे माझी आजी. मालिकेतली गोष्ट एखाद्या महत्त्वाच्या टप्प्यावर येऊन जरा 'वेगळा' सीन यायला आणि आजीबाई तिथं येऊन टपकायला एकच गाठ पडायची. या आमच्या 'चार्मिंग' आजीला कल्पनेशी काही देणं-घेणं नसायचं. आजी शेतावर वाढली होती; गावच्या वातावरणात. त्यामुळे तिच्या वागण्या-बोलण्यात एक प्रकारचा तुटकपणा, तिखटपणा होता.

तरीही तिच्याबरोबर टीव्ही बघताना अवघडायला व्हायचं. एखादा सीन पाहून ती मोठ्यांदाही रडायची! अशा वेळी मी धडपडून रिमोट ताब्यात घ्यायचे आणि घाईघाईनं चॅनल बदलायचे; पण माझं नशीब असं की, 'रिमोट' त्या वेळी काहीही बदल घडवायला 'नम्र नकार' द्यायचा! पूर्ण असहकार पुकारायचा! मी शक्य ते सगळं करून बघायचे; पण व्यर्थ! तो चॅनल तस्साच!

तोवर आजी सोफ्यामध्ये ऐसपैस बसून घ्यायची. इकडे माझा चेहरा लाल व्हायचा. भयंकर लाजल्यासारखं वाटायचं. पुन्हा एकदा मी 'रिमोट'चा धावा करायचे, पण तो काही ते चॅनल सोडायचा नाही. समोरची दृश्य बघून वाटायचं,

‘आत्ता धरणी दुभंगून पोटात घेईल तर बरं!’

अशा तऱ्हेनं वयात आलेली ताडमाड नात आणि ठेंगणी ठुसकी आजी; दोघी मिळून अनेक दुपार ‘डेली सोप’ बघण्यात घालवत होत्या. त्यातल्या नायिका दुष्टपणानं वागायच्या, मनाला येईल तसं क़रायच्या आणि आम्ही दोघी सारख्याच उत्साहानं आणि तुच्छतेनं ते सगळं बघायचो. गोष्टीतलं रहस्य वाढायचं, खलनायक शाप द्यायचे, पण शेवटी सत्याचा विजय व्हायचा आणि मग ‘आपल्याला हे आधीच माहीत होतं’ असं मी आणि आजी खूश होऊन म्हणायचो.

आता तसा एखादा तास मोकळा मिळायला कितीतरी महिने वाट पाहावी लागते. आता आम्ही वेगळ्याच विश्वात वावरतो; पण तो एक तास आमच्यात कुठेतरी प्रेमाचे धागे निर्माण करून आम्हाला एकत्र आणत होता, एवढं मात्र खरं!

– नम्रता कुमार

स्वतंत्र भरारी मुलाची, कहाणी आईच्या त्यागाची

१९५१ साल होतं. थंडीचा फेब्रुवारी महिना होता. एक छोटा जीव या जगात येऊ पाहत होता. त्या छोट्या गावात दवाखाना नव्हता. तिथे ना रस्ते होते, ना वीज, ना पाणी, ना स्वच्छतागृहं! या गोष्टी आपण आजकाल गृहीत धरतो, पण त्या या छोट्या गावात नव्हत्या. गावातली अनेक मुलं जिच्या हातून जन्माला आली, तीच मिडवाइफ याही मुलाच्या जन्माच्या वेळी तिथं होती. तिच्या हातची काही मुलं जगली आणि काही दगावली. हिमालयाच्या कुशीतल्या एका सुंदर, निसर्गरम्य, पण दुर्गम खेड्यातली ही अवस्था होती. मिडवाइफ बाळंतिणीच्या खोलीतून बाहेर आली. तिच्या हातात एक गोंडस गाठोडं होतं. बाळाच्या जन्माची वाट बघणारी घरातली मंडळी इकडे-तिकडे जरा पांगली होती. मिडवाइफ बाहेर आलेली बघून सगळे जण उत्सुकतेनं तिच्याभोवती जमले. काही क्षण ती गप्पच होती. सगळ्यांची उत्सुकता शिगेला पोहोचली होती. 'काय झालं?' हा एकच प्रश्न सगळ्यांच्या मनात होता. मिडवाइफ हसली आणि म्हणाली, "मुलगा झाला."

आपल्या जन्माचा आनंद अख्ख्या गावात साजरा करतायत, हे स्वत: त्या बाळाला माहीतच नव्हतं. आपले बाबा देशाच्या सीमेवर काम करतायत, हे तरी त्याला कुठं ठाऊक होतं? त्याला आपल्या आईच्या उबदार कुशीशिवाय दुसरं काही कळत नव्हतं. आईची मायेची कूसच तर त्याला हवी होती! किंबहुना ती त्याची गरज होती.

बाळ आला, पाच वर्षांचा झाला. त्याच्या बाबांची बदली आणखी दूरच्या ठिकाणी झाली. त्यामुळे त्याला आईसकट पुन्हा आपल्या गावी यावं लागलं. गावात छोटी शाळा निघाली होती. तिथं त्याचं नाव घालता येणार होतं. नाहीतर त्याला बोर्डिंग शाळेत घालण्याचा दुसरा पर्याय होता. त्याच्या आईला तसंच करावंसं वाटत होतं, पण घरापुढच्या अंगणात आनंदानं बागडणाऱ्या बाळाला तिनं पाहिलं आणि त्याला घरापासून दूर ठेवण्याचा विचार पार हद्दपार करून

टाकला. इतक्या नाजूक, छोट्या वयात एखादी आई आपला पोटचा गोळा असा लांब कसा पाठवू शकली असती? ती त्याच्याकडे टक लावून बघत राहिली आणि तिनं नवऱ्याला तिनं जे ठरवलं होतं, ते कळवलं.

त्यानंतर बऱ्याच वर्षांचा काळ लोटला. मी माझ्या सासूबाईंना विचारलं की, त्यांनी त्यांच्या मुलाला बोर्डिंग शाळेत कसंकाय पाठवलं? "अगं बाई, सोपं नव्हतं असं ठरवणं." सासूबाई सांगत होत्या, "पण त्याला चांगलं शिकवायचं होतं आणि आमच्या छोट्या गावात ते काही शक्य नव्हतं. म्हणून शेवटी मी त्याला पाठवायचं ठरवलं. चांगल्या जगण्याची संधी द्यायचं ठरवलं. मनावर अगदी दगड ठेवला बघ! आधी दु:ख झालं खरं, पण शेवट तर गोड झाला! अंत भला, सो सब भला." त्यांनी प्रेमानं माझ्याकडे बघितलं आणि म्हणाल्या, "आणि मला वाटतं, तो शिकला नसता, तर तू त्याच्याशी लग्न केलं नसतंस!"

मी त्यांचे सुरकुतलेले हात धरले. खरंच, या माऊलीनं केवढातरी त्याग केला होता! "आई, खरंच तुम्ही खूप मोठ्या आहात." मी पुटपुटले. आता माझा मुलगा १६ वर्षांचा झालाय. हळूहळू भरारी घ्यायची तयारी करतोय. त्याच्या पंखात शक्ती येतेय. लवकरच तो स्वत:चं नशीब उजळवण्यासाठी दूर उडून जाईल आणि मलाही त्याला दूर पाठवावं लागेल. कारण प्रेम म्हणजे मुलांना ताब्यात ठेवणं, आपल्याशी बांधून ठेवणं नव्हे. उलट त्यांना मोकळ्या आकाशात उंच भरारी घ्यायला मोकळं सोडणं, हेच खरं प्रेम!

– रमा कटोच

पृथ्वीवरचा 'देव'

"वत्सा, तुझ्या पुढच्या जन्मात तुला काय हवं ते सांग." देव मला म्हणाला.

"तू माझ्याबरोबर असायला हवं." मी म्हटलं.

"तथास्तु!" देव म्हणाला.

मी पृथ्वीवर आलो आणि सगळीकडे देवाला शोधलं, पण मला काही तो सापडला नाही.

इकडेतिकडे, भेटणाऱ्या प्रत्येक व्यक्तीचा चेहरा मी पाहिला. तो कुठेच दिसला नाही. कुणीतरी मला तिच्या आश्वासक कुशीत ठेवलं आणि एका क्षणात मी गाढ झोपी गेलो.

देव माझ्या स्वप्नात आला.

"कुठे होतास तू? तू माझी इच्छा पूर्ण नाही हं केलीस!" मी म्हटलं.

"अरे, हे काय! मी तुझ्याबरोबरच तर आहे." देव म्हणाला. मी डोळे उघडले आणि माझ्या तोंडून पहिला शब्द निघाला, "मा!"

– हर्ष स्नेहांशु

जावे 'तिच्या' वंशा!

"अगं सानू, तुझ्या मैत्रिणींना हाका मारून सोसायटीच्या तलावात पोहायला का जात नाहीस? नुसतं आई, मी काय करू? मला कोणी नाही खेळायला, अशी भुणभुण नको करूस!" माझ्या नऊ वर्षांच्या लेकीला, सानयाला मी रागवत होते. तीसुद्धा तितकीच चिडून म्हणाली, "मी सगळ्यांना रोज रोज खेळायला बोलावत असते, पण कुण्णालाच वेळ नसतो. कुणाला शिकवणीला तरी जायचं असतं, कुणाला क्लास तरी असतो. नाहीतर त्यांना नुसतं बसून टीव्ही बघायचा असतो. मग मी तरी काय करू!"

"हे बघ, नेहमीचं जाऊ दे. आत्ता हाका मारल्यास का तू त्यांना?" माझा पारा जरा उतरला होता.

"काही नको, मला नाही त्यांना बोलवायचं." असं म्हणून सानू एकदम रडायलाच लागली. मी तिला जवळ घेतलं, थोपटलं. मग हळूहळू ती शांत झाली. माझ्या सानूसाठी एक 'आई' म्हणून मला काहीतरी करावंच लागणारच होतं. खरंतर तिच्या मैत्रिणींच्या आयांना फोन करून मला त्यांना झाडावंसं वाटत होतं. मुलांना मोकळेपणानं खेळू द्यायला हवं, एवढं त्यांना कळत नव्हतं? पण आधी सानू त्यांना बोलवायला का नको म्हणत होती, ते समजून घेणं मला महत्त्वाचं वाटलं नाही. नाही म्हणजे, मी तिची बाजू घेत होते, म्हणून नव्हे, पण आपल्या मैत्रिणींना 'खेळायला येता का?' एवढं साधं विचारायला तिनं का नाही म्हणावं?

हे घडलं त्यानंतर एक-दोन दिवसांनंतरची गोष्ट. आम्ही गरबा खेळायला गेलो. शहरातला एकदम 'पॉश' गरबा होता तो. खेळायला आलेल्या सगळ्यांचे कपडे एकदम भारी होते. मुलांनी-पुरुषांनी ट्रॅडिशनल अंगरखे घातले होते. त्याच्यावर छान आरसे विणलेले होते. मुलींनी-बायकांनी जास्त करून मरून आणि लाल रंगाची चनियाचोळी घातली होती. पायात पैंजण होते. कपड्यांवर

छान भरतकाम होतं. बहुतेक गरबा संयोजक एकच मोठ्ठा गोल आखतात आणि त्यावर उभं राहून प्रत्येक जण आपापली नाचाची स्टेप घेतो; पण इथे मात्र असं नव्हतं. बऱ्याच जणांनी आपापले ग्रुप केले होते आणि स्वतंत्रपणे गरबा आणि 'रास'च्या स्टेप्स करत नाचत होते.

आमचा चौघींचाच छोटासा ग्रुप होता. सानू, माझी मोठी लेक ऐश्वर्या, तिची परदेशी मैत्रीण कॅथरीन आणि मी. आम्ही चौघीच होतो. त्यामुळे आमचा आम्ही गोल करून नाचू शकत नव्हतो. आपण एखाद्या ग्रुपबरोबर जाऊ शकतो का म्हणून आम्ही इकडेतिकडे बघत होतो. अगदी साध्या-सोप्या स्टेप्स करणारा एक ग्रुप आम्हाला दिसला. बरं झालं. आता त्यामुळे कॅथरीन आणि छोटी सानूसुद्धा त्यांच्यात नाचू शकणार होती! आम्ही त्यांच्यात गेलो, पण काही मिनिटांतच तो ग्रुप पांगला. पुन्हा आम्ही चौघीच उरलो, हे पाचच मिनिटांत माझ्या लक्षात आलं. कसंतरीच झालं. आम्ही नाचायच्या थांबलो आणि एका कोपऱ्यात उभं राहून उदार मनाचा ग्रुप दिसतोय का ते आणखी एखादा बघायला लागलो.

आता या वेळी ज्या ग्रुपमध्ये लहान मुलंही असतील असा ग्रुप मी शोधत होते. तसा एक सापडला आणि आम्ही त्यांच्यात सामील झालो. काही मिनिटांतच पुन्हा त्याही ग्रुपमधल्यांनी आत छोटा गोल आणि बाहेर मोठा गोल केला. आणखी थोड्या वेळानं त्यातले बहुतेक सगळे नाचणारे वेगळाच गोल करून नाचायला लागले आणि पुन्हा एकदा आम्ही चौघीच बाजूला पडलो.

आमचे चेहरे पडले. याही ग्रुपनं आम्हाला त्यांच्यात घेतलं नव्हतं. पुन्हा एकदा मनाचा हिय्या करून आम्ही तिसऱ्या ग्रुपमध्ये शिरलो. त्यांनी आम्हाला अगदीच सरळसरळ 'नाकारलं' नाही, पण त्यांच्या वादकांनी वाद्यं वाजवायचं लगेच थांबवलं आणि नाचणाऱ्यांनी तिथून काढता पाय घेतला!

गरब्याला जायची आमची खूप इच्छा होती. आम्हाला ते मनापासून आवडलं होतं आणि मुलींना गरबा न खेळताच घरी घेऊन जायचं, हे मला पटत नव्हतं. आम्हाला रिकाम्या खुर्च्या दिसल्या. आम्ही जाऊन बसलो. काही वादक जरा विश्रांती घेत होते. त्यांच्याशी आम्ही गप्पा मारायला लागलो. मी मनातून जरा खट्टू झाले होते, पण मुलींना उत्साह देत होते. १५-२० मिनिटांनी वादक पुन्हा वाजवायला लागले. तो आमचा आवडता तीनताल होता. नाचायला म्हणून आम्ही उभ्या राहिलो आणि 'सानू तिच्या मैत्रिणींना बोलवायला जायला का तयार नसते.' हे मला त्या क्षणी कळलं. माझ्या मनात एक भीती निर्माण झाली. आसपास सगळे छान नाचणारे ग्रुप्स दिसत होते आणि त्यांच्यापैकी कुठल्याही ग्रुपमध्ये सामील व्हायला मला भीती वाटत होती. मनात धास्तीच बसली होती.

'त्यांनीसुद्धा आपल्याला घेतलं नाही तर?' पंधरा-वीस मिनिटं आम्ही त्या ग्राऊंडमध्ये चकरा मारत होतो. मी आणि माझ्या मागे या तिघी! कुठल्या एखाद्या ग्रुपमध्ये मी वर्णी लावून घेतेय का म्हणून त्या माझ्याकडे आशेनं बघत होत्या, पण मला ते शक्य झालं नाही. अगदी आमचा स्वतंत्र गोल तयार करण्याचंही धारिष्ट्य मला झालं नाही.

सानू मैत्रिणींना बोलवायला का तयार नसायची, ते मला त्या वेळी कळलं. तिला त्यांनी 'नाही' म्हणायची धास्ती वाटत होती. या धास्तीपोटीच ती त्यांना खेळायला हाका मारायला तयार नव्हती. तिला बाहेर जाऊन खेळायचं नव्हतं असं नाही, तिला नुसतीच भुणभुण करायची होती, असंही नाही; पण त्यांच्या नकाराची तिला भीती वाटत होती. माझ्याही मनात आठवणी दाटून आल्या. त्या वेळी माझी थोरली स्केटिंग शिकत होती. तिनं सगळ्यांच्या पुढे जोरात स्केटिंग करत जावं असं मला वाटायचं. मी त्यासाठी सारखी तिच्या मागे लागायचे; पण एकदा मी स्वत:च ते स्केट्स बांधले, तेव्हा 'स्केटिंग करणं किती अवघड असतं.' हे मला कळलं. जोरात स्केटिंग करायचं, तर मीसुद्धा किती घाबरले होते!

असो. पुन्हा 'त्या' संध्याकाळकडे वळू या. आम्ही त्या ग्राऊंडमध्ये अशाच चकरा मारत होतो. तेव्हा आमच्यासारखेच एकटे पडलेले काही छोटे ग्रुप्स होते, असं आमच्या लक्षात आलं. मी एक-दोन जणांकडे गेले, त्यांच्याशी बोलले आणि आम्ही सगळ्यांनी मिळून आमचाच एक ग्रुप बनवला आणि नाच करायला सुरुवात केली. आमच्यासारख्या सगळ्यांना आम्ही आमच्यात घेतलं. हळूहळू आमचा २० जणांचा ग्रुप झाला. छान मोठ्ठा गोल करून गाण्यांच्या तालावर मनसोक्त नाचत आम्ही धमाल केली.

घरी जाताना मी सानूला जवळ घेतलं. "सानू, अगं कुठल्याही नव्या ग्रुपकडे जायला मलाही घाबरायला होत होतं. वाटायचं, 'त्यांनी आपल्याला त्यांच्यात नाही घेतलं तर?' तू त्या दिवशी मैत्रिणींना हाका मारायला जायला 'नाही' का म्हणालीस, ते मला आज कळलं." मी तिला म्हटलं.

"हं, मलापण वाटतंय, सोसायटीतल्या या मुलींपेक्षा मी मुलांशीच खेळायला सुरुवात करावी. मुलं रोजच संध्याकाळी येतात. कदाचित मलाही नवा ग्रुप मिळेल!" सानू समजूतदारपणे उत्तरली!

– रक्षा भारदिया

अनंत 'तिची' ध्येयासक्ती, अनंत अन् आशा!

सकाळचे आठ वाजले हाते. फिजिओथेरपी विभागात कुणीच नव्हतं. माझ्याशिवाय तिथं झाडून-पुसून घेणारा फक्त एक वॉर्डबॉय होता. थेरपिस्ट अजून यायचे होते. एवढ्यात त्या झुलत्या दाराचा आवाज आला. दार उघडलं होतं आणि व्हीलचेअर ढकलत एक बाई आत आली. अगदी साधी, 'परवडणारी' सुळसुळीत साडी, सपाट चपला आणि एकूणच राहणी आणि बाकीची ठेवण पाहून ती टिपिकल मध्यमवर्गीय महाराष्ट्रीयन बाई होती, हे कळतच होतं. चाकाच्या खुर्चीवरची व्यक्ती म्हणजे त्या बाईचा मुलगा होता, असं मला नंतर कळलं. त्याला स्वत:ला उठता-बसता येत नसल्यानं बेल्ट लावून त्याला खुर्चीत अडकवून ठेवलं होतं. त्याचे हातपाय, बोटं, टाचा सगळं काही वळलं होतं, वाकडं झालं होतं. नजर शून्यात होती. नजरेत काहीच भाव नव्हता. त्याच्या कपाळाचा काही भाग आत गेल्यासारखा झालेला दिसत होता. मेंदूच्या ऑपरेशनमुळे आणि इतरही अनेक ऑपरेशन्समुळे असं झालं होतं! त्याच्या दोन भुवयांमध्ये कुंकवाचा टिळा होता. त्यावरूनच त्याचा धर्म कळत होता.

ती अगदी आरामात त्याला घेऊन येत होती. वॉर्डबॉयच्या वतीनं त्या 'पी' नावाच्या पेशंटला खुर्चीवरून उचलत होते. काय काय घडत होतं, ते सगळं ती त्याला सांगत होती. "बरं का रे, आज रवी आहे ड्युटीवर! बघितलंस का त्याला! आता ते तुला अलगद उचलून खाली ठेवतील. घाबरू नकोस." ती त्याचे पट्टे सोडवताना सतत त्याच्याशी बोलत होती. "अरे, तुझे पाय बांधलेत, पण तुझं हृदय अगदी ठणठणीत आहे हं! शहाणा माझा राजा!" मग पेशंटला सरळ उभं करण्यासाठी त्या खुर्चीची रचना बदलली गेली. 'पी'नं सगळ्या शक्तिनिशी आपल्या स्वत:च्या बोटांनी बटण दाबावं म्हणून तिनं त्याला चुचकारलं. "ढकल, पी ढकल." ती म्हणत होती. त्याने ते कसंबसं केलं. तिनं टाळ्या वाजवून त्याचं कौतुक केलं आणि तो जणू १०वीची परीक्षाच पास

झाला असावा, अशा थाटात तिनं त्याचं अगदी अभिनंदनसुद्धा केलं!

हे सगळं ती रोजच करत होती. न थकता, कुठलीही चालढकल, टाळाटाळ न करता. तिच्या दिसण्यात-वागण्यात कुठेही दुःखाची, निराशेची छाया दिसत नव्हती. हे फक्त त्या दिवशीचंच नव्हतं. कितीतरी दिवस-वर्षं झाली त्या घटनेला. ११ जुलै २००६चा दिवस. त्या दिवशी ट्रेनमध्ये त्याच्या शेजारीच बॉम्बस्फोट झाला. त्या दिवसापासून तो असा झाला होता. त्या वेळी त्याची बायको पहिल्या मुलाच्या वेळी गरोदर होती. नातवंडाच्या जन्मापासून तर या बाईमधली 'आई' आणखीनच कणखर झाली होती आणि आपल्या 'मुलाला' परत माणसात आणायचा तिनं विडाच उचलला होता. हे सांगताना डोळ्यात येणारं पाणी तिनं थोपवून धरलं होतं. त्याच्यासाठी तिनं बालवाडीतल्या मुलांसाठी असतात, तसली प्लॅस्टिकची खेळणी आणली होती. त्यात एक छोटी उभी काठी होती. त्यात रंगीत प्लॅस्टिकच्या चकत्या आकाराप्रमाणे अडकवायच्या होत्या. "हा कुठला रंग आहे? लाल? जांभळा?" ती त्याला विचारायची. त्याच्या घशात नळी घातलेली होती. त्यामुळे त्याला स्पष्ट बोलता यायचं नाही, पण ओठ हलवून मात्र तो काहीतरी सांगायचा. रंगांसारखंच आकड्यांचं - "सहा दुने किती? चौदा? बारा?" ती विचारायची. तो बरोबर उत्तरावर बोट ठेवायचा आणि तिच्या चेहऱ्यावर आनंद पसरायचा.

मला तिथं काम करणाऱ्या नर्सेस सांगत होत्या. "या मुलाच्या पालकांच्या चेहऱ्यावर 'हे आमच्याच नशिबी का?' असा प्रश्न कधीच नसतो. 'यात चूक कोणाची? दोषी कोण?' असं त्यांच्या मनात कधीतरी येत असेलही, पण त्यांनी तसं कधीच बोलून दाखवलं नाही. त्यांना एवढंच माहीत होतं की, आपला मुलगा अडचणीत आहे. आपल्या मुलाला मदतीची गरज आहे आणि त्याला मदत करणं, हे पालक म्हणून आपलं कर्तव्य आहे." ती प्राथमिक शाळेत शिकवत होती, पण मुलाला दवाखान्यात ठेवल्याच्या दुसऱ्या दिवशीच तिनं नोकरी सोडून दिली. नोकरीतला आपला इतक्या वर्षांचा अनुभव, आपली सगळी शक्ती तिनं आपल्या २८ वर्षांच्या या मुलासाठी पणाला लावली होती, कारण तिचा हा तरुण मुलगा आता तान्ह्या बाळासारखा झाला होता.

त्याच्या मेंदूची बरीच ऑपरेशन्स झाली होती. दिवसांचे महिने झाले, पण त्याचा कशालाच प्रतिसाद मिळत नव्हता. त्याच्यात सुधारणा होण्याची अंधुकशी आशाही नव्हती. त्याच्यात काहीच बदल होत नव्हता; पण डॉक्टर म्हणायचे, "त्याच्यात अगदी हळूहळू सुधारणा होतेय. पूर्ण बरं व्हायला काही वर्षं लागतील." डॉक्टरांवर विश्वास ठेवून ते वाट पाहत होते. दवाखान्यातून एखादा पेशंट बरा होऊन घरी निघाला की, त्यांच्या डोळ्यात पाणी यायचं. आता हा दवाखानाच

त्यांचं दुसरं घर झालं होतं. त्यांच्या नातीचा, या मुलाच्या मुलीचा पहिला वाढदिवस आला. प्रसार माध्यमांनी या गोष्टीची 'बातमी' केली, पण 'पी' मात्र शांत झोपलेला होता. दिवस असो की रात्र, कुणीही येवो की जावो त्याला त्याचं काहीच नव्हतं! नळ्या त्याला 'भरवायच्या' आणि नळ्याच त्याचं शरीर स्वच्छ करायच्या. वॉर्डबॉय रोज त्याचं अंग पुसून त्याला मसाज करायचे आणि त्याच्यासाठी प्रार्थनासुद्धा! त्याचा काहीही प्रतिसाद नसताना, त्याला ऐकू येतंय की नाही याचा विचार न करता सगळे त्याच्याशी गप्पा मारायचे. खूप बोलायचे. सगळं सांगायचे आणि आश्चर्य म्हणजे हळूहळू तो आसपासच्या गोष्टी त्याला कळत असल्याचं दाखवायला लागला होता. त्याच्या काही गोष्टींवरून त्याचं हे भान दिसत होतं. तो एखादं बोट हलवायचा. ओळखीचा आवाज ऐकला की, त्याच्या डोळ्यातून अश्रू ओघळायचा. 'आपण कधीतरी हा चेहरा पाहिला आहे' अशी ओळख पटल्यासारखी स्मितरेषा त्याच्या चेहऱ्यावर तरळून जायची. त्या दिवशी त्यानं पुन्हा तसंच केलं. तो मंद हसला. त्याच्या लेकीच्या वाढदिवसाबद्दल त्याला सांगितलं, तेव्हा तो ओळखीचं हसला. मुलीबद्दल काहीतरी सांगायला म्हणून त्यानं ओठही हलवले. त्याची आईतर चोवीस तास त्याच्या जवळच बसलेली असायची. त्याचं खाणं-पिणं, सलाइनच्या बाटल्या, औषधं-गोळ्या, त्याला या कुशीवरून त्या कुशीवर करणं सगळ्यावर तिचं लक्ष असायचं. त्याला 'बेडसोर्स' होऊ नयेत म्हणून ती सतत काळजी घ्यायची. तिच्यावर खूप कामं पडायची, पण तिला त्याचं काहीच वाटत नव्हतं. तो तिच्या जगण्याचाच भाग होता. पोटच्या गोळ्यासाठी ती सगळं आनंदानं करायला तयार होती.

इथे या फिजिओथेरपीच्या खोलीत ती बरेचदा वॉर्डबॉयबद्दल त्याला सांगते. त्याला दाखवून देते. आधी डावीकडून हाक मारते, मग उजवीकडून, मग मागून आणि पुन्हा डावीकडून. तिला असं करून करून कंटाळा कसा येत नाही, याचं मला आश्चर्य वाटतं. तो एखादं बाळ असल्यासारखं ती त्याचे डायपर ओले झाले नाहीत ना, हे सारखं बघत असते. अर्थात तिच्यासाठी तो 'बाळ'च आहे. ती त्याच्या बायकोबद्दल, मुलीबद्दल, त्याच्या भूतकाळाबद्दल त्याला कितीतरी वेळा सांगत असते. तिच्यात एवढी चिकाटी कशी? मला नवल वाटतं. त्याला आता अस्वस्थ वाटायला लागलं की, तिला 'आतूनच' कळतं. त्याला बसल्या अवस्थेत निदान अर्धा तास तरी ठेवावं लागतं. त्याला आराम वाटत नाहीये, असं तिला वाटलं की, ती त्याला थोडं तिरकं बसवते. थोडी पोझिशन बदलून बघते. तिनं असं केलं की, त्याच्या घशातली घरघर थांबते. तिचा तर्क बरोबर असतो. मग त्याला बराच आराम पडतो. तो शांत होतो आणि ती जे सांगत असते, ते ऐकतो. त्याचा ताणलेला चेहरा सैलावतो. ती काय म्हणत असते, ते

त्याला कळत असावं, असं वाटतं. ''तुला परत जाऊन पोहे खायचेत?'' असं तिनं विचारल्यावर तो तोंड हलवतो. त्याला नक्कीच 'हो' म्हणायचं असतं.

अजून त्याला घट्ट पदार्थ खाता येत नाहीत म्हणून तो हसतो. ''सोन्या, आता थोडेच दिवस! तुला पुन्हा पोहे खाता येतील हं राजा. हे बघ, तुला थोडी ताकद आली की, बरं वाटेल. मग डॉक्टर आपल्याला घरी सोडतील. आपण घरी गेलो ना की, मग तुला काय हवं ते मी खाऊ घालीन.'' ती त्याची समजूत काढते. त्याच्याकडून काहीतरी प्रतिसाद येईपर्यंत ती काही ना काही बोलत राहते. प्रत्येक वाक्यागणिक तिच्या मनावरचा ताण आणि ममता तिच्या बोलण्यातून आलटून पालटून जाणवत राहतात.

खरंच, जगात आईचं धैर्य, संयम अफाट आहे. त्याला तोड नाही!

– शीला जयवंत

जया काकू

माझी मैत्रीण श्रेया स्वतःच्या पायावर उभी आहे. तिचं खूप छान चाललं आहे. ती मुंबईत एका मोठ्या बँकेत नोकरी करते. भरपूर पगार मिळवते, भरपूर खर्च करते. ती स्वतःला 'श्रीमंत एकटा जीव सदाशिव' म्हणते. पॉश वसाहतीत मोठ्या घरात राहते. उंची बूट-चपला, पर्स वापरते.

आजची श्रेया अशी सुखवस्तू आहे, पण आमच्या लहानपणी तिचं एवढं चांगलं नशीब नव्हतं. तिची आई आणि ती दोघीजणी भावाच्या छोट्या खोलीत राहायच्या. त्यांच्याकडे तर टीव्हीसुद्धा नव्हता. त्या रोज फक्त भात-वरण खायच्या. कधीतरी काही विशेष किंवा सण-बीण असला की, मग क्वचित एवढंसं चिकन करायच्या. श्रेयाची आई आसपासच्या मुलांना इंग्रजी शिकवायची. या शिकवणीच्या पैशावरच दोन वेळचं भागवायची धडपड करायची. श्रेया तीन वर्षांची असताना तिचे बाबा कॅन्सरनं वारले.

श्रेयाची आई जर तिच्याबरोबर नसती, तर आजच्यासारखी श्रेया दिसलीच नसती. जया काकूंनी आपली पैशाची चणचण कधीच श्रेयाला कळू दिली नाही. चेहरा कायम हसरा ठेवला. एकदा तर किराणा माल आणायलासुद्धा त्यांच्याजवळ पैसे नव्हते. त्या कोरडी पोळी-भाकरी खायच्या, पण श्रेयाला मात्र सगळं जेवायला द्यायच्या.

श्रेयाचा आठवा वाढदिवस मला चांगला आठवतोय. त्या वेळी त्या दुसरीकडे राहायला गेल्या होत्या. त्यांच्या आसपास छान झाडं होती.

मी आणि माझी आई आइस्क्रीमच्या दुकानातून येत असताना जयाकाकू आम्हाला भेटल्या. त्यांनी आम्हाला थांबवलं. माझ्या डोक्यावरून हात फिरवला. "हिला आज संध्याकाळी आमच्याकडे पाठवा." त्या आईला म्हणाल्या. त्यांच्या आमंत्रणाचं आईला जरा नवल वाटलं. कारण आजवर त्यांनी असं कधीच बोलावलं नव्हतं. "नक्की पाठवते. मीच येईन तिला तुमच्याकडे सोडायला."

आई म्हणाली.

त्या दिवशी पाच वाजता आम्ही त्यांच्या छोट्या खोलीत पोहोचलो. खोलीत एक जुना सोफा, लाकडी टेबल आणि पलंग एवढंच सामान होतं. जया काकूंनी छान साडी नेसली होती. ती म्हणे त्यांना काकांनी आणली होती. त्यांनी केसांचा अंबाडा घातला होता आणि त्यावर नाजूक मोगऱ्याचा गजराही! तशा त्या कधीच मेकअप करायच्या नाहीत, पण आज त्यांनी डोळ्यात काजळ घातलं होतं. श्रेया त्यांच्या जवळच उभी होती. तिनं आज घातलेला फ्रॉक मी या आधी कधी पाहिला नव्हता. मला पाहून तिनं आनंदानं उडी मारली. "हे बघ ना, 'मा'नं माझ्यासाठी काय केलंय! तिथे टेबलावर बघ." ती उत्साहानं म्हणाली. मी टेबलाकडे पाहिलं. तिथं आमच्या इथल्या सगळ्यात चांगल्या बेकरीतला केक होता आणि काही बाऊलमध्ये घरी केलेला खाऊ होता. केकच्या मध्यावर एक मेणबत्ती होती. केकवर लिहिलं होतं, 'हॅपी बर्थ डे माय डियरेस्ट!'

आई मला तिथं सोडायला आली होती. ते सगळं पाहून तिला आश्चर्याचा धक्का बसला. तो तिच्या तोंडावर दिसतच होता. "दीदी, हे एवढं सगळं फारच महाग..."

"अहो माझ्या लेकीपुढे हे काहीच नाही. आजच्यासाठी मी पैसे साठवले होते." जया काकू म्हणाल्या.

आम्ही सोफ्यावर बसलो. श्रेया केक कापायला लागली, तेव्हा आम्ही 'हॅपी बर्थ डे'चं गाणं म्हटलं.

मला आठवतंय. मी अगदी सहज विचारलं होतं, "अय्या काकू, श्रेयाला प्रेझेंट नाही आणलं?"

श्रेयाला वाचनाची आवड होती म्हणून माझ्या आईनं तिच्यासाठी गोष्टीचं पुस्तक आणलं होतं. जया काकूंना लाजल्यासारखं झालं. "अगं, मी काहीच आणलं नाही गं तुझ्यासाठी. सॉरी बाळा. असं काही आणायला हवं, हे माझ्या डोक्यातच आलं नाही. किती बावळट आहे मी! मला माफ कर राणी. थांब, आत्ता जाऊन काहीतरी घेऊन येते तुझ्यासाठी." असं म्हणून पर्स घ्यायला त्या उठल्या.

श्रेयानं तिच्या आईकडे बघितलं. तिच्या डोळ्यात पाणी आणि ओठावर हसू होतं. "मा, तू आधीच माझ्यासाठी इतकंकाही केलं आहेस. हा केक, हा खाऊ. तू इतके कष्ट करत असतेस, पण सारखी माझ्याबरोबर असतेस. माझ्यासाठी! मी लहान आहे, पण माझ्यासाठी मा आणि बाबापण होण्यासाठी तू किती धडपड करतेस, हे मला कळतं. आजच्या या सगळ्या गोष्टींसाठी तू गेले काही दिवस धड जेवली नाहीयेस, हे माझ्या लक्षात आलं नाही, असं वाटतंय तुला?

तू तुझा आवडता साबणसुद्धा आणला नाहीस, हे कळलंय मला; आणि हे सगळं कशासाठी? फक्त माझ्याच वाढदिवसासाठी ना?'' श्रेया म्हणाली. माय-लेकींनी एकमेकींना मिठी मारली.

पुढच्याच आठवड्यात माझा वाढदिवस होता. 'मला वाढदिवसासाठी काहीही नको.' असं जाहीर करून मी घरातल्या मोठ्यांना आश्चर्याचा धक्काच दिला. मुद्दाम भेटवस्तू आणणं महत्त्वाचं नाही, हे मला कळून चुकलं होतं. ''अगंबाई, इतक्या लहानवयात एवढं शहाणपण?'' सगळे आपसात चर्चा करत होते. ही मोठी माणसं लहानांना भावनिकदृष्ट्या 'लहान' समजतात, हेच खरं!

श्रेयाचं शालेय शिक्षण संपलं. तिला भारतातल्या एका नामांकित बिझनेस स्कूलमध्ये पुढचं शिक्षण घेण्यासाठी स्कॉलरशिप मिळाली. ती आईला घेऊन मुंबईत आली. ''आजपर्यंत आईनं माझ्यासाठी खूप काही केलं. आता माझी पाळी. मी तिच्यासाठी काहीतरी करणार.'' ती म्हणते.

श्रेयाच्या वाढदिवसाची ती 'पार्टी' मला आठवते. आयुष्यात किती साध्या साध्या गोष्टी असतात नाही? मी स्वतः इतकी निःस्वार्थी बाई होऊ शकेन की नाही मला माहीत नाही; पण मला जया काकूंसारखी काकू भेटली, याचाच खूप आनंद आहे!

– सई घोष

हसत-खेळत जगा!

माझी लेक 'काल' सिनेमाची सीडी घरभर वेड्यासारखी शोधत होती. त्या सिनेमातला नाच आज त्यांच्या वर्गातल्या मुली शिक्षकांसमोर करून दाखवणार होत्या आणि त्यासाठी ती सीडी आणायची जबाबदारी तिच्यावर होती. शाळेत जायची वेळ आली होती आणि अजून तिला ती सीडी सापडत नाही म्हटल्यावर माझा आटा सरकला. सगळ्या आया अशा प्रसंगी जे करतात, तेच मी केलं. "एक गोष्ट कधी जागेवर ठेवाल तर शपथ! स्वत:च्या जबाबदाऱ्या कधी कळणार तुम्हाला? तुम्ही शंभर गोष्टी इकडे-तिकडे फेकणार आणि त्या शोधायला मी तुमच्या मागे मागे फिरू होय?" माझा तोंडाचा पट्टा सुटला. खरंतर तिला शाळेला निघायला उशीर होताना मी असं टोकाचं अतिशयोक्त बोलायला नको होतं, पण मला काही राहवलं नाही. माझा प्रत्येक शब्द मिनिटागणिक तिचं टेन्शन वाढवत होता. तिनं घरभर ती सीडी शोधली, पण कुठेच सापडत नाही म्हटल्यावर डोळ्यात पाणी घेऊन माझ्यापुढे उभी राहिली. "पण आई, अगं काल संध्याकाळी मी प्रॅक्टिस केली, तोवर ती सीडी माझ्या म्युझिक सिस्टिममध्येच होती. आता अशी कशी कुठे गेली कळतच नाही." ती मुसमुसायला लागली.

ती एवढं म्हणाली आणि त्या क्षणी माझ्या डोक्यात उजेड पडला. सकाळी फिरायला जाताना ऐकायला म्हणून मीच ती सीडी माझ्या डिस्कमनमध्ये टाकली होती. मी धावत गेले. एवढा गोंधळ उडवून देणारी ती सीडी त्या डिस्कमनमध्ये शांतपणे पहुडली होती. धैर्य एकवटून मी ती सीडी लेकीपुढे धरली. ओशाळवाणं पाहत तिच्या हातात दिली. "सॉरी" असं मोठ्या प्रयत्नपूर्वक म्हटलं. माझ्या लेकीनं माझ्याहून ओशाळून बघितलं (कारण तोवर आपली आईच आपली 'तारणहार', 'मदतगार' वगैरे वगैरे आहे, असं तिला वाटत होतं.). मग ती मनमोकळं हसली. धाकटाही तिला सामील झाला. 'अगं, तू इतकं मनाला लावून घेऊ नकोस.' असं त्यांना म्हणायचं असावं. त्यांच्या हसण्यानं वातावरणातला

ताण कमी झाला. 'बघ, तूच घेतलीस, द्यायला विसरलीस आणि वर मलाच 'विसरभोळी' म्हणून किती ओरडलीस' असा त्याच्यात अंशही नव्हता. हा तिच्या मनातला माझ्याबद्दलचा आदर होता की अशाच आदराची माझ्याकडून तिची अपेक्षा होती? अनपेक्षित प्रतिक्रियेचा शोध घेण्यासाठी मी तिच्या नजरेत खोलवर पाहिलं; पण तिच्या टपोऱ्या डोळ्यांच्या स्वच्छ, निरागस नजरेत 'अगं, जाऊ दे, एवढं काय त्यात!' असाच भाव होता. माझ्यासारखीला हा भाव वेगळा वाटला असावा, पण तिच्याएवढ्या मुलांसाठी हे नेहमीचं, स्वाभाविक होतं. कारण चुकतमाकतच आपण मोठं होतो, हा त्यांचा नैसर्गिक भाव आहे. त्यामुळे तिची प्रतिक्रिया सहज-स्वाभाविक होती.

सात वर्षांच्या माझ्या लेकीनं आयुष्यातली फार मोठी गोष्ट मला शिकवली – 'हसत-खेळत जगावं!'

– रक्षा भारदिया

आईचं कपाट

एखाद्या संध्याकाळी विशेष कुठं जायचं असलं की, मी माझ्या कपड्याच्या कपाटासमोर उभी राहते आणि 'शी बाई, मला घालायला काहीच नाही' हे ठरलेलं वाक्य म्हणते. कमरेवर हात ठेवून त्या उघड्या कपाटाकडे बघत राहते. सगळे कपडे खालीवर करून उचकटत राहते. एखादी ग्रामोफोनची तबकडी मोडली की, कशी पुन्हा तेच तेच गात राहते, तसेच मी ते कपडे पुन्हा पुन्हा धुंडाळत राहते. खरंतर माझ्याकडे वेगवेगळ्या फॅशनचे तऱ्हेतऱ्हेचे कपडे आणि पर्सेस आहेत. कुठून कुठून आणलंय हे सगळं! पण एवढं असूनही 'शी बाई, मला आत्ता घालायला काहीच नाही' याच वाक्यावर गाडी येऊन थांबते.

आत्ता हे लिहितानासुद्धा माझ्या आईचं गोदरेजचं कपाट माझ्या डोळ्यासमोर येतंय. तिचं कपाट केव्हाही पाहा, कायम नीटनेटकं! एकही साडी घडी न घालता तशीच कोंबलेली दिसणार नाही. आजकालच्या कपाटात दिसणार नाही, पण तिच्या कपाटात मध्यभागी एक लॉकर होता. तो इतर कप्प्यांइतकाच रुंद होता. त्याच्यात आई 'खास' साड्या ठेवायची. त्यांना ती 'बाहेरच्या साड्या' म्हणायची (म्हणजे या साड्या लग्नाला, साखरपुड्याला किंवा एखाद्या नाचाच्या/गाण्याच्या कार्यक्रमाला जाताना नेसायच्या किंवा गावाला नातेवाइकांकडे जाताना वापरायच्या होत्या). माझ्या लहानपणी तिच्या या 'बाहेरच्या' प्रकारच्या बरोब्बर नऊ साड्या होत्या, असं मला पक्कं आठवतं. या नऊ साड्यांतल्या दोन साड्या तिच्या लग्नातल्या होत्या!

तिच्या कपाटात इतर कप्प्यांत साध्या सुती साड्या असायच्या. त्या ती घरात नेसायची. घरात नेसायच्या असल्या, तरी याही छान परीटघडीच्या असत. ब्लाऊज आणि परकर ठेवण्यासाठी स्वतंत्र कप्पे होते. ते कपाट फक्त कपडे किंवा साड्यांचं नव्हतं. त्यात तिच्या लग्नातले पिवळे पडत चाललेले ब्लॅक अँड व्हाईट फोटो होते. मी आणि माझ्या बहिणीनं लिहिलेली पत्रं होती. माझे वडील कामानिमित्त बाहेरगावी असताना त्यांनी लिहिलेली पत्रं होती. तिच्या वाढदिवसाला पाठवलेली कार्ड्स होती.

मासिकांचे, वर्तमानपत्रांचे दुर्गापूजा विशेषांक होते, निबंधस्पर्धेत किंवा शाळेत सर्वोत्कृष्ट विद्यार्थिनी म्हणून आम्ही मिळवलेली पदकं होती – सगळा खजिनाच होता! त्या कपाटात तिचे सोन्याचे दागिनेही होते 'दागिने बँकेच्या लॉकरमध्ये ठेव.' म्हणून आम्ही तिच्या कितीदा मागे लागलो होतो, पण तिनं ते कधीच ऐकलं नाही. हे कपाट म्हणजे तिचं विश्व होतं. ते ती शेवटपर्यंत असंच ठेवणार होती आणि शांत झोपणार होती.

अजूनही तिच्याकडे गेलं की, तिला कपाट उघडायला लावून हा खजिना बघायचा असा आमचा कार्यक्रम असतो. आम्ही समोर पलंगावर आडव्या पडतो आणि तिचं हे विश्व जवळून न्याहाळत बसतो. तिनं नवीन काय काय आणलंय, हे बघायला आम्हाला आवडतं. तिच्या कपाटातला नव्या-जुन्याचा संगम बघणं हा आमच्या वाढत्या वयाचा एक भागच झालाय. तिच्या प्रत्येक साडीला स्वत:चं व्यक्तिमत्त्व आहे. मेकअपच्या पेटीतल्या प्रत्येक वस्तूची स्वत:ची कहाणी आहे. त्या गोष्टी कितीही वेळा ऐकल्या, तरी त्यांचा कधीच कंटाळा येत नाही. आज तिच्या लॉकरमध्ये कितीतरी साड्या आहेत; भारतभरातून तिच्या मुलींनी तिच्यासाठी आणलेल्या!

आम्हा बहिणींच्या घरात बरेच वॉर्डरोब आणि कपाटं आहेत. माझ्या बहिणीकडे तर माझ्यापेक्षा जास्त साड्या आहेत – लालुचेरी, माहेश्वरी, म्हैसूर सिल्क आणि बनारसी हे सगळे प्रकार आहेत तिच्याकडे; पण माझ्या आईच्या कपाटातला आपलेपणा, जवळीक ना माझ्या वॉर्डरोबमध्ये आहे ना माझ्या बहिणीच्या!

आता पुलाखालून खूप पाणी वाहून गेलंय. काळ बदललाय. आई एका दुर्धर दुखण्याशी लढतेय. बाकी गोष्टी बदलल्यात, पण आईचं कपाट अजूनही इतक्या वर्षांनंतर त्याच जागेवर उभं आहे. आज मी तिला भेटायला गेले की मात्र आधीसारखी तिच्या कपाटासमोर उभी राहत नाही. आयुष्यातल्या कटूतेनं आमचा तो आनंद हिरावून घेतलाय. ती अजूनही छान, चुरचुरीत, परीटघडीच्याच साड्या नेसते. दवाखान्यात जातानाही ती नीटनेटकी असते. एकदा तिला फ्रॅक्चर झाल्यानं स्ट्रेचरवरून दवाखान्यता न्यावं लागलं. तेव्हासुद्धा ती नेहमीसारखीच इस्त्रीच्या साडीवर मॅचिंग ब्लाऊज अशीच होती. नीटनेटकेपणा तिचा स्थायी भाव आहे. टापटीप तिच्या स्वभावातच आहे. तिच्या कपाटातून एखादी साडी काढायला ती आम्हाला सांगते, तेव्हा हेच सांगते.

आपल्या कपाटासमोर उभं राहून 'शी, आत्ता मला घालायला काहीच नाही.' असं माझ्यासारखी म्हणणारी आई मी कधीच बघितली नाही. आज तिच्या आयुष्याच्या संध्याकाळी काही वेळा आम्ही तिच्या 'बाहेरच्या' नऊच साड्यांच्या दिवसांबद्दल बोलतो, तेव्हा ती म्हणते - ''जे तुमच्याकडे आहे त्यात समाधानी असणं, हे महत्त्वाचं!''

– दीपिका

मातृत्व

आमच्या बाह्य रुग्ण विभागात बऱ्याच आया आपल्या विकलांग मुलांना घेऊन येत असतात. काही मुलं तोतरी असतात, काहींना दृष्टिदोष असतो, काही बहुविकलांग असतात, तर काही बाहेरून न कळणारा श्रवणदोष असलेली असतात. वडलांना कामावर जायचं असतं, त्यामुळे आया एकट्याच मुलांना घेऊन येतात. क्वचित कुणाबरोबर नात्यातलं बाईमाणूस असतं. बरेचदा आणखी एखादं भावंडंही बरोबर येतं. या बायका कामानं पार थकून आणि दुःखानं पिचून गेलेल्या असतात. आपल्या पोटाला चिमटा घेऊन या आया मोठ्या डॉक्टरांच्या फिया भरतात, पण लेकराला त्यांच्याकडे घेऊन जातात. बहुतेक आया मदत करणाऱ्या संस्थांकडून पैसे मागून आणतात; पण मुलांना वेळेत औषधं देतात, त्यांच्या लक्षणांवर बारीक लक्ष ठेवतात. भाबडेपणानं कुठल्या बुवा-स्वामींकडे जातात, उपास-तापास करतात, देवापुढे नाक घासतात, गंडे-दोरे-ताईत बांधतात, कुणी काही उपाय सांगितला की, तो करतात. हे सगळं कशासाठी? तर आपलं लेकरू चारचौघांसारखं होण्यासाठी. त्यांच्या लेखी आपली मुलं जगातली सर्वांत सुंदर मुलं असतात. आपलं मूल मतिमंद आहे, अपंग आहे, आजारी आहे असं मानायला त्यांचं मन तयारच नसतं.

त्यांना आपलं 'विशेष' मूलच बघायची इतकी सवय झालेली असते की, चारचौघांसारखं सामान्य मूल बघितलं की, त्या त्याच्याकडे बघतच राहतात.

'नीलू' ही अशीच एक आई. ती तिच्या पाच वर्षांच्या मुलाला आमच्या बालविकास विभागात नेहमी दाखवायला आणि उपचाराला घेऊन यायची. त्याच्या स्नायू आणि मेंदूच्या संप्रेषणात दोष होता. तो वयात येईपर्यंतसुद्धा जगणं शक्य नव्हतं. आपल्या मुलाची ही अवस्था आहे आणि त्याला जगवण्यासाठी पाण्यासारखा पैसा खर्च करावा लागेल, हे जेव्हा या मुलाच्या वडलांना कळलं तेव्हा त्याच्यावरून घरात भांडणं व्हायला लागली. "हे बघ, त्याला तसाच मरू दे. व्यवहारानं विचार कर." वडील म्हणायचे.

"नाही, नाही! मी नाही तसं करणार. कुणीतरी, कुठलातरी एखादा डॉक्टर त्याला बरं करेल." नीलू आशेनं म्हणायची.

"मूर्ख आहेस! त्याला कशाचाही उपयोग होणार नाही. डॉक्टरांनीही त्याची आशा सोडलीये, माहितेय ना..." नवरा करवादून म्हणायचा. पण तिचा ठाम नकार असायचा. मग नवऱ्यानं बायको आणि मुलाला त्यांच्या नशिबाच्या हवाल्यावर सोडलं आणि तो निघून गेला.

तिला दोन वेळची भ्रांत होती, पण तरीही ती त्याला स्वच्छ ठेवायची, खाऊ-पिऊ घालायची. डॉक्टरांनी त्याच्यासाठी सांगितलेले व्यायाम त्याच्याकडून करून घ्यायची. त्याला नियमितपणे दवाखान्यात घेऊन यायची. काही दिवसांनी दवाखान्यात काम करणाऱ्यांशी तिची चांगली ओळख झाली. तिची स्वतःची नोकरी आणि पुन्हा या मुलाचं सगळं करण्यात तिची पाठ पार मोडून यायची.

आमच्या उपचारांना मर्यादा आहेत आणि त्याच्यावर कुठवर उपचार होऊ शकतात, हे तिला आम्ही वेळोवेळी सांगायचो; पण तो किती वर्षं जगेल, हे तिला सांगण्याची आमची छाती होत नव्हती. सुया-कात्र्या, वेदना-दुखणं हा जणू तिच्या आयुष्याचा भागच झाला होता. "या मुलावर उपचार करून तुम्ही पैसा वाया घालवताय." असं एकदा डॉक्टरांनी तिला स्पष्ट सांगितलं. ती सुन्न झाली. 'म्हणजे आता शेवट? हे संपणार? असा कसा जाईल तो मला सोडून? नाही, नाही काहीतरी कुठेतरी चुकतंय.' तिच्यातली आई तिला म्हणाली; पण डॉक्टरांनी सत्य तेच सांगितलं होतं. आता त्याचा शेवट जवळ आला होता. तिच्या लाडक्या बाळाची तब्येत आणखी आणखी खालावत जाऊन ते तिला कायमचं सोडून जाणार होतं. तिच्या डोळ्यातलं पाणी थिजलं होतं. दवाखान्यातल्या सगळ्यांनी आपल्या परीनं तिची खूप समजूत घातली, पण तिनं आपला हट्ट सोडला नाही. त्याला दवाखान्यातून घरी सोडल्यावरसुद्धा ती पुन्हा पुन्हा त्याला घेऊन यायची. "ती अमकी-तमकी टेस्ट परत करून बघा, एखादं नवीन औषध त्याला देऊन बघा, बघा ना तो मुलगा कसा बरा झाला, तसा माझाही मुलगा बरा होईल. त्याला आणखी एक संधी द्या. डॉक्टर, प्लीज डॉक्टर!" ती विनवण्या करायची.

आता हळूहळू तिच्या मुलाचं वजन उतरायला लागलं होतं. तरी ती म्हणायची, "कसा गोबरा दिसतोय ना! बरा व्हायला लागलाय, नाही का? म्हणा ना मॅडम, म्हणा ना! तो बरा होतोय असं म्हणा ना!" ती त्याच्यासाठी मोठ्या आवाजात गाणी म्हणायची, हसायची, त्याला हळुवारपणे कुरवाळायची, रागावायचीसुद्धा. कधी त्याची क्षमा मागायची, त्याला घास भरवायची, पुसून काढायची. अजिबात न दमता, न थकता, न कंटाळता; अगदी उत्साहानं!

पण एकदा का त्याचं मरण आता टळणार नाही, हे लक्षात आलं, तसं दवाखान्यातल्या नर्सेस, टेक्निशिअन्स सगळे तिला टाळायला लागले. अगदी ऑफिसमधले क्लार्क्स, लिफ्टमन आणि सिक्युरिटी गार्डसुद्धा ती येताना दिसली की, रस्ता बदलायला लागले. त्यांनी तिला स्पष्टपणे जायला सांगितलं, तरी ती त्यांच्याकडे दुर्लक्ष करायची. ''हे लोक असं का करतायत? मी माझ्या बाळाला शहरातल्या चांगल्या दवाखान्यात घेऊन आलेय. तो बरा होईल हे मला माहीत्येय.'' ती म्हणायची.

अखेर तो दवाखान्यातच गेला. शेवटच्या वेळी त्याला दवाखान्यात ठेवलं तेव्हाही सगळ्यांनी तिला सांगितलं होतं की, आता कशाचाच काही उपयोग नव्हता; पण तरी तिनं हट्टच धरला. सगळ्यांच्या हाता-पाया पडली आणि त्याला ठेवून घ्यायला लावलं. नर्सेसनी त्याची बॉडी गुंडाळली. त्याच्या आईला बरं वाटावं म्हणून त्याचा भांग पाडला. त्याला जणूकाही नेहमीसारखं 'स्पंजिंग' करताहेत अशा भावनेनं ती शांतपणे ते सगळं पाहत होती. जो भेटेल त्याला ती 'तो बरा आहे' असंच सांगत होती.

मुलाची डेडबॉडी घेऊन जाताना आता ती प्रचंड गोंधळ घालणार असं आम्हाला वाटत होतं, पण ती खूप शांत होती. सत्य स्वीकारल्यासारखी वाटत होती. तशी ती एकटीच होती, पण कुणी लांबचे नातलग आणि आसपासची मंडळी बरोबर होती. टॅक्सीनं ती त्याला स्मशानात घेऊन गेली. दवाखान्यातल्या स्टाफनं तो खर्च उचलला आणि शिवाय तिचं बिलही माफ केलं.

पुढे काही दिवस ती रोज सकाळी दवाखान्याच्या फाटकात येऊन उभी राहायची – विमनस्कपणे, निरुद्देश, उगाचच न बोलता, आपल्याच दुःखात! आम्ही तिला ओळख द्यायचो, तिच्याशी बोलायला जायचो; पण तिच्या चेहऱ्यावर ओळखीचा भाव दिसायचा नाही. कुणीतरी सगळं शोषल्यासारखी ती खूपच बारीक झाली होती.

ती यायची कधी बंद झाली, ते मला आठवत नाही; पण नंतर काही महिन्यांनी ती एके दिवशी माझ्या ऑफिसमध्ये आली आणि म्हणाली, ''तो खरंच गेलाय. कायमचा. आता तो कधीच परत येणार नाही.'' तिच्या आवाजात वेदना, दुःख ओथंबलं होतं. माझ्याशी बोलून ती दवाखान्यात तिच्या नेहमीच्या ठिकाणी गेली. बालविकास केंद्रात, फिजिओथेरपी विभागात, तिच्या मुलाच्या रक्ताचे नमुने तपासणाऱ्या लॅबोरेटरीत आणि शेवटच्या वेळी त्याला ज्या वॉर्डमध्ये ठेवलं होतं त्या वॉर्डमध्ये ती जाऊन आली.

''काय हो, मी माझ्या बाळाचं नीट केलं ना हो? जिवंत असताना त्याला बरं वाटत होतं ना? आताही त्याला आराम पडला असेल ना?'' असं ती मला

आणि सगळ्यांना विचारत राहिली.

"होय, होय गं! तू अगदी छान आई आहेस. तुझ्या बाळाचं तू खूप छान केलंस." आमच्यापैकी प्रत्येकानं तिला हेच सांगितलं. जाण्यापूर्वी तिनं तिचं पैशाचं पाकीट बाहेर काढलं. त्यात बऱ्याच मळक्या आणि चुरगाळलेल्या नोटा होत्या. "हे पैसे घ्या. तुमच्या इथल्या 'आयीसीयू'मधल्या लहान मुलांसाठी ठेवा. या पैशातून त्यांना काय हवं ते द्या, पण त्या बाळांना मात्र नक्की जिवंत ठेवा. मरू देऊ नका. भले त्या बाळाचे आई-बाप गरीब असोत की श्रीमंत. ही बाळं जगलीच पाहिजेत." ती कळवळून म्हणाली.

ही तिची-माझी शेवटची भेट. नीलू! महिन्याकाठी जेमतेम दोन हजार रुपये मिळवणारी ही बाई आज अनोळखी मुलांसाठी तिच्या मिळकतीच्या दुप्पट रक्कम अशी दानापोटी देत होती.

दवाखान्यातली एक सहकारी मला म्हणाली, "मॅडम, हेच का हो आईपण?"

– शीला जयवंत

परीराणी

IPLच्या मॅचेससाठी मी तेव्हा दक्षिण अफ्रिकेला गेले होते. तिथे माझा गॉगल हरवला. मी हॉटेलवर परत आले. माझा मूडच नव्हता. मी खोलीतही सगळीकडे गॉगल शोधला. गॉगल तसा महाग तर होताच, पण माझा खूप आवडताही होता. 'सर्वांत शेवटी मी गॉगल कधी पाहिला होता बरं?' मी मेंदूला ताण देत होते. एकीकडे हॉटेलच्या मॅनेजरशी फोनवर बोलतही होते. माझा गॉगल शोधायला त्यांच्या माणसांना कामाला लावा म्हणून सांगत होते. मी जिन्यावरून खाली-वर करत होते आणि माझी चार वर्षांची लेक राशा माझ्या मागे मागे करत होती. काहीतरी पुटपुटत होती. एक-दोनदा तर तिनं माझा हातही ओढला. मी तिच्याकडे लक्ष द्यावं म्हणून ती हर तऱ्हेनं प्रयत्न करत होती, पण मी फोनवर बोलण्यात गुंतले होते. त्या वेळी राशाकडे बघायला, तिचं ऐकून घ्यायला मला वेळही नव्हता आणि इच्छाही नव्हती. अजिबात वेळ न घालवता माझ्या हरवलेल्या गॉगलचा शोध लावणं, हे माझ्यासाठी महत्त्वाचं होतं.

राशानं मात्र आपला हेका सोडला नाही. ती माझ्या मध्येमध्ये येतच राहिली. आता मात्र मला राग आला, "राशा, कळत नाही तुला? मी फोनवर बोलतेय ना? आत्ता मला त्रास देऊ नकोस. समजलं?" मी ओरडले आणि त्या खोलीतून बाहेर आले. राशा हळूच माझ्या मागे येऊन दुसऱ्या खोलीत शिरली. "ममा, पण मला तुला काहीतरी सांगायचंय. मी काय म्हणते की, तू माझा गुलाबी सिंड्रेलाचा गॉगल घे ना! नाराज नको होऊस." तिनं माझी समजूत काढली.

मला राहवलं नाही. मी तिला पटकन उचलून घेतलं. 'देवा, राशाला चांगलं वळण आणि चांगल्या सवयी लावण्यासाठी मला मदत कर.' अशी मी नेहमी प्रार्थना करायचे. आणि वा! त्या दिवशी मीच शिकले तिच्याकडून! फक्त

उदारपणाच नाही, तर निर्व्याज, निरपेक्ष प्रेमसुद्धा!

त्या दिवशी आणखी एक गोष्ट माझ्या लक्षात आली. आपली मुलं आपल्याला काय सांगत असतात, हे आपण कधी शांतपणे ऐकूनच घेत नाही. म्हणजे त्यांचं बोलणं आपल्या कानावर पडतं, पण आपलं त्यांच्याकडे लक्ष असतं का? पण खरंच जर आपण त्यांच्याकडे लक्ष दिलं, तर या छोट्या बच्चे कंपनीकडून आपल्याच मनाचा खरा ठाव लागेल; सत्याची दिशा कळेल!

– रवीना टंडन

तऱ्हेवाईक लेक, चमत्कारिक आई!

माझ्या लेकीचं, सानूचं अभ्यासाशी फार गंमतशीर नातं आहे. खरंतर तिचा 'अभ्यास' हे माझ्यासाठी 'आई' म्हणून मोठं आव्हान आहे.

लहानपणी सानू एका विशिष्ट खुर्चीत बसूनच अभ्यास करायची. काय असेल ते असो, पण त्या खुर्चीत बसून ती जे शिकायची ते ती सगळं विसरायची. तिथं बसून केलेला अभ्यास तिच्या लक्षातच राहायचा नाही. चेष्टा नाही करत ऐकायला विचित्र वाटेल खरं, पण तिनं खुर्ची सोडून इतर कुठेही बसून अभ्यास केला की, तिच्या तो चांगला लक्षात राहायचा. त्या खुर्चीबद्दल मला काही म्हणायचं नाही, पण लेक मात्र त्याच खुर्चीवर बसायचा हट्टच धरून बसायची. मी तिला 'नापासी' खुर्चीच म्हणायचे, पण तिला तिथंच बसायचं असायचं. त्यात भर पडायची भल्या रात्री पडणाऱ्या भयानक स्वप्नांची! पण सुदैवानं लेक जशी मोठी व्हायला लागली, तसा नापासी खुर्चीवर तिनं बहिष्कार टाकला, पण नव्या तऱ्हांसाठी!

आता सानू एक हुशार मुलगी झाली होती. अभ्यासात कायम पुढे असायची. बहुतेकदा वर्गात तिचाच पहिला नंबर असायचा. ती ६वीत असतानाची गंमत सांगते. अचानकच मधे चार महिने तिच्या अभ्यासविरोधी कारवाया सुरू झाल्या. ७वीत असताना 'अभ्यास करायचा मूड' नावाचं प्रकरण उदयाला आलं. त्यामुळे त्या वेळी अभ्यासाचा मूड असेल, तरच ती अभ्यासाला बसत असे. पुढे ८वीत गेल्यावर 'लकी स्कर्ट'चा टप्पा झाला. हो, तो विशिष्ट स्कर्ट घातला असला, तरच ती अभ्यास करणार! त्यामुळे रोज रोज तो स्कर्ट घालून, धुऊन धुऊन त्याचा कपडा अगदी विरायला लागला होता. त्याचा मूळचा रंग जाऊन तो विटका दिसत होता, आता फाटायलाही लागला होता; पण इतका रंग जाऊनही त्याच्या 'लकी' असण्यावर काहीही फरक पडला नव्हता. लेक तर त्याला 'लकी आस्पेक्ट' म्हणायची. ९वीत गेल्यावर नवीनच तऱ्हा सुरू झाली. स्कर्टबरोबर

आता 'लकी प्लेस' आली. तिच्या खोलीतला तो विशिष्ट कोपरा 'लकी' झाला. ती तिथेच बसून अभ्यास करायला लागली. या खोलीत कुणालाही पाऊल टाकायला परवानगी नव्हती. न जाणो बाईसाहेबांचा 'अभ्यासाचा मूड' गेला तर!

आता स्वयंपाकघरच तिची 'लकी प्लेस' होती. यावरून घरातल्या बाकीच्यांनी कुठे उठा-बसायचं याची तुम्ही कल्पना करू शकता. जेवायला उशीर व्हायला लागला. अर्थात त्यामुळे 'फटाफट स्वयंपाक' ही कला मी शिकले. युद्धपातळीवर स्वयंपाक करावा लागायचा, कारण माझ्या लेकीला अभ्यास करायची 'सणक' कधी येईल काही सांगता येत नव्हतं.

तिच्या या तऱ्हा आणि खुळचट कल्पना मला समजून घेता आल्या, असं मी म्हणणार नाही; पण तिच्या निवडीचा आदर करायचा, असं मी ठरवलं. मी तसं केलंही, याचा मला आनंद आहे. कारण नंतर त्यांचा पगडा आपसूकच कमी होत गेला. मुद्दाम तिला काही धाकदपटशा दाखवायची वेळच आली नाही. १०वीत जाईपर्यंत ती या सगळ्यातून बाहेर आली होती.

आज माझी सुंदर आणि आत्मविश्वास असणारी लेक माझ्याकडे पाहून म्हणते, "आई, तू माझ्या तऱ्हा चालवून घेतल्यास म्हणून तूही 'तऱ्हेवाईक!'' वा! मी अशी आई असल्याचं ऐकून बरं वाटलं!

तऱ्हा सोडा, जादू पाहा.

– नीना इराणी

शंभराची नोट

त्या दिवशी सरस्वती-पूजन होतं. त्या निमित्त आमच्या इथल्या भारत सेवा आश्रमामध्ये समारंभ होता. तिथं दुपारी मला 'अंजली'साठी जावंसं वाटत होतं. 'अंजली' म्हणजे पारंपरिक फुलांनी केलेली पूजा! पण मला एकटीनं जायचं नव्हतं, म्हणून मग मी माझ्या पंधरा वर्षांच्या लेकीला, सखीला शाळेतल्या जादा तासातून अर्धा तास लवकर येऊन माझ्याबरोबर येता येईल का म्हणून विचारलं. ही माझी 'सखी' आज्ञाधारक आणि कष्टाळू तर आहेच, पण ती माझी सर्वांत जवळची मैत्रीणही आहे.

बरेच दिवसांपासून माझ्याजवळ शंभर रुपयांची जीर्ण झालेली एक नोट होती. कितीतरी वेळा ती नोट दडपून तशीच खपवायचा मी प्रयत्न केला होता, पण तो कधीच यशस्वी झाला नव्हता. त्या दिवशी मी सखीला शाळेतून घेतलं आणि रिक्षा करून आम्ही आश्रमापाशी आलो. ऐंशी रुपये भाडं झाल्याचं रिक्षावाल्यानं सांगितल्यावर मी तीच शंभराची नोट खपवली आणि त्याने मला वीस रुपये परत दिले.

सखी माझ्याकडे बघत होती, पण मला तिच्या नजरेतले भाव नेमके कळत नव्हते. आम्हाला सोडून रिक्षावाला पुढे गेला, तेव्हा ती मला म्हणाली, "मा, रिक्षावाल्यासारख्या लोकांना ती नोट पुन्हा खपवणं, वापरणं अवघड आहे. त्यांचा बँकेशी संबंध नसल्यानं ती बँकेतून बदलून घेणंही त्यांना शक्य नाही. ती नोट तू परत घे. आपल्याला नक्कीच ती बँकेतून बदलून मिळेल."

तिचं बोलणं ऐकून मला ओशाळल्यासारखं झालं. लगेच मी ८० रुपये तिच्या हातात ठेवले आणि 'रिक्षावाल्याला देऊन ये.' म्हणून सांगितलं. रिक्षावाला तिथंच रिक्षास्टँडवर पुढच्या गिऱ्हाइकाची वाट पाहत उभा होता. सखीनं ती फाटकी नोट त्याच्याकडून घेऊन त्याला ८० रुपये दिल्याचं मी पाहिलं. मी दिलेली शंभराची नोट फाटकी होती, हे त्याच्या लक्षातच आलं नव्हतं, पण

सखीनं ते सांगितल्यावर तो हसला आणि सखीनं सुट्टे पैसे देऊन ८० रुपयांचं भाडं त्याला दिलं. सुट्ट्या पैशांमुळे त्याचीही सोय झाली.

'अंजली'चा कार्यक्रम झाल्यावर मी सखीला पुन्हा शाळेत सोडलं; पण आज मीच एक धडा शिकले होते – प्रामाणिकपणाचा आणि मानवतेचा. सरस्वती म्हणजे विद्येची देवता. तिच्याच पूजनाच्या दिवसाला हे साजेसं होतं! आणि हा धडा मला माझ्या पंधरा वर्षांच्या लेकीकडून शिकायला मिळाला होता, हे आणखीनच महत्त्वाचं होतं!

– मीनाक्षी गणेरीवाला

चिकन सूप फॉर द सोल इंडियन फादर्स भाग १ व २

मनाचं दार उघडणाऱ्या आणि पितृत्वातील चैतन्य जागवणाऱ्या कथा

जॅक कॅनफिल्ड, मार्क व्हिक्टर हॅन्सन आणि रक्षा भारदिया

अनुवाद

अवंती महाजन

खरंच, वडील - बाबा - पपा - डॅडी ही मंडळी म्हणजे जादूगारच असतात. अल्लाउद्दीनच्या दिव्यातल्या राक्षसासारखी जादू करणारी! हे लोक दिवसभर काही मुलांबरोबर राहू शकत नाहीत. तरीही जेव्हा कुठेतरी/काहीतरी बिनसतं, तेव्हा अचूक जादूची कांडी फिरवल्याप्रमाणे सगळं काही ठीकठाक करून टाकतात. असतातच ते तसे छान – मस्तच! मुलांनी धावत जाऊन त्यांच्या गळ्याला घट्ट मिठी मारावी असे! ते असले की सगळं कसं छानच होतं! आणखी एक गंमत म्हणजे, या बाबा - डॅडी लोकांच्या छोट्यांना पडणारे मोठे मोठे प्रश्न त्यांच्या दृष्टीने चुटकीसरशी सुटणारे असे असतात! चेहऱ्यावर कायम असलेलं हसू जराही मावळू न देता, ते त्यांच्याकडची जादूची कांडी अशी काही फिरवतात की, सगळे प्रश्न चुटकीसरशी होतात छू मंतर! 'चिकन सूप फॉर द सोल इंडियन फादर्स' या पुस्तकाचं म्हणूनच स्वागत करायला हवं.

शिक्षकांच्या चैतन्याचा आविष्कार घडवणाऱ्या आणि
त्यांचं हृद्गत व्यक्त करणाऱ्या कथा.

चिकन सूप फॉर द सोल इंडियन टीचर्स

लेखक

जॅक कॅनफिल्ड
मार्क व्हिक्टर हॅन्सन
वेंडी एम. डिक्सन

अनुवाद

सुषमा जोशी

शिक्षण ही निरंतर चालणारी प्रक्रिया आहे. यात देणारा आणि घेणारा दोघंही शिकत, शिकवत असतात. शिक्षकी पेशातील विविध अनुभवांचं अनोखं मिश्रण या पुस्तकात आहे.

कित्येक शिक्षक विद्यार्थ्यांना तळमळीनं शिकवत असतात. या पुस्तकात असे अनेक शिक्षक सापडतील. त्याचप्रमाणे शिक्षकांच्या आचारविचारांमुळे, त्यांच्या शिकवण्यामुळे विद्यार्थ्यांच्या आयुष्याला कलाटणी मिळालेले कित्येक प्रसंग यात दिसतील.

शिक्षक ज्याप्रमाणं विद्यार्थ्यांना शिकवतात, त्याप्रमाणेच विद्यार्थीही काही वेळा आपल्या वागण्यातून विद्यार्थ्यांना शिकवत असतात. प्रेरणा देतात. शिक्षकांच्या या अशा शिक्षणाचं प्रत्यंतर यातील काही हृद्य अनुभवांतून येतं आणि सर्वांत मोठा गुरू म्हणजे आयुष्य. अनुभव. या अनुभवांनी दिलेली अनमोल शिकवणही यात सांगितली आहे.

शिक्षकांचा विद्यार्थ्यांवर नकळत पडणारा प्रभाव, कळत नकळत होणारे संस्कार यामुळे विद्यार्थ्यांचं आयुष्य समृद्ध होत असतं. याबद्दलची कृतज्ञता यातील अनुभवांतून व्यक्त होताना दिसते. ही समृद्धी आणि कृतज्ञता हेच शिक्षकाचं वैभव असतं.

'अज्ञानी तो पढवावा,' ह्या ब्रीदवाक्याला अनुसरून या चिमणपाखरांना प्रगतीचे पंख देण्याच्या शिक्षकांच्या या कार्याला या पुस्तकानं जणू सलाम केला आहे.

आजच्या परिस्थितीत शिक्षकाला आपलं कार्य करत असताना कित्येक वेळा निराशा येते. ही निराशा दूर करण्यासाठी हे 'चिकन सूप' अत्यंत गुणकारी आहे.